स्वप्नसृष्टी

वि. स. खांडेकर

संपादक
डॉ. सुनीलकुमार लवटे

मेहता पब्लिशिंग हाऊस

Email : production@mehtapublishinghouse.com
Website : www.mehtapublishinghouse.com

SWAPNASRUSHTI by V. S. KHANDEKAR

© सुरक्षित

स्वप्नसृष्टी : वि. स. खांडेकर / भाषणसंग्रह
संपादक : डॉ. सुनीलकुमार लवटे
author@mehtapublishinghouse.com
मराठी पुस्तक प्रकाशनाचे हक्क मेहता पब्लिशिंग हाऊस, पुणे.
प्रकाशक : सुनील अनिल मेहता, मेहता पब्लिशिंग हाऊस,
१९४१, सदाशिव पेठ, माडीवाले कॉलनी, पुणे - ४११०३०.

मुखपृष्ठ : सतीश भावसार
प्रथमावृत्ती : फेब्रुवारी, २०१९

P Book ISBN 9789353171575
E Book ISBN 9789353171582
E Books available on : play.google.com/store/books
www.amazon.in/b?node=15513892031

प्रस्तावना

आत्मस्वराचा प्रकट शोध

वि. स. खांडेकर लेखक होते खरे; परंतु मी त्यांना सर्वप्रथम ओळखू लागलो ते वक्ता म्हणूनच. हा काळ साधारणपणे सन १९६३-६५ च्या दरम्यानचा असेल. त्यांनी कोल्हापुरात आपल्या समविचारी व समध्येयवादी मित्रांबरोबर आंतरभारती शिक्षण मंडळ स्थापून आंतरभारती विद्यालय सुरू केलं होतं. मी त्या शाळेत प्रवेश घेणाऱ्या पहिल्या दहा विद्यार्थ्यांपैकी होतो. आमच्या त्या छोट्या शाळेची सुरुवातच मुळी वि. स. खांडेकरांच्या हितगुजानं झाली होती. ते हितगुज 'स्वप्नसृष्टी' या भाषणसंग्रहात मी आवर्जून समाविष्ट केलं आहे; कारण ते संशोधनात माझ्या आपसूक हाती लागलं. ते वाचताना आपल्या लक्षात येईल की, लेखक म्हणून खांडेकरांमध्ये शिक्षक, आई, समुपदेशक, समाजसेवक, राष्ट्रप्रेमी, इतिहासाचे अभ्यासक, शिक्षणतज्ज्ञ अशी सारी रूपं भरलेली व भारलेली होती. सन १९६३ ते १९७६ या तपभराच्या कालखंडात मी वि. स. खांडेकरांना लेखक, वक्ता, विचारक, मार्गदर्शक, सांस्कृतिक प्रवक्ता, चिंतक अशा अनेक अंगांनी ऐकलं आहे. त्यांना ऐकणं ही एक पर्वणी असायची!

वि. स. खांडेकरांचं बोलणं संथ लयीतलं असायचं. आपण मित्रांच्या बैठकीत बसलो आहोत व आपला वडील मित्र चार हिताच्या गोष्टी आपल्याला आपुलकीनं समजावतो आहे; किंबहुना तो आपल्या मनातलंच आपल्याला उलगडून दाखवतो आहे, असा तो आत्मीय, आंतरिक अन् जिव्हाळ्याचा संवाद असायचा. 'ये हृदयीचे ते हृदयी' असं ते बोलणं- विचार नि भावनांचं संक्रमण असायचं! त्यात चतुरस्त्र वाचनाचा शिडकावा असायचा, स्वचिंतनातून आलेलं शहाणपण असायचं, भाषेचा फुलोरा असायचा, तार्किकतः चकित करून सोडणारी विजेची चमक त्यात असायची. मिथक, दृष्टान्त, समकालीन संदर्भ, इतिहासाचे दाखले असायचे. तो केवळ

शाब्दिक फुलोरा नसायचा; शैलीचा आकर्षक, चित्तवेधक गुच्छ नसायचा, तर ती एक प्रकारची वैचारिक झाडाझडती (Brain Storming) असायची. श्रोते अंतर्मुख व्हायचे. श्रोत्यास विचार करायला भाग पाडण्याचं विलक्षण कौशल्य नि सामर्थ्य खांडेकरांच्या वक्तृत्वात भरलेलं मी अनुभवलं आहे! भारतीय ज्ञानपीठ पारितोषिक मिळाल्यानंतर कोल्हापूरच्या श्री शाहू खासबाग मैदानातील हजारोंना स्तब्ध करणारं, त्यांच्यावर गारूड करणारं खांडेकरांचं वक्तृत्व ज्यांनी ऐकलं ते धन्य!

'वैखरी' त्रैमासिकात वि. स. खांडेकरांनी 'पहिली पावलं' नावाचं सदर चालवलं होतं- साधारणपणे सन १९७० च्या दरम्यान. पण त्यापूर्वी व त्यानंतरही त्यांनी विविध मासिकांतून, दिवाळी अंकांतून लेख लिहून कथा, कादंबरी, लघुनिबंध, नाटक, रूपककथा, संपादन, अनुवाद, भाषण, काव्य, पटकथा इत्यादी क्षेत्रांतील आपली पहिली उमेदवारी, मुशाफिरी, पहिला प्रयत्न नोंदवला आहे. त्यातून संपादून मी 'पहिली पावलं' नावाचं वि. स. खांडेकरांचं साहित्यिक आत्मकथनच मराठी वाचकांना दिलं आहे. हा भारतीय भाषांतला पहिलाच प्रयोग असावा. इंग्रजीतही असं लेखन ऐकिवात नाही. त्यात खांडेकरांनी आपल्या 'वक्ता' म्हणून झालेल्या घडणीचा समग्र वृत्तान्त दिला असून, तो वाचनीय आहे. वि. स. खांडेकरांनी 'सहा भाषणे' (१९४१), 'तीन संमेलने' (१९४७), 'अभिषेक' (१९६३) यांसारख्या भाषणसंग्रहातून सन १९३४ ते १९५९ अशा सुमारे २५ वर्षांच्या कालखंडातील १३ भाषणं वाचकांपुढे ठेवली आहेत. ती सारी विविध संमेलनांची अध्यक्षीय भाषणे होत. तयारीची भाषणे, वाचून दाखवायची भाषणे असं त्यांचं स्वरूप असल्यानं ती औपचारिक, विचारगर्भ अशी आहेत. वक्ता म्हणून आणि लेखक म्हणूनही खांडेकरांना कोट्या करायचा छंद होता. तो कोल्हटकर, गडकऱ्यांचा अनुकरणीय प्रभाव म्हणूनही नोंदता येईल. तो तयारीच्या भाषणांतही डोकावतो. शिवाय या संग्रहांना लिहिलेल्या छोट्या-मोठ्या प्रस्तावनांतून खांडेकरांची वक्तृत्वविषयक भूमिका स्पष्ट होते. 'अभिषेक'ची प्रस्तावना तर त्यांच्या 'जीवनासाठी कला' या साहित्यिक भूमिकेचं दीर्घ समर्थन नि विवेचन म्हणून सांगता येईल. जया दडकर यांनी आपल्या 'वि.स.खांडेकर वाङ्मय सूची' (१९८४) व 'वि. स. खांडेकर : सचित्र चरित्रपट'मध्ये खांडेकरांनी आयुष्यभर केलेल्या भाषणांच्या छोट्या-मोठ्या नोंदी, भाषणसार दिले आहेत. त्याशिवायही खांडेकरांनी अनेक भाषणे दिली आहेत. ती मी शोधून काढली. अशा सुमारे दोनशे भाषणांची सूची मजकडे आहे. त्यातून लक्षात येतं की खांडेकरांनी आयोजित व्याख्यानं, व्याख्यानमाला, गौरव समारंभ, श्रद्धांजली, प्रकाशन समारंभ, परिसंवाद, चर्चासत्रे इत्यादींमधून व्याख्यानं दिली आहेत. शिवाय त्यांची भाषणे मुंबई, पुणे, औरंगाबाद नभोवाणी केंद्रांवरून ध्वनिमुद्रित करून प्रक्षेपित-प्रसारितही करण्यात आली आहेत. शिवाय काही खासगी ध्वनिफितीही उपलब्ध

झाल्या. अशा विविध प्रकारच्या भाषणांचे प्रकाशित वृत्तान्त, मूळ खर्डे, ध्वनिफिती संशोधनात हाती आल्या. त्यांपैकी निवडक ४० भाषणांचा संग्रह आहे 'स्वप्नसृष्टी'!

साहित्य अकादमी महदत्तर सदस्यत्व प्रदान सोहळा (१९७०), भारतीय ज्ञानपीठ पारितोषिक प्रदान समारंभ (१९७६), शिवाजी विद्यापीठ डी. लिट. पदवी प्रदान समारंभ (१९७६), अखिल भारतीय मराठी साहित्य संमेलन- कराड (१९७५) (आणीबाणीतलं), सत्तरी गौरव म्हणून पुण्याच्या बालगंधर्व रंगमंदिरात देशमुख आणि कंपनीनं 'स्वप्न' केंद्र करून योजलेली साहित्य, जीवन, पिढीविषयक भाषणपर्व, विविध महत्त्वाचे परिसंवाद, आकाशवाणी भाषणे अद्याप लिखित व संकलित स्वरूपात उपलब्ध झाली नव्हती. अशी सर्व महत्त्वाची भाषणे प्रथमच मराठी वाचकांना एकत्र वाचण्यास मिळत आहेत. या भाषणांचे खर्डे विविध प्रकारचे आहेत. काही गोषवारे तर काही वृत्तान्त; काही परोक्ष वृत्तान्त (Indirect voice) अपरोक्ष (Direct) करून, जोडून, संपादून सादर केले आहेत. रेडिओवरील भाषणांच्या ध्वनिफिती त्या त्या आकाशवाणी केंद्रांकडून उपलब्ध झाल्या. त्या उपलब्ध करून दिल्याबद्दल श्रीमती भारती गोखले-रुस्तम, सुनीती पटवर्धन, डॉ. महेश केळूस्कर, गोपाळ आवटी, शैला सरदेशमुख प्रभृतींचा मी विशेष ऋणी आहे. या ध्वनिफितींचा काळ सन १९४६ ते १९७६ असा तीस वर्षांचा जुना आहे. त्यातल्या काहींचं ध्वनिमुद्रण तत्कालीन तंत्रमर्यादेमुळे सुस्पष्ट नाही. ते अनेकदा ऐकावं लागलं. अनेकदा ऐकूनही काही शब्द लागले नाहीत. तिथं संपादकाचा तर्क व तारतम्य वापरलं आहे. परोक्षचं अपरोक्ष करताना, काही खराब झेरॉक्स प्रतींचा मजकूर लावताना, काही जीर्ण, डागाळलेले खर्डे जुळवतानाही मोठे कष्ट पडले आहेत. ती भर नसून रिकाम्या, गळलेल्या शब्दांची परिपूर्ती मात्र आहे. ते करताना माझ्यातला खांडेकर वाचक, श्रोता, अभ्यासक, संशोधक, संग्राहक, समीक्षक, निरीक्षक उपयोगी पडला.

वक्तृत्व ही कला आहे की शास्त्र याबाबत मतभेद असले तरी तो प्रतिभावंताचा आविष्कार नि अभिव्यक्ती असते याबाबत कुणाचं दुमत व्हायचं कारण नाही. तिचं माध्यम असतं वाणी. साधन असतं जीभ. खांडेकर नेहमी म्हणायचे, 'आपणाला दोन जिभा आहेत. एक खायची नि दुसरी बोलण्याची.' खांडेकरांचं जीवन ज्यांनी जवळून पाहिलं, अनुभवलं आहे ते मान्य करतील की, खांडेकरांनी खाण्याच्या जिभेपेक्षा बोलण्याची जीभच अधिक चालवली. खांडेकरांनी आयुष्यभर वाचन, लेखन व वक्तृत्व हे तीनच व्यासंग जोपासले. त्यातही बोलणं हा त्यांचा स्वभावधर्म, वृत्ती होती म्हणायची. खांडेकरांचा जो प्रचंड मनुष्यसंग्रह होता, तो केवळ त्यांनी संवाद, संपर्क, सहवास, पत्रव्यवहारातून उभारला होता. त्यांची पत्रंही बोलण्याइतकीच लाघवी असायची. माणसांशी बोलणं ही त्यांची आंतरिक ऊर्मी नि भूक असायची.

आपण जे वाचतो, विचार करतो ते दुसऱ्यापर्यंत पोहोचवण्यास ते उतावीळ, उत्सुक असत. प्रकृती अस्वास्थ्याच्या नावाखाली आयोजित काही मिनिटांच्या औपचारिक भेटी नकळत तासा-दोन तासांच्या बैठका केव्हा व्हायच्या, हे कुणालाच कळायचं नाही. अशा बैठकांना गाण्याच्या मैफलभंगाच्या दुःखांची किनार असायची. आपल्या या अंगभूत संचारी ऊर्जेची भलावण मात्र खांडेकर 'सोंग' म्हणून करीत असत.

साहित्यिक म्हणून खांडेकरांवर 'सुधारक'कार गोपाळ गणेश आगरकर, कादंबरीकार हरिभाऊ आपटे, नाटककार श्रीपाद कृष्ण कोल्हटकर, राम गणेश गडकरी, कवी केशवसुत यांचा प्रभाव व संस्कार आहे. त्यांच्या पुरोगामी साहित्य दृष्टीवर चेकॉव्ह, शरच्चंद्र, रवींद्रनाथ, मोपांसा, सार्त्र, टर्जिनिव्ह, टॉलस्टॉय, खलील जिब्रानचे ऋण आहेत. तसेच वक्ता म्हणून त्यांच्यावर स्वातंत्र्यवीर सावरकर, लोकनायक अणे, आचार्य अत्रे, प्रा. ना.सी.फडके, महामहोपाध्याय द.वा.पोतदार, प्रा.श्री.म.माटे, साने गुरुजी, वा. म. जोशी प्रभृतींची छाप होती. त्यांचा वक्त्याचा पिंड पोसण्यात चिं. वि.जोशी, माधव जूलियन, कवी यशवंत, कुसुमावती देशपांडे, प्रा.अनंत काणेकर, बा. भ. बोरकर आदी प्रभृती स्नेह्यांचा सहवास, साहचर्यही लक्षात घ्यायला हवं. गडकरी, कोल्हटकरांचा कोटीबाजपणा, प्रा. ना. सी. फडक्यांचं लालित्य, आचार्य अत्र्यांची विनोदबुद्धी, श्री. म. माट्यांची कळकळ, श्रीकेक्षींचं प्रभुत्व, महामहोपाध्यायांचा ओघ आपणास खांडेकरांच्या भाषणांत आढळत असला तरी खांडेकरांची वक्ता म्हणून स्वतंत्र संवाद व विचारशैली होती. त्यात सुभाषितांची पेरणी व सामाजिक प्रश्नांचं उत्तर, निष्कर्षही असायचे. लेखन व वक्तृत्वातील खांडेकरांची शब्दकळा भिन्न होती- निराळं, असावं, माझं, अशी बोलभाषा व 'हे मी तुम्हाला सांगतो' सारखा आग्रह; किंबहुना, अर्थात, पण इत्यादी शब्दांनी द्यायचे जोर अशी कितीतरी वैशिष्ट्य त्यांच्या भाषणात आढळतात, ऐकताना लक्षात येतात.

कला म्हणून खांडेकरांनी लेखन व वक्तृत्वाचा रियाज, अभ्यास, विचार केलेला लक्षात येतो. खांडेकर स्वातंत्र्योत्तर महाराष्ट्राच्या साहित्य व संस्कृतीचे उद्गाते होते. उपमा अलंकार हा त्यांचा प्रिय! तो लेखनात अनिवार्य आढळतो तसाच वक्तृत्वातही हटकून येतोच. त्यांच्या भाषणात एक अस्खलित मार्दव होतं. विनोद, उपरोध असायचा पण तो दुसऱ्यापेक्षा स्वतःवर बेतलेला अधिक असायचा. आत्मटीकेतून खांडेकर श्रोत्यांना एक प्रकारच्या सामाजिक कबुलीजबाबास (Social Confession) भाग पाडीत. जो विषय ते प्रतिपादन करायचे त्याचं पूर्वचिंतन, पूर्वाभ्यास त्यांनी केलेला असायचा; पण उत्स्फूर्त बोलण्यासच त्यांची पसंती होती. तयारीची लिखित भाषणे त्यांच्यासाठी एक कृत्रिम कथन (Artificial Naration) होतं. भाषणात आरोह-अवरोह नसायचे. संथ, प्रवाही, अखंड, एकमार्गी संवाद असायचा. पण श्रोत्यांना गुंतवून टाकत केलेला अद्वैत व्यवहार व्हायचा तो! भाषण एकसुरी

वाटलं तरी कंटाळवाणं नसायचं कारण ते प्रत्येक वेळी नवं द्यायचं. पण भाषणात पूर्वसुरीच्या पाथेयाचा आवर्जून उल्लेख असायचा. त्याला द्विरुक्तीची झाक यायची.

वक्ता म्हणून वि. स. खांडेकरांचा प्रवास ऐन विशीत सुरू झाला. तरुण मित्रांनी मिळून सावंतवाडीत एक संस्था स्थापन केली होती. त्याद्वारा वाचनालय, व्याख्यान उपक्रम होत. त्यात सन १९१९ ला खांडेकरांनी पहिलं व्याख्यान दिलं. नंतर ते ट्यूटोरियल इंग्लिश स्कूल, शिरोडे इथं सन १९२० ला हेडमास्तर झाले. शाळेतल्या विविध जयंत्या, पुण्यतिथीच्या निमित्तानं त्यांची हक्काच्या विद्यार्थी श्रोत्यांपुढे व्याख्यानं सुरू झाली. यातून व्याख्यानांचा सराव झाला. सरावाची मजल इंग्रजी भाषणापर्यंत गेली होती. असं असलं तरी निमंत्रण मिळून केलेलं पहिलं जाहीर व्याख्यान गोव्यात झालं. शिरोड्याच्या शाळेचे सहकारी व देशभक्त अप्पा नाबरांमुळे पणजीच्या बाल वाचन मंदिरामार्फत २३ नोव्हेंबर १९२४ रोजी महालक्ष्मी मंदिराच्या मंडपात संपन्न नवरात्र व्याख्यानमालेत 'समाजसेवा' विषयावर दिलेलं व्याख्यान हे त्यांच्या जीवनातलं पहिलं जाहीर व्याख्यान. त्यांचं पहिलं प्रकाशित व्याख्यानही गोव्यातलंच. मडगावच्या ब्राह्मण सारस्वत समाजातर्फे 'सामाजिक सुधारणा' विषयावर २६ मार्च १९२५ ला व्याख्यान झालं होतं. ते मडगावहूनच प्रकाशित होणाऱ्या हिंदू साप्ताहिकात ४ एप्रिल १९२५ ला छापून आलं होतं. सावंतवाडीच्या सन १९२५ च्या वसंत व्याख्यानमालेत डॉ. ना. दा. सावरकर (स्वातंत्र्यवीर सावरकरांचे बंधू) व नाटककार भा. वि. तथा मामा वरेरकर यांच्या भाषणानंतर केलेली भाषणं त्यांची पहिली अध्यक्षीय भाषणं होत. कोकण, गोव्याच्या बाहेर व्याख्यानमालेतलं पहिलं भाषण म्हणून नाशिकच्या गोदातीरी संपन्न झालेल्या वसंत व्याख्यानमालेत दिलेल्या 'मराठी नाटके' या व्याख्यानाचा उल्लेख करता येईल. हे व्याख्यान श्रीपाद कृष्ण कोल्हटकरांच्या सूचना, अनुमोदनानं झालेलं होतं व तेच या व्याख्यानाचे अध्यक्ष होते. ध्वनिक्षेपकावर दिलेलं खांडेकरांचं पहिलं व्याख्यान बडोदा इथं संपन्न झालेल्या १९ व्या मराठी साहित्य संमेलनातील कथासत्राच्या अध्यक्षपदाचं. खांडेकरांचं आकाशवाणीवरील पहिलं व्याख्यान मुंबई आकाशवाणीवरून प्रसारित झालं. ते प्रा. अनंत काणेकरांच्या 'दोन मेणबत्त्या' या लघुनिबंधाचं रसग्रहण होतं. ते सन १९३९ मध्ये सप्टेंबरच्या पूर्वार्धात प्रसारित झालं होतं. स्टँडशिवाय हातात माईक घेऊन कसरत केलेलं व ध्वनिक्षेपकाच्या लहरी असहकारामुळे खांडेकरांनी केलेलं साहित्य संमेलनातलं पहिलं उत्स्फूर्त जाहीर भाषण म्हणून सोलापुरात सन १९४१ मध्ये संपन्न झालेल्या रौप्यमहोत्सवी साहित्य संमेलनाच्या भाषणाचा उल्लेख करावा लागेल. ते इतकं प्रभावी झालं होतं की, वि.द.घाटे यांनी त्या भाषणास पाचपैकी साडेचार गुण (मार्क्स) देऊन टाकले होते. संमेलनासाठी तयार करूनही ते रद्द झाल्यानं न झालेली खांडेकरांची भाषणं जशी आढळतात, तशी ध्वनिमुद्रित होऊनही प्रक्षेपित न झालेलीही.

उदाहरणार्थ, या संग्रहातलं 'माझे टीकाकार' हे भाषण महात्मा गांधींच्या हत्येमुळे रेडिओवर पाळण्यात आलेल्या राष्ट्रीय शोकामुळे रद्द झालं होतं.

अनंत विष्णू पाटणकरांनी सन १९५३ ला महाराष्ट्रातील तत्कालीन सर्व वक्त्यांकडून प्रश्नावली भरून घेऊन 'मी व माझे वक्तृत्व' नामक एक चांगलं पुस्तक सिद्ध केलं आहे. त्यानुसार खांडेकर दर वर्षी दहा-वीस छोटी-मोठी भाषणं देत. त्यांना साहित्य व सामाजिक विषयांवर बोलायला आवडायचं. खेळात जसा राखीव गडी, सिनेमात जसा एक्स्ट्रा कलाकार किंवा अतिथी कलाकार घेण्याची पद्धत आहे, तशीच व्याख्यान-व्याख्यानमालांतही असते, याची कल्पना ज्यांनी असे उपक्रम योजले आहेत त्यांना आहे. खांडेकर स्वतःला असे 'एक्स्ट्रा', 'राखीव' वक्ते मानत. पण तो त्यांचा केवळ विनय होय. उलटपक्षी कितीतरी वेळा मोठमोठे समारंभ खांडेकरांच्या प्रकृती अस्वास्थ्यानं लांबलेले आहेत. कवी भा.रा.तांबे जन्मशताब्दी सोहळा त्याचे उदाहरण होय. खांडेकरांना आचार्य स. ज. भागवत, प्रा. श्री. म. माटे, महामहोपाध्याय पोतदार, प्रा. ना. सी. फडके, आचार्य अत्रे, मालतीबाई बेडेकर यांची व्याख्यानं ऐकायला आवडायची.

वि. स. खांडेकरांच्या वक्तृत्वाची मीमांसा, समीक्षा वेळोवेळी अनेकांनी केली आहे. खांडेकरांच्या साहित्याचे समीक्षक व काही काळ त्यांचे लेखनिक म्हणून सहवास लाभलेले डॉ. एस. एस. भोसले यांनी खांडेकरांच्या भाषणांची, लकब व शैलीची सूक्ष्म निरीक्षणं 'गाभारा'मध्ये नोंदवली आहेत. त्यानुसार 'खांडेकरांचं वक्तृत्व म्हणजे सुगंधित केशरयुक्त रवाळ दूध होतं.' या समग्र विवेचनात आत्मीयता ओथंबलेली आढळेल. असं असलं तरी त्यात समीक्षकाची तटस्थता आहे. खांडेकरांच्या वक्तृत्वाच्या मर्यादा- त्यांचं जग पुस्तकी असणं, एकमार्गी संवादित्व, स्वैरता इत्यादी नोंदवण्यासही ते विसरत नाहीत. पु.शि.रेगे यांनी 'छांदसी' या आपल्या लेखसंग्रहात खांडेकरांच्या भाषणांतील विसंगतींची नोंद करून ठेवली आहे. लेखक म्हणून खांडेकरांचं जग मर्यादित असणं (पुस्तकी) त्यांनीही नोंदलं आहे. अनिल बळेल यांनी 'महाराष्ट्रातील वक्ते'मध्ये खांडेकरांच्याच शब्दांत त्यांचं वक्तृत्व म्हणजे 'थोडा जिव्हाळा, थोडं ज्ञान, थोडं भाषाप्रभुत्व यांचं भांडवल' म्हटलं आहे. पण ते शब्द खांडेकरांचा विनय होता; वस्तुस्थिती नव्हे, हे कोणीही खांडेकरांचा श्रोता मान्य करील. 'आरती' मासिकाच्या जानेवारी-फेब्रुवारी १९९८ या जन्मशताब्दीनिमित्त प्रकाशित जोडअंकात डॉ. दत्ता पवार यांनी खांडेकरांच्या भाषणांचा विषयांच्या अंगानं व्यासंगी परामर्श घेतला आहे. असा एखाद्या वक्त्याच्या वक्तृत्वाचा चतुर्दिक अभ्यास हीदेखील त्या वक्त्याच्या व वक्तृत्वाच्या श्रेष्ठत्वाची खूण मानता येईल.

भाषा व साहित्याच्या प्रांतात भाषणे व भाषणसंग्रहांना असाधारण महत्त्व आहे. मनुष्य समाजातील जीवनविकासाबरोबर भाषणकला विकसित होत तिचं शास्त्र होत

येणं, ही त्याचीच खूण होय. वक्ता आपल्या वाणीच्या सामर्थ्यावर श्रोत्यांना मंत्रमुग्ध करतो ते आपल्यातील ज्ञान, अनुभव, आकलन, शैली, अभिनय, वाक्पटुता, विश्लेषण, दृष्टान्त इत्यादी सामर्थ्यावर. वक्तृत्वकलेच्या जोरावर खंडन-मंडनात प्रावीण्य व विजय मिळाल्याच्या कथा आहेत. चांगला नेता निवडणुकीत जसा बाजी मारतो तसा युद्धातही; हे दुसऱ्या महायुद्ध काळात सर विन्स्टन चर्चिलनं सिद्ध केलं आहे. म्हणून वक्तृत्व कला ही वक्तृत्व शास्त्र (Rhetoric) बनली आहे. या कलेचा उदय ग्रीसमधील सिराक्यूझ इथं इसवी सन पूर्व ४६६६ मध्ये झाला. या कलेच्या बीजातूनच राजेशाहीचं रूपांतर लोकशाहीत झालं. कारण वक्तृत्व कलेच्या जोरावर अनेक गुलामांवरील अन्याय दूर झाला. म्हणून सिसिलीयन ग्रीक कोरॅक (Korax) या कलेचा जनक मानण्यात येतो. पुढे या कलेचा प्रसार अथेन्स (ग्रीस) मध्ये झाला. ग्रीसमध्ये अँटिफन, अँडोसाइड्स, लायसिअस, आयसॉक्रेटिस, आयसेसस, लायकर्गस, एस्चीनस, हायपराइड्स, डेमॉस्थेनिस, डीनार्कससारखे वक्ते उदयाला आले व गणराज्यं स्थापित झाली. ग्रीको-रोमन संस्कृतीत याचं महत्त्व वाढलं व नेतृत्वाचा आधार वक्तृत्व बनलं. पुढं धर्मप्रसारातही या कलेचा मोठा फायदा झाला. धर्मसुधारणांसाठी प्रबोधनकाळात (इ. १४००-१६००) वक्तृत्वच कामी आलं. एकोणिसावं, विसावं शतक तर वक्तृत्वाचं शतक गणलं गेलं. अनेक परतंत्र राष्ट्र स्वतंत्र झाली ती भाषणस्वातंत्र्याच्या मागणीतूनच, हे आपणास विसरता येणार नाही. सन १९७४ ते ७७ हा काळ भारतीय स्वातंत्र्यरक्षणाचा काळ समजण्यात येतो. या काळात जाहीर झालेल्या आणीबाणीच्या काळात हुकूमशाहीविरुद्ध लोकशाहीचा जो संघर्ष झाला, तो माझ्या पिढीनं अनुभवला आहे. लाखोंच्या उत्स्फूर्त सभांचा मी केवळ साक्षीदार नसून, भागीदार आहे. याच काळात ६ डिसेंबर १९७५ ला कराडला ५१वं अखिल भारतीय मराठी साहित्य संमेलन भरलं होतं. आणीबाणीला विरोध करणाऱ्या दुर्गा भागवत या संमेलनाच्या अध्यक्ष होत्या. वि. स. खांडेकर या संमेलनास उपस्थित होते. त्यांना मराठीचं पहिलं ज्ञानपीठ नुकतंच (२८ सप्टेंबर ७५) जाहीर झालं होतं. वि. स. खांडेकर या संमेलनात काय भूमिका घेतात याकडे सर्व भारताचं लक्ष लागलेलं होतं. खांडेकरांनी आपल्या भाषणात स्पष्ट केलं, 'मानवाची काही दुःखं नियतीची असली तरी काही दुःखं मानवानं निर्माण केलेली आहेत. मानवानं निर्माण केलेली दुःखं (आणीबाणी) नाहीशी करण्याचा चंग बांधून लढणारे जे कोणी लोक आहेत ना, त्या लढणाऱ्या लोकांत साहित्यिकांनी अग्रभागी राहिलं पाहिजे.' सदरचं संपूर्ण भाषण ध्वनिफितीवरून उतरवून घेऊन या संग्रहात मुद्दाम देण्यात आलं आहे. कारण त्याचं ऐतिहासिक व साहित्यिक दोन्ही अंगांनी महत्त्व आहे. भाषणाचा उगमच मुळी स्वातंत्र्यरक्षणासाठी झालेला आहे.

सन १९२५ ते १९७६ या पाच दशकांच्या कालखंडातील सुमारे ४० भाषणे

या 'स्वप्नसृष्टी' संग्रहात अंतर्भूत आहेत. वि. स. खांडेकरांचं लेखन व भाषण दोहोंत त्यांचा स्वप्नाळू आदर्शवाद प्रकर्षानं प्रतिबिंबित झाला आहे. त्यांचं प्रत्येक भाषण म्हणजे एक स्वप्न होतं असं वाचताना, ऐकताना माझ्या लक्षात आलं आहे. भाषणातून ते आपली स्वप्नसृष्टी उभी करत. म्हणून या संग्रहास 'स्वप्नसृष्टी' असं समर्पक नाव दिलं आहे.

या संग्रहातील भाषणांमध्ये विषयवैविध्य आहे. समाज सुधारणा, महाराष्ट्र महिला, सामाजिक नाटकं, वाङ्मय क्षेत्रात नियंत्रक संस्था असावी का? आजचा मध्यमवर्ग उदासीन का?, माझे टीकाकार, आवडते कवी, समाजसुधारक आगरकर, नाटककार खाडिलकर, माझी साहित्यदृष्टी, साहित्यातील वास्तव व मंगल, वास्तववाद, मी का लिहितो इत्यादींतून खांडेकरांचं साहित्यिक व्यक्तिमत्त्व व भूमिका स्पष्ट होण्यास साहाय्य होतं. विविध संमेलनं, पदव्या, पारितोषिकं इत्यादी अनुषंगांनी दिलेल्या भाषणांचं स्वरूप प्रकट चिंतन (Thinking aloud) असं आहे. त्यात आत्मस्वर शोधण्याचा प्रयत्न दिसून येतो. 'माझं साहित्य : माझ्या आत्म्याचा उद्‌गार!' शीर्षकाचं यातील व्याख्यान या संदर्भात वाचनीय आहे. भारतीय ज्ञानपीठ पारितोषिक स्वीकारताना केलेलं भाषण म्हणजे एका साहित्यऋषीचं जीवनभाष्य म्हणता येईल. 'We are nuclear giants but moral infants' म्हणणारा हा साहित्यिक जीवनभाष्यकार नव्हे तर काय? खांडेकरांनी यातील एका भाषणात स्पष्ट केलं आहे की, 'साहित्यकारानं केवळ जीवनाचा साक्षीदार होता नये.' यातूनही केवळ वास्तव चित्रण म्हणजे साहित्य नव्हे, हे ते स्पष्ट करतात. भारतीय साहित्यात शरच्चंद्र चतर्जी, रवींद्रनाथ टागोर, प्रेमचंद इत्यादींनी जी भूमिका आपल्या साहित्यातून स्पष्ट केली, तोच आदर्शोन्मुख वास्तववाद खांडेकरांना अभिप्रेत होता, हे 'स्वप्नसृष्टी' वाचताना स्पष्ट होईल.

धर्माबद्दलची त्यांची संकल्पनाही खांडेकरांना पुरोगामी समाजवादी सिद्ध करते. खांडेकर धर्मनिरपेक्ष, अंधश्रद्धा निर्मूलक, समता, स्वातंत्र्यता, बंधुता, विज्ञाननिष्ठा, लोकशाही या पंचशीलांचे समर्थक होते, हे या विविध भाषणांतून स्पष्ट होईल.

'स्वप्नसृष्टी'मधील भाषणे उपलब्ध करून देणारे सर्व संपादक, संचालक, संग्राहक व्यक्ती, संस्था, खांडेकर कुटुंबीय सर्वांच्या हार्दिक सहकार्यामुळे हा संकल्प सिद्धीस गेला. त्यांचे आभार. मी निमित्त आहे. असे संग्रह पुढील पिढीसाठी जास्त उपयोगी असल्यानं वर्तमान पिढीनं त्याचं केवळ जतन न करता त्याचा व्यापक प्रचार, प्रसार, प्रकाशन, प्रक्षेपण कसं होईल हे पाहायला पाहिजे. अनिलभाई व सुनीलभाई मेहतांचे प्रकाशनाबद्दल आभार!

४ ऑगस्ट २०१३ **डॉ. सुनीलकुमार लवटे**
मैत्री दिन

◆

अनुक्रमणिका

टीप : भाषणांची मूळ शीर्षके ग्रंथानुकूल करण्यात आली आहेत. भाषणांच्या मूळ संदर्भासाठी 'परिशिष्ट' पाहावे.

सामाजिक सुधारणा सहृदयतेनेच शक्य

सामाजिक सुधारणा हा विषय सर्वांच्या जिव्हाळ्याचा आहे. एके काळी 'सुधारक' शब्दाचा अर्थ 'अनाचारी' असा समजला जात होता. पण आज तशी स्थिती नाही. 'सामाजिक सुधारणा' या विषयात अंतर्भूत होणारी कोणतीही गोष्ट घेतली तरी शास्त्राच्या आधारे तिचे खंडनमंडन करता येईल; पण एका ग्रंथाचे दुसऱ्या ग्रंथाशी भांडण लावून दिले किंवा काही ग्रंथ एका पारड्यात व काही ग्रंथ दुसऱ्या पारड्यात घातले म्हणून आपणाला जाच करणारे प्रश्न सुटणार नाहीत, तर त्यांच्याकडे सहृदयतेने पाहूनच ते सोडविण्याचा प्रयत्न केला पाहिजे. अशा दृष्टीने त्यांची हृदय हलवून सोडणारी चर्चा जर कोणी केली असेल, तर आगरकरांनीच होय. आगरकरांसारखे सूर्य उदयाला येणे फार कठीण असते. पण आपल्या समाजाच्या कल्याणाकरता अनेक आगरकर आमच्यात जन्मास यावेत अशी आम्ही आशा केली पाहिजे. सामाजिक सुधारणेत ज्यांचा अंतर्भाव करता येईल अशा सर्वच बाबींचा ऊहापोह या व्याख्यानात करता येणे अशक्य आहे. तरी मजुरांचे दारिद्र्य, विधवाविवाह, अस्पृश्यता वगैरे बाबींचा विचार करणे अपरिहार्य आहे.

मजूर वर्ग हा देशाचा खरा पोषक आहे. त्याच्या स्थितीची सुधारणा त्याच्याकडे सहृदयतेने पाहून तर केलीच पाहिजे, पण देशाच्या आर्थिक उन्नतीकरताही त्याच्याकडे दुर्लक्ष करता यायचे नाही. त्यांची राहणी, त्यांचा आहारविहार, त्यांचे शिक्षण, त्यांची कामाची ताकद कशी सुधारेल, या प्रश्नांचा अभ्यास करून त्याप्रीत्यर्थ आपण झटले पाहिजे.

विधवांचीही हीच गोष्ट आहे. ज्यांना विवाह म्हणजे काय चीज आहे याची कल्पनाही नसते, विवाह संस्काराच्या वेळी म्हटलेल्या मंत्रांचा अर्थ समजण्यासारखीही

ज्यांची स्थिती नसते, अशा बालिकांना दुर्दैवाने वैधव्य आल्यास त्यांना आपण कायमचाच संन्यास देण्याचा दुष्टावा करतो. स्त्रिया या माणूस आहेत, पुरुषांप्रमाणे त्यांनाही विकार आहेत, भावना आहेत हे आपण साफ विसरून जातो व शेवटी या पापाचे प्रायश्चित्त समाजाला अनेक रूपांनी भोगायला लावतो. 'नातिचरामी नातिचरामी' म्हणून वचनबद्ध झालेल्या पुरुषाने विधुरावस्था आली नसताही अनाचार केला तरी तो आम्हास खपतो; पण माणसाच्या सात्त्विक भावना व विकार यांची पूर्ती करण्याची सवलत स्त्रियांना म्हणजेच आपल्या आयाबहिणींना आपण देत नसतो. समाजाचे हे अर्धे अंग अशा रीतीने दुःख कर्दमात लोळत असता, आपण समाजाच्या सुखाची अपेक्षा करणे केवढे साहसाचे आहे?

आपण अमुक झाले पाहिजे, तमुक झाले पाहिजे असे सदोदित ओरडत असतो. पण जे झाले पाहिजे त्याची साधने शोधण्याकडे व ती उपयोगात आणण्याकडे लक्षच देत नाही. अस्पृश्यतेच्या बाबतीतही आपला कठोरपणा आपण कायमच ठेवतो. महात्मा गांधींसारख्यांनी कितीही विनवून सांगितले की अस्पृश्यता हा हिंदू धर्मावर कलंक आहे म्हणून, तरीही ते आम्हाला पटत नाही. तरीही आम्हाला ब्रिटिश लोक आफ्रिकेत अस्पृश्यांप्रमाणे वागवतात; आम्ही तक्रार करतोच! ब्रिटिश लोक निदान कौन्सिलात तरी तुम्हाला घेऊन बसतात; पण तुम्ही आपल्याच धर्मबांधवांची सावलीही घेण्यास तयार नाहीत! आमचा देश व धर्महीं श्रेष्ठ आहे. पण जुन्या परिस्थितीत धर्माने जी बंधनं घातली, तीच तिच्याहून हजारो प्रकारे भिन्न बनलेल्या परिस्थितीतही चालू ठेवणे, म्हणजे धर्म हा समाजकल्याणार्थ नाही असेच म्हणण्यासारखे आहे. आमच्या धर्मात जितके चांगले व कल्याणकारक आहे त्याचा अवश्य स्वीकार केला पाहिजे व आपले वैशिष्ट्य न गमावता नव्यातलाही भाग उचलला पाहिजे.

आमच्या धर्मांधपणाचे एक उदाहरण नुकतेच घडून आले. काही महिन्यांमागे महाराष्ट्रात एक यज्ञ करण्यात आला. त्यात एका बोकडाचे बलिदान देण्यात आले. हे निर्घृण कृत्य करणाऱ्याला धर्मनिष्ठ म्हणावे की पशू म्हणावे? मी तर त्याला राक्षसच म्हणेन. आपल्या उत्कर्षाची आम्हाला कितीही तळमळ असली तरी वरील व तत्सदृश इतर अनेक प्रश्न सोडविल्याशिवाय ती तळमळ केव्हाही शमणार नाही हे लक्षात ठेवून प्रत्येकाने या कार्यार्थ झटले पाहिजे.

◆

✧

महाराष्ट्रीय महिला शिक्षणानेच आदर्श होतील

आजच्या व्याख्यानाचा विषय 'महाराष्ट्रमहिला' हा आहे. बुद्धीची प्रखरता व हृदयाची कोमलता या महाराष्ट्रीय महिलांच्या दोन्ही गुणांचा दर्शक असाच शब्द योजण्याकरिता पहिल्या कठोर शब्दाशी दुसऱ्या मृदू शब्दाचा मी संयोग केलेला आहे. महाराष्ट्राची संस्कृती ही आर्यसंस्कृतीच होय; परंतु प्रत्येक प्रांताकडे आर्यसंस्कृतिजन्य असे एखादे वैशिष्ट्य असते. बंगाल भावनाप्रधान आहे, तर महाराष्ट्र हा बुद्धिप्रधान आहे. गंगेचे कोमल पावित्र्य बंगालात दिसते तर सह्याद्रीचा कणखरपणा महाराष्ट्रात आढळतो. महाराष्ट्राचे वैशिष्ट्य दाखविणाऱ्या जिजाबाई, लक्ष्मीबाई यांच्यासारख्या स्त्रिया सर्वप्रसिद्धच आहेत. 'स्त्री ही केवळ जनानखान्याची शोभा' असल्या आकुंचित कल्पना महाराष्ट्राने कधीही उराशी बाळगल्या नाहीत. जुन्या बखरी वगैरेंवरून तत्कालीन स्त्रिया लिहिण्या-वाचण्यातही मागे नसल्याचे स्पष्ट कळते.

महाराष्ट्राच्या संस्कृतीवर जो परिणाम मुसलमानांना करता आला नाही, तो परिणाम इंग्रजी अमदानीत होऊन जुना पक्ष व नवा पक्ष असे भेद उत्पन्न झाले. या पक्षभेदाचा परिणाम स्त्रीशिक्षणासारख्या गोष्टींवर होऊन त्या मागासल्या. पुराण मताभिमान्यांच्या टीकेला त्रासून पुष्कळांनी आपला शिकण्याचा हेतू अनिच्छेने टाकून दिला. 'न स्त्री स्वातंत्र्यमर्हती'ची ढाल पुढे करणारे त्याच मनूचे पुरस्कर्ते..... 'यत्र नार्यस्तु पूज्यन्ते रमन्ते तत्र देवता' हे वाक्य मात्र नेमके विसरतात. पुरुषांचे कार्य दृश्य असते व मातेचे अदृश्य असते, म्हणून तेवढ्याने तिच्या कार्याचे महत्त्व कमी होत नाही. 'जिच्या हाती पाळण्याची दोरी तीच देशाते उद्धारी' अशी स्त्रियांची थोरवी असता आपण त्यांना शैक्षणिक स्वतंत्रता देत नाही, हे बरे नाही. आजकाल स्त्रियांना जे शिक्षण दिले जाते ते पुरुषी थाटाचे असल्यामुळे त्याचे काही ठिकाणी दुष्परिणाम

दिसून येतात. हे दोष टाळण्याचा शक्य तितका प्रयत्न प्रो. कर्व्यांनी केलेला आहे; परंतु त्याचा फायदा अजूनही घ्यावा तितका घेतला जात नाही. अद्यपि पुरुषी थाटाचे शिक्षण घेणाऱ्या स्त्रियाच जास्त असाव्यात, ही खेदाची गोष्ट होय.

आज आपल्यापुढे मुख्यतः दोन गोष्टी आहेत. १. स्त्रीवर्ग साक्षर करणे व २. त्यांना वाचनाची अभिरुची लावणे. महाराष्ट्रमहिला ही स्त्रीचा खरा आदर्श व्हायची असेल तर तिला आधी मातृशिक्षण दिले पाहिजे.

◆

नाटकात अभिरुची घडविण्याचे सामर्थ्य

पाणी दिसताना साधे दिसले तरी त्यातील लोहगंधकादिंचा जसा परिणाम होतो तसेच वाङ्मयाचेही आहे. नाटकात वाङ्मयाची कला व सामर्थ्य ही पूर्णत्वाने प्रकट होतात. डोकीवरून पाट्या वाहणारा हमाल व डोक्यामध्ये ग्रंथांच्या रूपरेषा वाहणारा पंडित या दोघांनाही नाटक आपल्या मोहिनीने आकर्षून टाकते. नाटकांमध्ये समाजाच्या अभिरुचीला वळण लावण्याचे सामर्थ्य असल्यामुळे ती जितकी तेजस्वी, सद्भिरुचीसंपन्न व सुंदर असतील तितके इष्टच आहे.

गडकऱ्यांच्या 'पुण्यप्रभाव' नाटकाला 'सामाजिक' ही पदवी एका हस्तपत्रकावर देण्यात आली होती. बॅ. सावरकरांचे 'उःशाप'ही- त्यात चोखामेळा असूनही- सामाजिक आहे, असे जाहिराती सांगतात. पण पहिले अद्भुतरम्य व दुसरे संघविपर्यक आहे. कोणत्याही समाजसंबंधाचे नाटक जर सामाजिक होऊ लागेल तर 'रामराज्यवियोग' व 'स्वयंवर' ही नाटकेही सामाजिक होतील.

नाटकाचे मुख्य प्रकार चार कल्पिता येतील. १. पौराणिक, २. ऐतिहासिक, ३. अद्भुतरम्य (Romantic) व ४. सामाजिक. स्वतंत्र मराठी नाटकाची नांदी 'सौभद्र'ने केली. पौराणिक नाटकात रामाला आणल्यावर नाटकात 'राम नाही' असे म्हणण्याइतका अरसिक कोण असणार? राम नसून कृष्ण असला तरी कृष्णकारस्थानांना तोटा पडत नसल्यामुळे नाटक मनोरंजक होते. परिचित कथानक, पात्रांविषयीचे पूर्वग्रह इत्यादी कारणांमुळे पौराणिक अगर ऐतिहासिक नाटककारांचे काम बरेच सोपे होते. अशा नाटकांपासून शीलाचा अगर देशाभिमानाचा धडा मिळत असला तरी आजच्या समाजापुढे पडलेले प्रश्न सोडविण्याला त्यांचे साहाय्य होणे शक्य नाही. खाडिलकर पौराणिक कथानकांच्या शर्करेत प्रचलित विषयांच्या कडू गोळ्या

घालतात; पण त्यांच्यासारख्या कुशल नाटककारालाही ते साधावे तसे साधत नाही.

अद्‌भुतरम्य नाटकात कवीच्या प्रतिभेला भरपूर वाव असून वाचकांची सौंदर्यलालसा व कल्पनातृषा तृप्त करण्याला ती समर्थ असतात. 'शापसंभ्रम', 'मूकनायक', 'प्रेमशोधन', 'मानापमान', 'पुण्यप्रभाव' ही या वर्गातील चांगली नाटके होत. पण अशा नाटकांची ठेवणच गंधर्वनगरासारखी असल्यामुळे दत्त म्हणून उभे राहणारे सामाजिक प्रश्न ती पूर्णपणे सोडवू शकत नाहीत. इंद्रधनुष्य कितीही सुंदर असले व सूर्याचे किरण बाणांसारखे असले तरी त्यामुळे समाजाला त्रास देणाऱ्या सिंह-व्याघ्रांचा वध करणे शक्य नाही.

आजच्या समाजाचे प्रश्न बुद्धीला हलवितील व हृदयाला द्रववितील अशा रीतीने सामाजिक नाटकेच सोडवू शकतील. अर्वाचीन युरोपीयन नाटककारांपैकी इस्बेन, शॉ प्रभृतींनी या बाबतीत बरीच आघाडी मारली आहे. 'Dall`s house', 'Enemy of the people', 'Pillars of Society' वगैरे नाटकांत इस्बेनने तुमच्या-आमच्यासारखीच सामान्य माणसे निर्माण केली असून, स्त्री-पुरुषांची समता व त्यासाठी समाजसेवकाला सोसाव्या लागणाऱ्या हालअपेष्टा वगैरेची हृदयभेदक चित्रे रेखाटली आहेत. शॉची 'Getting married' वगैरे नाटकेही अशीच आहेत.

मराठीत 'मनोरमा', 'सौभाग्यरमा', 'तरुणीशिक्षण' नाटिका वगैरे सामाजिक सुधारणेला अनुकूल-प्रतिकूल नाटके गेल्या शतकाच्या शेवटच्या दशकात झाली असली तरी या खऱ्याखुऱ्या नव्या मनूचा प्रारंभ 'शारदे'नेच केला. मराठी सामाजिक नाटकाचे विहंगमावलोकन करायला 'शारदे'पासून 'श्री'पर्यंतचा तीस वर्षांचा प्रवास केला पाहिजे. वाङ्मय, कला व समाजसुधारणा या दृष्टीने नाव घेण्याजोगी पुढील नाटके या काळात झाली.

देवल : शारदा.

श्री. कृ. कोल्हटकर : मतिविकार, जन्मरहस्य, परिवर्तन.

गडकरी : प्रेमसंन्यास, एकच प्याला, भावबंधन.

वरेरकर : हाच मुलाचा बाप, संन्याशाचा संसार.

तरुणीशिक्षणाची परंपरा दंडधारी, सुदर्शन आदिकरून मंडळींनी चालविली. पण या तीस वर्षांत समाजपुरुषच दोन पावले पुढे आल्यामुळे या नाटकांची स्थिती पावसाच्या आरंभी उगवणाऱ्या छत्र्यांप्रमाणे झाली.

या सामाजिक नाटकांपैकी 'एकच प्याला'चा विषय विशिष्ट समाजाचा नसून जगाचाच आहे. इष्ट विषयाचे पूर्ण प्रतिपादन 'शारदे'इतके दुसऱ्या कोणत्याही नाटकात आढळत नाही. प्रसिद्ध व अप्रसिद्ध सर्व सामाजिक नाटकांच्या विषयाच्या दृष्टीने पाहिले तर बालावृद्धविवाह, पुनर्विवाह, हुंडा इत्यादी ठरावीक विषयांभोवतीच प्रतिभाशाली लेखकही घुटमळत असलेले आढळून येतात. पांढरपेशा वर्गाचेच चित्र

सर्व नाटकांत आढळते. Discussion is the best of play-wright ही शॉची कसोटी लावली तर श्रीपाद कृष्ण कोल्हटकरच थोडेसे टिकू शकतील. सामाजिकदृष्ट्या आमच्यापुढे आज अफाट क्षेत्र आहे. मजुरांची मने, अस्पृश्यांचे अश्रू, वेश्यांचे विलाप, विवाहाचे वैचित्र्य, जातीचा जुलूम, धर्माची धांदल असे एक ना दोन, हजारो विषय होतकरू लेखकांपुढे आहेत. मराठी नाटकांची संख्या सहस्रनाम वाचण्याइतकी असली तरी उत्कृष्ट सामाजिक नाटके हाताच्या बोटांवर मोजण्याइतकीच आहेत. तेव्हा या सर्व विषयांचा नव्या नाटककारांनी परामर्श घ्यावा व वाचक-प्रेक्षकांनी आपली मार्मिकता व रसिकता वृद्धिंगत करून त्यांना तसे करण्यास भाग पाडावे. बालांपासून वृद्धांपर्यंत व रंकापासून रावापर्यंत या वाङ्मयाचे परिणाम होतील व आपल्या प्रगतीचा मार्ग तितक्या प्रमाणात सुखकर होईल.

◆

वाङ्मयात विकृती व अनृत प्रसार नको!

वाङ्मय क्षेत्र झाले तरी सामाजिक जीवनाचाच एक भाग आहे. त्यामुळे त्यात अत्याचार होत नाहीत असे कोण म्हणेल? या क्षेत्रात कुऱ्हाडीऐवजी लेखण्या आणि डांबराऐवजी शाई वापरली जाते, एवढाच काय तो फरक! गुन्ह्याचे अस्तित्व कबूल केले की नियंत्रक संस्थेची आवश्यकता ओघाने प्राप्त झालीच. पण दुर्दैवाने आवश्यकता व शक्यता या जुळ्या बहिणी नाहीत.

म्हणजे मांजराच्या गळ्यात घंटा कुणी बांधायची हा प्रो. वामनराव जोशांचा प्रश्न हेच डॉ. केतकरांच्या प्रश्नाचे उत्तर ठरते. पण वामनरावजी या प्रकरणात मांजर निराळे व उंदीर निराळे असे मानतात, ते मला पटत नाही. यातल्या उंदरांची मांजरे बनतात व मांजरांचे उंदीरही होऊ शकतात. 'अनृतम् अनृतम्' म्हणून 'अब्रह्मण्यम्'च्या सुरात आज ओरडणाऱ्या लेखकाचे कालचे लिखाण पाहावे. त्यात इतरांवर त्याने याच अनृताच्या शस्त्राचा प्रयोग कळत नकळत केलेला आढळून येईल. दुसऱ्यांची नावे कशाला हवीत? खुद्द डॉ. केतकरांचीच गोष्ट घ्या. अनृताचा उच्छेद करणाऱ्या संस्थेची आवश्यकता प्रतिपादन करणाऱ्या या ग्रंथकाराच्या कादंबऱ्यातही अशाच प्रकारचे अनृत आहे, असा आरडाओरडा वेळोवेळी झाला आहेच की! आज विडंबन या नावाखाली आपल्या कंपूबाहेरील माणसांची निंदा अगर टवाळी करण्याचे कारखाने सुरू झालेले आहेत. पण या घाणेरीच्या फुलांचा उगम शोधायचाच झाला तर प्रसंगी तो 'झेंडूच्या फुलां'पर्यंत जाऊन पोचेल. (या परिच्छेदांतील उत्तरार्ध 'अनृत' आहे की काय कुणाला ठाऊक!)

आपल्याविरुद्ध झालेल्या अनृत प्रसाराची दाद लवादामार्फत लावून घेण्याचा प्रयोग बहुधा यशस्वी होणार नाही. ढेकणांमुळे पिसाळलेला मनुष्य दिवा लावून

त्यांचा होम करायला बसला म्हणून ढेकूण आपणहून का त्याच्या हातात सापडणार आहेत? खासगी पोस्ट खाते, गांधी नोट, गेल्या तीन-चार वर्षांत उत्पन्न होऊन लय पावलेल्या ग्रामपंचायती इत्यादिकांच्या मालिकेतलेच हे लवाद कोर्ट होण्याचा संभव आहे.

शिवाय ज्या अनृताला पायबंद बसावा म्हणून ही सारी धडपड, त्याचे स्वरूप कोण निश्चित करणार? वर्तमानपत्रांतली विकृत विडंबने, मासिकातील मुख्यतः वाङ्मयविषयक असलेल्या परंतु पूर्वग्रहामुळे क्वचित वैयक्तिक वाटणाऱ्या टीका, कादंबऱ्यातली छद्मपात्रे अगर छायाचित्रांवरून बनविलेली चित्रे यांचे यथायोग्य अनृतमापन करायचे म्हटले तर खानेसुमारीच्या कागदाइतकी किचकट कोष्टके करावी लागतील. टीकाकाराचे म्हणणे ग्रंथकाराला पटले असा अनुभव शेकडा एकदेखील नसेल. केळकर-कोल्हटकर एवढे एकमेकांचे जिवलग स्नेही ना? दोघांनी एकमेकांच्या नाटकावर टीका लिहिल्या त्या शुद्ध शास्त्रीय दृष्टीने. पण इतके असूनही 'मतिविकारा'वरली टीका कोल्हटकरांना अगर 'तोतयाचे बंड'वरील लेखमाला केळकरांना सर्वस्वी बरोबर वाटली असेल असे काही मला वाटत नाही. म्हणून काय त्या टीका अनृत मानायच्या?

याचा अर्थ मराठी वाङ्मयात अनृत नाही असा मात्र नाही! उलट त्याचा धिंगाणा निःसंशय वाढत आहे. शारदामंदिराच्या भोवतालच्या बागेत वाढलेल्या गवतात लपून बसण्याची सोय झाल्यामुळे तेथील साप हळूहळू मंदिरात शिरून आतल्या उपासकांना दंश करू लागले आहेत हेही खरे. पण लवादाचा मार्ग हा त्यांना दहशत बसण्याच्या दृष्टीने किचकट व निष्फळ आहे; यासाठी मी खालील सूचना करतो.

१. सध्याच्या वाङ्मयातील विकृत विडंबने व जाणूनबुजून केलेला व्यक्तीविषयक अनृत प्रसार यांच्याविषयी चीड असणाऱ्या जबाबदार लेखकांचा एक संघ असावा.

२. आपल्याविरुद्ध अन्याय झाला आहे असे वाटणाऱ्या लेखकाने आपले गाऱ्हाणे या संघापुढे मांडावे.

३. वाङ्मयात आवश्यक असलेल्या व्यक्तिस्वातंत्र्याच्या मर्यादेपलीकडे वादविषयक अनृताची मजल गेली आहे असे संघाला वाटल्यास, त्या लेखकाला कायद्याप्रमाणे न्याय मिळवून देण्याचा प्रयत्न अवश्य व्हावा. यात लेखकाला संघाने शक्य ते साहाय्य करावे.

४. मुख्य हेतू एवढाच की, साप म्हणून भुई थोपटू नये; पण वाटेल त्याला दंश करीत सुटणाऱ्या बेफाम सापाला जिवंतही सोडू नये. साप मारायच्या वेळी विशेष धीर नसलेल्या मनुष्याला चार माणसे गोळा करावी लागतात. संघ अगर त्याच्यासारखी दुसरी एखादी योजना हवी ती एवढ्यासाठीच!

◆

✧

धर्मश्रद्धा डोळस हवी!

हिंदुतत्त्वज्ञान हे श्रेष्ठ आहे; परंतु तत्त्वज्ञान व व्यवहार यांची फारकत पिढ्यान्‌पिढ्या झाली आहे. पूवा- प्राचीन काळी कधी याचा संबंध असेल, पण तो संबंध शतकानुशतके तुटलेला आहे. कोणत्याही धर्माची श्रेष्ठता त्याच्या व्यवहारावर अवलंबून आहे. 'बोले तैसा चाले' असा समाज पाहिजे. ते समाजाच्या मोठेपणाचे लक्षण आहे. 'ईशावास्यमिदं सर्वं...' हा जो श्लोक ईशावास्य उपनिषदांत सुरुवातीस आहे, त्यातील तत्त्वज्ञान म्हणजे धर्माचे सार आहे. हे जग ईश्वराचे आहे, सर्व समान आहेत, इतरांना साहाय्यभूत होऊन तू जगले पाहिजेस, हे तत्त्वज्ञान सर्वश्रेष्ठ आहे. प्रयत्नपूर्वक ते समाजाने आचरणात आणले नाही. तत्त्वज्ञान हे सदैव बाजूला सारून आचारविचार व कर्मकांड हाच एक भाग हिंदुधर्म म्हणून राहिला. मला हिंदू धर्मातील तत्त्वज्ञान मान्य आहे; कर्मकांड मान्य नाही. धर्माचे अंतिम कार्य समाजधारणा. पण तसे हिंदू धर्मात दिसत नाही. स्पृश्यास्पृश्य भेद अद्यापही आहेच. दिवसभर स्नानसंध्यादी कर्मकांड करण्यापेक्षा लोकोपयोगी कार्य हेच श्रेष्ठ धर्मकार्य आहे, असे मी मानतो.

आपले तत्त्वज्ञान हे फक्त पंडित चर्चेत, कथाकीर्तनात व पोथ्यापुराणात दिसून येते. साधुसंतांची वाणी हे जीवनाचे ध्येय आहे असे मानून, ते आचरण समाजातील विचारवंतांनी इंग्रजी राज्य येण्यापूर्वी केले नाही. विस्कळीत समाज सुसंबद्ध करण्यासाठी व नव्या पिढ्यांत ज्या नव्या समस्या कालमानानुसार निर्माण होतात, त्यावर विजय मिळविण्यासाठी विचारांची बैठक तयार करणारे विचारवंत हे पर्वताचे शिखर झालेले असतात. सर्वसामान्यजन हा पर्वताचा पायथा असतो. हे विचारवंत ज्या त्या कालानुसार तशी विचाराची बैठक तयार करतात. अशाच अनेक ऋषीमुनींच्या

विचारातून आपला धर्म निर्माण झाला. समाजस्थैर्यासाठी व प्रेमासाठी जे विचार केले गेले, जे विचार मांडले, तोच पुढे धर्म या संज्ञेस प्राप्त झाला. मनुष्याच्या अंतिम विकासाला धर्माचे साहाय्य झाले पाहिजे. असे जर होत नसेल तर त्या धर्माचा उपयोग नाही व आज हे काम हिंदू धर्म करीत आहे, असे वाटत नाही.

हिंदू धर्म जे मानतात, त्यांच्यापैकी बहुतेकांची समजूत धर्म ही वैयक्तिक आचारांची बाब आहे. धर्माचे सामाजिक स्वरूप मानायला ते तयार नसतात. केवळ पोपटपंची करून धर्माचा उपयोग नाही. जी माणसे स्वभावतः भावनाशील व सत्प्रवृत्त असतात, त्यांना साधुसंतांच्या वाङ्मयाचा आधार मिळतो व त्याचा परिणाम हा अत्यंत अल्प असतो. धर्म ही जर जीवनाची आवश्यक बाब असेल तर तिने व्यक्तिजीवन संस्कारित केले पाहिजे व ते सदैव झाले पाहिजे; तरच तो धर्म प्रभावी व विकासशील ठरेल व अन्य धर्मांवर प्रेम करणे मनुष्यास सहज सुलभ होईल. आम्हाला जो हिंदू धर्म अनुभवास आला तो अत्यंत जड म्हणून व हे जडत्व कर्मकांडाने आले आहे. धर्मतत्त्वे ही कर्मकांडाखाली म्हणजे एखाद्या प्रवाहाखाली शेवाळे जशी झाकळून जातात, तशी झाकळून गेली आहेत.

केवळ हिंदू धर्मातच हा दोष आहे असे नव्हे, तर इतर धर्मांतही कमी-जास्त प्रमाणात हा दोष आहे. सर्व धर्मांनी पारलौकिक जीवनाचा विचार केला आहे व त्याचे भांडवल केले आहे. सर्व दुःखे ही स्मशानात जाईतोपर्यंत आहेत. जो ऐहिक विचार केला गेला तो तत्त्वज्ञानात्मक व सामाजिक नीतीला पोषक आहे. तत्त्वज्ञान हे दीर्घ काळपर्यंत आचारात आणले नाही. ज्या आई-बापाच्या पोटी आपण जन्म घेतो त्यांच्याविषयी जसा आदर असतो, तसाच हिंदू धर्मात जन्मच घेतला आहे म्हणून या धर्माबद्दल आपणास अभिमान आहे; पण तो डोळस आहे असे समजू नका. हिंदू धर्मातील दोष मला कळत असूनही दुसऱ्या धर्माचा जीवनाला उपयोग नाही असे दिसते, कारण तेथेही असाच प्रकार आहे.

धर्माला व्यवहाराची गरज असते. हे कोणत्याच धर्मातील समाजात दिसत नाही. धर्म हा डोळसपणे मानण्यासाठी त्याचा अभ्यास पाहिजे. सर्वच अभिमान हे सुरुवातीस आंधळे असतात, हेही त्याचे कारण असू शकेल. आता हिंदू धर्मातील कर्मकांड नाहीसे होत आहे, याचे कारण हा समाज जातिबद्ध आहे. आजच्या काळात उपनयन करणे ही संस्काराची थट्टा आहे. संस्कार व आचार हे परंपरेने पाळले जातात. आजचे जीवन इतके बदलले आहे की ते संस्कार लागू पडतच नाहीत. आपल्याला वाटते तेवढी धर्माची सत्ता मानवावर चालत नाही. आपण हिंदू धर्म हा लादून घेतलेला आहे. अंतरंगातून फुलून आलेला असा आपला धर्मच नाही. सद्‌गुण फुलविणे हे धर्माचे काम आहे. म्हणूनच धर्म नीतिमूल्ये सांगतो; परंतु ते धर्मकार्य आपणाकडे घडले नाही. विवेकानंद म्हणतात, की जो धर्म विधवांचे अश्रू

पुसत नाही, दीनदलितांचे दुःख कमी करू शकत नाही, तो धर्म मी मानत नाही. आजचा सर्वसामान्य माणूस या विचारांशी सहमत आहे. धर्म म्हणजे चालीरीती व कर्मकांडाचे स्तोम नाही. या दृष्टीने आज हिंदू धर्म अस्तित्वात आहे का, असाही प्रश्न निर्माण होईल.

◆

माझे लेखन विचारक्रांतीचे अंतरंग चित्रण

'मी का लिहितो?'या कुतूहलजनक प्रश्नात अवघे तीन शब्द असल्यामुळे त्याचे उत्तर आपण सहज देऊ शकू असे मला प्रथम वाटले होते. पण बटू वामनाच्या तीन पावलांनी जसे त्रिभुवन व्यापले, त्याप्रमाणे या तीन शब्दांची प्रामाणिक व सविस्तर उत्तरे द्यायची एखाद्या लेखकाने ठरविले, तर खरोखर त्याला एक मोठा ग्रंथच लिहावा लागेल. तो ग्रंथ म्हणजे त्याच्या साहित्यजीवनाचे आत्मवृत्तच होईल आणि हे आत्मचरित्र रुसो, गांधी किंवा इझाडोरा डंकन यांच्याइतक्या सत्यनिष्ठेने त्याने लिहिले, तरच त्याची उत्तरे वाचकांचे समाधान करू शकतील.

माझ्या आजच्या छोट्या भाषणात अशा प्रकारचा प्रयत्न करणे हास्यास्पद होईल. तथापि तृणपर्णांवर चमकणाऱ्या छोट्याशा दवबिंदूंतही आकाशाचे जसे प्रतिबिंब दिसू शकते, त्याप्रमाणे या प्रश्नाचे उत्तर म्हणून मला काय सांगायचे आहे त्याचे अगदी पुसट आणि अंधूक का होईना चित्र रेखाटण्याचा मी प्रयत्न करतो.

'मी का लिहितो?'या प्रश्नाचे एकाच लेखकाचे उत्तर त्याच्या वयोमानावर आणि मानसिक विकासावर अवलंबून राहील. पंचवीस वर्षांपूर्वी माझे लेखन प्रसिद्ध व्हायला सुरुवात झाली, त्या वेळी माझी विशी नुकतीच उलटली असून, मी पंचविशीकडे झुकलो होतो. पंचविशीत एक प्रकारची धुंद करून सोडणारी उन्मादकता असते, हे काही मी नव्याने सांगायला नको! 'मी का लिहितो?' या प्रश्नाचे उत्तर देण्याची पाळी त्या वेळी माझ्यावर आली असती तर हा प्रश्न विचारणाऱ्याला मोठ्या ऐटीने मी म्हटले असते, 'सभ्य गृहस्था! कवी हा जन्मावा लागतो, तो कारखान्यात तयार करता येत नाही, हे सुभाषित तुझ्या कानांवरून अद्याप गेले नाही काय? अरे बाबा, लेखन हे येरागबाळाचे काम नाही. 'ही निःश्वसिते कोण सोडिते'

याचा तू विचार केला आहेस काय? हे स्फूर्तीचे संगीत आहे, हे प्रतिभेचे नृत्य आहे; ज्याने कोकिळेला गोड गळा दिला, ज्याने रातराणीला मधुर सुगंध दिला, ज्याने मयूराला नयनमनोहर पिसारा दिला, तोच मला हे सारे लिहायला लावीत आहे!'

ही किंवा हिच्याहूनही अधिक काव्यमय अशी बडबड त्या वेळी मी निश्चित केली असती; पण आता पंचवीस वर्षांनी त्या वेळेच्या माझ्या लेखनाकडे मी जेव्हा जेव्हा वळून पाहतो, तेव्हा माझे मलाच हसू येते. मी जिला स्फूर्ती समजत होतो, तिच्यात अनुकरणाची हौसच अधिक होती. मी जिला प्रतिभा मानीत होतो, ती देवल-खाडिलकरांसारखे नामांकित नाटककार निर्माण करणाऱ्या सांगलीत ज्याचा जन्म झाला होता, ज्याच्याभोवती लहानपणापासून अनेक सुंदर नाटकांचे रम्य आणि धुंद वातावरण पसरले होते, वयाच्या आठव्या वर्षी वडील अर्धांगवायूने आजारी पडल्यामुळे ज्याच्या अस्वस्थ बालमनाला कथाकादंबऱ्यांखेरीज दुसरा आनंदाचा झरा आसपास दिसत नव्हता, अशा एका वाङ्मयप्रेमी विद्यार्थ्याची विविध संस्कारांनी विकसित झालेली बुद्धी होती.

पण त्या वेळी मात्र मला तसे वाटत नव्हते. थोडेसे भाषाप्रभुत्व, बरेचसे कोल्हटकर-गडकऱ्यांचे अनुकरण, काही अंतःकरणाला जखम करून गेलेले कटू अनुभव आणि मधून मधून आपली चमक दाखविणारी कल्पकता, एवढेच त्या वेळचे माझे लेखनाचे भांडवल होते, असे म्हणायला हरकत नाही. पण या भांडवलावर मी त्या वेळी सारा महाराष्ट्र पादाक्रांत करायला निघालो होतो. मला मधूनच अमरत्वाचा झटका येई आणि वाटे, आपण फार चांगले लिहितो, आपल्या लेखनातील अक्षर नि अक्षर अक्षरवाङ्मयात जमा होण्याच्या लायकीचे आहे, उद्याच्या इतिहासकारांना माझ्या लेखणीत तरवारीचे सामर्थ्य होते, असेच लिहून ठेवावे लागेल!

हा झटका मला फार क्वचित येत असे म्हणून म्हणा, किंवा श्रीपाद कृष्ण कोल्हटकरांसारख्या चिकित्सक लेखनगुरूंकडून लेखनाची चिरफाड होण्याचे भाग्य लाभल्यामुळे म्हणा- लवकरच मला एक गोष्ट कळून चुकली ती म्हणजे कठोर आत्मपरीक्षण हीच कलावंताच्या प्रगतीची पहिली पायरी असते. जो स्वतःच आपला निष्ठुर टीकाकार होऊ शकेल, तोच कलेची खरी सेवा करू शकेल.

हे मला जसजसे जाणवू लागले, तसतसे माझे मन अनुकरणाकडे पाठ फिरवून स्वतःच्या विचारांचा, कल्पनांचा आणि भावनांचा प्रामाणिक आविष्कार करण्याचा प्रयत्न करू लागले. 'नवमल्लिका' हा माझा अगदी पहिला लघुकथासंग्रह घेतला तरी त्यात अनुकरणाच्या जबरदस्त लालसेबरोबर आत्माविष्काराची पुसट प्रवृत्तीही प्रतिबिंबित झालेली दिसून येईल. 'जांभळीची शाळा तपासणी' ही त्या संग्रहातली विनोदी गोष्ट लिहिताना मला जो आनंद लाभला होता, त्याची आठवण मी अजूनही

विसरलो नाही. तसे पाहिले तर कोटिबाजपणाचा माझ्यावर कायमचा छाप बसला असूनही, मी फारशा विनोदी गोष्टी लिहिल्या नाहीत. मला विनोद फार आवडतो आणि माझ्या खासगी संभाषणात तो स्वैरतेने प्रकटही होतो. पण कुठल्याही नव्या प्रसंगाकडे किंवा अनुभवाकडे पाहताना माझ्यातला जो कथालेखक जागृत होता, तो मात्र विनोदप्रवण असू शकत नाही. जीवनातल्या अनेक अनुभूतींचे बहिरंग विनोदी असू शकते. त्या बहिरंगाकडे कुतूहलाने पाहताना, त्याच्या आधाराने विनोदी लेखन करण्याची मलाही इच्छा उत्पन्न होते! पण नकळत मी अनुभूतींच्या अंतरंगात प्रवेश करतो आणि अशा रीतीने मी थोडासा खोल गेलो की तेथे लपलेले कारुण्य मला जाणवू लागते. असे असूनही 'जांभळीची शाळातपासणी' ही हास्यकारक गोष्ट मी १९२७ मध्ये लिहिली, ती कुणा मासिकाची मागे निकड होती म्हणून नव्हे, एखाद्या नियतकालिकाकडून त्या गोष्टीकरता पैसे मिळण्याची आशा होती म्हणून नव्हे, किंवा विचारक्रांतीच्या महत्त्वाच्या काळात ललित लेखकाच्या लेखणीने केवळ आपल्या विभ्रमविलासात गुंग होऊन राहणे अनुचित आहे या माझ्या श्रद्धेमुळेही नव्हे! तर कोकणातल्या एका लहानशा खेड्यातल्या शाळेचे जे चित्र जाता जाता मला पाहायला मिळाले, त्याने माझ्या कल्पनेला चालना दिल्यामुळे! त्या दिवशी माझी कल्पना त्या शाळेभोवतीच पिंगा घालू लागली. तिने खेडेगावातल्या शाळेचे एक मजेदार चित्र माझ्या डोळ्यांपुढे उभे केले! ते चित्र म्हणजे आपल्या प्रचलित शिक्षणपद्धतीवरली चुरचुरीत टीकाच आहे, अशी माझी खात्री होऊन चुकली. ते कागदावर रेखाटल्याशिवाय मला चैनच पडेना. अनेक महत्त्वाची कामे बाजूला ठेवून मी ती गोष्ट लिहायला बसलो आणि तीन-चार तासांत लिहून संपविली.

विजेप्रमाणे लखखकन चमकून जाणाऱ्या एखाद्या सुंदर कल्पनेने मन गुंग होऊन गेले, एखादा विलक्षण कारुण्यपूर्ण अनुभव अथवा विरोध अंतःकरणाला चाटून गेला, एखाद्या दृश्याने किंवा विचाराने बुद्धीची पकड घेऊन तिला अगदी अस्वस्थ करून सोडले की त्या मनःस्थितीत कलाकृतीचे बीज रुजू शकते; इतकेच नव्हे, तर प्रसंगी अंकुरितही होते, असा माझा अनुभव आहे. कीर्तीची लालसा लेखनाला प्रेरक होऊ शकते, असे मम्मटापासून विसाव्या शतकातल्या अद्ययावत टीकाकारांपर्यंत सर्वांचे मत आहे. मासिकात एखाद्या लेखावर आपले छापून आलेले नाव पुनःपुन्हा पाहण्यात किंवा नुकत्याच प्रसिद्ध झालेल्या आपल्या पहिल्यावहिल्या पुस्तकाला वारंवार कुरवाळण्यात नवशिक्या लेखकाला विलक्षण आनंद होतो, हे मी नाकारीत नाही. पण केवळ कीर्तीसाठी म्हणून मनुष्य फारसे उच्च दर्जाचे अथवा विपुल लेखन करू शकेल, असे मला वाटत नाही. उलट कीर्ती मिळाल्यावर त्याच्या लेखनाच्या वेगाला एक प्रकारचा पायबंद बसतो! कीर्ती ही लक्ष्मीसारखी

आहे. ती मिळविण्यापेक्षा तिचे रक्षण करणे हे अधिक कठीण आहे, याची त्याला पुढे पुढे तीव्रतेने जाणीव होत जाते. ज्याला ही जाणीव झाली असा प्रौढ अंतर्मुख लेखक आपल्या पंचविशी-तिशीतल्या लिखाणाच्या सुधारून वाढविलेल्या आवृत्त्या काढायला अत्यंत नाखूश असतो. काही नवीन किंवा विशेष सांगायचे झाले तरच लेखणी उचलावी, असे पुढे पुढे त्याला वाटू लागते. कै. वामन मल्हार जोशी यांच्या हातून आयुष्याच्या शेवटच्या दहा वर्षांत अगदी अल्प लेखन झाले. याला त्यांच्या प्रकृतीच्या अस्वास्थ्याइतकीच ही जाणीवही कारणीभूत होती, यात शंका नाही.

मात्र कीर्तीसाठी हुकमेहुकूम न लिहिणाऱ्या लेखकाला पैशासाठी लेखणी उचलावी लागते, असा माझा अनुभव आहे. कीर्ती हे एक सुंदर स्वप्न आहे; पण पैसा ही दुपारची भाकरी आहे आणि लेखक कितीही ध्येयनिष्ठ असला, आत्माविष्काराकरताच लिहायचे असा त्याचा बाणा असला, ज्या भावनेने आपले अंतःकरण तळापासून ढवळून काढले आहे ती सर्वांगसुंदर स्वरूपात शब्दसृष्टीत प्रकट करण्याकरताच लेखणी उचलायची अशी त्याने प्रतिज्ञा केली असली, समाजातले सौंदर्य, सामर्थ्य आणि साधुत्व वृद्धिंगत करणे हेच साहित्याचे एकमेव कार्य आहे अशी त्याची श्रद्धा असली तरी... तरी पैशाकरता पुष्कळदा त्याला आपल्या आदर्शापासून खाली यावे लागते. निदान मी तरी तसा खाली आलो आहे. कळिकाळापेक्षा माध्यान्ह काळ कठीण असतो, अशी तडफडणाऱ्या मनाची समजूत घालत, स्वतःला सदोष, कलाहीन किंवा निर्जीव वाटणारे लेखन मी केले आहे. एक उदाहरण घेऊनच सांगतो. 'अमृत' हा माझा चित्रपट १९४१ मध्ये पडद्यावर आला. पण १९२८ सालातल्या हिवाळ्यात एका संध्याकाळी शिरोड्याच्या माझ्या शाळेतल्या शेतातल्या बांधावर मी बसलो असताना उजव्या बाजूला पसरलेल्या एका जमीनदाराच्या जागेतल्या माडीचे उंच उंच शेंडे आणि त्या माडीजवळूनच दारू दुकानाकडे जायला निघालेला एक चांभार पाहून जी कल्पना मला सुचली होती, ज्या कल्पनेचा विकास करण्यात पुढे अनेक वर्षे मी अपूर्व आनंदाचा अनुभव घेतला होता, ज्या विकासातून निर्माण झालेल्या कथासूत्रावर आधारलेली आपली 'चांभाराचा देव' ही कादंबरी 'उल्का' आणि 'दोन ध्रुव' यांच्यापेक्षाही चांगली होणार असे मनोरे मी मनात उभारत होतो, त्या विकासाचे सर्व सौंदर्य रुपेरी पडद्यावर येऊ शकले नाही. मला चरितार्थाकरता पैशाची जरुरी होती, चित्रपट कंपनीला माझी कथा हवी होती! मात्र त्या कथेचे मूळचे रम्य, पण उग्र स्वरूप कंपनीच्या धंदेवाईक दृष्टीला परवडणारे नव्हते. तिने दुःखान्त कथेला सुखान्त बनविले. जीवनावरली श्रद्धा उडून गेलेल्या एका तरुणाच्या चित्राचे थिल्लर प्रणयी तरुणात रूपांतर केले. दोन वर्गातल्या कलहाचे भीषण आणि कठोर प्रतिध्वनी हीच ज्या चित्रकथेतली खरीखुरी

गाणी झाली असती, तिला प्रेमगीतांनी नटविले!

...आणि म्हणूनच आज 'मी का लिहितो?' या प्रश्नाचे उत्तर मला एका वाक्यात द्यायचे झाले तर मी सांगेन, 'मी चित्रपट लिहितो ते पोटासाठी; लघुनिबंध व रूपककथा लिहितो त्या स्वतःच्या आनंदासाठी आणि टीका, निबंध, लघुकथा व कादंबऱ्या लिहितो त्या कलेच्या द्वारा जीवनाची सेवा करण्याच्या तत्त्वावर माझी श्रद्धा आहे म्हणून!'

◆

शिक्षक समाधानी असणे आवश्यक

प्राथमिक शिक्षकांचा समाजातील दर्जा मध्यमवर्गीय प्रतिष्ठितांचा आहे; पण त्यांचे आर्थिक जीवन दलितवर्गीयांप्रमाणे हालाचे आहे. आता कोठे अबोल प्राथमिक शिक्षक बोलू लागला असून, तो जागृत होत आहे. बंगाल इथं दुष्काळ पडून एक वर्षभर उपवासाने कहर केला असेल; पण पिढ्यान्पिढ्या ज्यांच्या घरात 'बंगाल' झाला आहे ते अर्धपोटी राहिले म्हणून विशेष ते काय होणार आहे, असे एखादा टीकाकार लिहीलही; पण चांगले शिक्षण पाहिजे असेल तर प्राथमिक शिक्षकांचे जीवनही चांगले, सुखवस्तू होईल याची खबरदारी समाज व सरकार यांनी घेतली पाहिजे. नाही तर गायीकडून दुधाची अपेक्षा तेवढी करून चारा घालणे तेवढे टाळून भागणार नाही.

या गेल्या युद्धाचा फायदा सरकारच्या उत्पादन केंद्राच्या नाड्या हाती आल्याने कामगारांनीदेखील घेतला. पण या युद्धाचा फायदा प्राथमिक शिक्षकांना काहीही झालेला नाही. प्राथमिक शिक्षकाचा दर्जा बौद्धिक कामामुळे प्रतिष्ठित मध्यमवर्गीय गणला जातो, पण समाजात दलित म्हणून गणला गेलेल्या हमालाची कमाईदेखील त्याला मिळू शकत नसल्याने १५ ते २० रुपयांच्या मासिक पगारावर हे शिक्षक जगतात कसे, हे विलक्षण आणि अशक्य वाटते! हे विलक्षण आहे पण ती वस्तुस्थिती आहे, यात मात्र शंका नाही. समाजातील सुखवस्तू लोकांनादेखील संसाराची दोन चाके मिळवता मिळवता नाकी नऊ येतात. मग प्राथमिक शिक्षकांच्या स्थितीची कल्पना करण्यापेक्षा ती अनुभवणाऱ्यांनाच त्याची खरी कल्पना येणार आहे! प्राथमिक शिक्षकांना मिळणारा पगार पाहून फक्त ब्रह्मचाऱ्यांनीच शिक्षक व्हावे असा निर्बंध सरकार घालील तर बरे, म्हणण्याची पाळी आली आहे!

अमेरिकेतील संप, ब्रिटनमधील असंतोष व हिंदुस्थानातील आंदोलने यांमुळे युद्ध संपल्याची वार्ता खोटी असावी असे वाटते आणि ते खरे आहे. आता आपल्या युद्धास सुरुवात झाली आहे. प्राथमिक शिक्षकांच्या परिस्थितीची भयानकता वृत्तपत्रातून येणाऱ्या व मी ऐकलेल्या वार्तांवरून पाहता किती हालाची आहे, याचे शब्दचित्र रंगविणे मला तर कठीण वाटते! एखादा चांगला चित्रकार आपल्या कलेने त्याचे यथार्थ व्यंगचित्र काढू शकेल! मला जर ती कला अवगत असती तर मी आज चित्रच काढून आणले असते.

कोल्हापूर म्युनिसिपल ब्यूरोने प्राथमिक शिक्षकांना दिलेली वाढ मला जरी अपुरी वाटत असली तरी ती पुढील वाढीच्या दृष्टीने अभिनंदनीय आहे. म्युनिसिपल ब्यूरोचे १०४ शिक्षक सोडले तर खासगी शाळांत २५८ प्राथमिक शिक्षक आहेत. संस्थानिकांच्या खासगी खर्चाप्रमाणेच या खासगी शाळांच्या प्राथमिक शिक्षकांच्या पगारात 'खासगी' असे काही आहे; पण संस्थानिकांच्या खासगीप्रमाणे प्राथमिक शाळांच्या 'खासगी'त विशेष असे खासगी नाही म्हणून बरे आहे. पण खासगी शाळातील प्राथमिक शिक्षकांना मिळणारे पगार सात रुपयांपासून पंधरा ते वीसपर्यंत आहेत. म्युनिसिपल ब्यूरोची ग्रांट घेणाऱ्या या शाळांच्या काही चालकांचे पगार मात्र ७०-८० रुपये आहेत. तरी लोकांचे सल्लागार मंडळ नेमून अगर म्युनिसिपल ब्यूरोने ताबडतोब यावर काही तरी नियंत्रण घालून पगाराबाबत योग्य ते नियंत्रण अमलात आणले पाहिजे. शिक्षकांना जगण्यापुरते वेतन मिळालेच पाहिजे. स्वतंत्र हिंदुस्थानची भावी पिढी बनविणाऱ्या शिक्षकांना किमान वेतन मिळाले नाही तर तो एक मोठा अन्याय ठरेल! समाजाने व सरकारने शिक्षकांना किमान वेतन दिले पाहिजे. प्राथमिक शिक्षक ही दया म्हणून मागत नाहीत. त्यांना दयेची गरज नाही. त्यांना न्याय पाहिजे. उच्च शिक्षण किंवा दुय्यम शिक्षणापेक्षा आज राष्ट्राला प्राथमिक शिक्षणाची गरज आहे. सध्याच्या शिक्षण पद्धतीत दोष असतील; पण मिळणाऱ्या प्राथमिक शिक्षणाने एकही मूल निरक्षर न राहावे असे वाटत असेल, तर शिक्षकाला समाधानाने शिकवता येईल अशी परिस्थिती त्याच्या भोवताली निर्माण केली पाहिजे. यासाठी शिक्षकांनीही संघाचे सभासद होऊन आपली एकजूट करून आपल्या मागण्या मान्य करून घेतल्या पाहिजेत. आज शिक्षकाला वाळल्या सहानुभूतीची गरज नाही. उन्हातून अनवाणी चालणाऱ्या माणसाला वहाणांअभावी व छत्रीअभावी बसणाऱ्या चटक्यांची जाणीव होऊ नये म्हणून देवाचे नामस्मरण करून चित्त दुसरीकडे वेधण्यास सांगण्याप्रमाणे वरवरच्या सहानुभूतीची स्थिती आहे. म्हणून मी म्हणतो, प्राथमिक शिक्षकांनी संघटित होऊन प्रसंगी लढूनही आपल्या मागण्या मान्य करून घेतल्या पाहिजेत!

◆

माझे टीकाकार हेच माझे मार्गदर्शक

माझे लेखनगुरू श्रीपाद कृष्ण कोल्हटकर हे माझे पहिले टीकाकार होत. रसग्रहण व दोषदिग्दर्शन या दोन्ही बाबतींत त्यांची दृष्टी मोठी सूक्ष्म होती. गडकऱ्यांच्या मृत्यूनंतर एका वर्षाने त्या काळी 'मासिक मनोरंजना'इतक्याच लोकप्रिय झालेल्या 'नवयुग' मासिकाने त्या थोर प्रतिभावंताचे पुण्यस्मरण म्हणून एक अंक प्रसिद्ध केला. त्या अंकात आलेला माझा गडकऱ्यांवरला लेख वाचून कोल्हटकरांनी मोठ्या आस्थेने माझ्याविषयी चौकशी केली. त्यांच्या उत्कट, सहृदय व जागरूक वाङ्मयप्रेमामुळेच माझा त्यांच्याशी निकटचा संबंध येऊ शकला. त्या वेळी शिरोड्यासारख्या कोकणातल्या एका बाजूच्या खेड्यात मी सरस्वतीच्या उपासनेला नुकतीच सुरुवात केली होती. पण ती सरस्वती शाळेच्या चिमण्या जगातली होती; विशाल जीवनातली नव्हती. ती धुळाक्षरात रमणारी शारदा होती; आपल्या वीणावादनाने चराचराला फुलवणारी ब्रह्मकन्या नव्हती! चांगला लेखक होण्यापेक्षा चांगला शिक्षक होण्याची, एका खेड्यात इंग्रजी शाळा चालवून तिथल्या बहुजन समाजाच्या अगदी खालच्या थरात विद्येचे लोण नेऊन पोहचवण्याची महत्त्वाकांक्षा माझ्या मनात त्या वेळी अधिक प्रबळ होती. त्या दृष्टीने लेखन हा माझा एक विरंगुळ्याचा व्यवसाय होता. काही मंडळी करमणुकीकरता तासतास पत्ते कुटत बसतात ना? मीही तसाच पांढऱ्यावर काळे करत असे, झाले! पंचवीस वर्षांपूर्वी कागद सध्यापेक्षा फार स्वस्त असल्यामुळे गरीब शिक्षकाला परवडेल असाच तो छंद होता! कोल्हटकरांनी 'नवयुगा'तल्या माझ्या त्या लेखाचे कौतुक करून लेखक होण्याची माझी लहानपणीची इच्छा पुन्हा तीव्रतेने जागृत केली.

१९२० ते ३० हा लेखक या नात्याने माझा उमेदवारीचा काळ होता. ऐटीने

मोटार चालवणारा ड्रायव्हर पाहिला की मोटार हाकणारा व्हावेसे वाटते. चौकातल्या रहदारीचे नियंत्रण करणारा पोलीस दिसला की पोलीस होण्याची इच्छा त्याच्या मनात बळावते. उमेदवारीच्या काळात लेखकाची स्थितीही अशीच होत असावी! समोर दिसणारे लोकप्रिय वाङ्मयप्रकार हीच आपल्या लेखणीच्या लीलांना योग्य क्षेत्रे आहेत, असे त्याला वाटू लागते. या वयात प्रत्येक लेखक आपल्या प्रतिभेविषयी अगदी निःशंक असतो. ब्रह्मदेवाने कालिदास आणि शेक्सपिअर यांना ज्या सुमुहूर्तावर घडविले, त्याच मुहूर्तावर आपली मूर्ती निर्माण करून आपल्या पाठीवर थाप मारीत 'जा, बेटा जा, जग जिंक जा' असे त्याने आपल्या कानात सांगितले आहे, असा त्याला भास होत असतो. मीही काही या नियमाला अपवाद नव्हतो. काव्य, विनोद व नाट्य या तिन्ही क्षेत्रांत अभूतपूर्व पराक्रम गाजवून गडकरी त्या वेळी नुकतेच दिवंगत झाले होते. त्यामुळे आपल्या लेखणीच्या सलील संचाराला हीच तीन क्षेत्रे योग्य आहेत असे मनाशी ठरवून, मी कविता व विनोदी लेख लिहिण्याचा सपाटा सुरू केला. कोकणातल्या एका खेडेगावात पडल्यामुळे जत्रांच्या मोसमात डोक्यावर पेटारे घेऊन गावोगाव फिरणाऱ्या दशावतारी मंडळींपेक्षा अधिक उच्च दर्जाची नाटकमंडळी त्या वेळी मला मिळणे शक्य नव्हते. म्हणून मी नाटके लिहिण्याच्या भानगडीत फारसा पडलो नाही. नाहीतर त्या काळात मला वर्षाकाठी एक-दोन नाटकेसुद्धा सहज होत राहिली असती!

माझ्या कविता आणि विनोदी लेख यांच्याविषयी सविस्तर पत्रे लिहून कोल्हटकर नेहमी मला आपला अभिप्राय कळवत असत. त्यांच्या टीकात्मक पत्रात थोडेसे उत्तेजन असले तरी त्याच्या जोडीने बरेचसे दोषदिग्दर्शन असे. कवितांतल्या ऱ्हस्वदीर्घाच्या ओढाताणीपासून विनोदी लेखातल्या कल्पनांच्या कृत्रिमपणापर्यंत माझे सर्व दोष कोल्हटकरांनी मला सतत तीन-चार वर्षे दाखवले. एखाद्या कर्तव्यतत्पर शिक्षकाने विद्यार्थ्यांचे गृहपाठ तपासावेत किंवा एखाद्या कष्टाळू शेतकऱ्याने शेतातले तण निवडावेत, तशी त्यांची ती पत्रे मला वाटत. त्यांची ही सर्व टीका जाहीर नव्हती हे खरे; पण जगातल्या टीकेपेक्षा घरातले नेपथ्यपाठच जसे माणसाला लवकर वठणीवर आणतात, तसा त्यांच्या या खासगी टीकेने माझ्या लेखनावर फार परिणाम केला. साहित्यनिर्मिती ही क्रीडा नाही; ती तपस्या आहे अशी अंधूक प्रकारची जाणीव त्यांच्या या टीकेमुळेच माझ्या मनात प्रथम निर्माण झाली.

मात्र कोल्हटकरांसारख्या धुरंधर टीकाकारांचे मार्गदर्शन लाभूनही मी कवी किंवा विनोदी लेखक म्हणून चमकू शकलो नाही. माझ्या पहिल्याच विनोदी लेखाने माझ्यावर बेअब्रूची फिर्याद झाली! त्या दृष्टीने तो फार गाजला यात शंका नाही. पण तशा प्रकारचे विनोदी लेख लिहून अथवा दर महिन्याला अनेक मासिकात छापून येणाऱ्या आपल्या कविता पाहून माझे समाधान होत नव्हते. आपले काहीतरी चुकत

आहे असे मला नेहमी वाटे. बूट-जोडे शिवणाऱ्या मनुष्याने कोट-पँट शिवण्याचा अट्टाहास करावा ना, तशी काहीतरी चूक आपल्या हातून होत आहे असेही मधूनमधून माझ्या मनात येई. पण या असंतोषाचे सत्य स्वरूप काही केल्या मला कळत नव्हते.

१९२३ मध्ये एके दिवशी अचानक आलेल्या कोल्हटकरांच्या पत्राने त्याच्यावर प्रकाश टाकला.

ते झाले असे- १९२० मध्ये आजोबांच्या मृत्यूच्या वार्तेने उदास होऊन गेलेल्या मनःस्थितीत दुःख विसरण्याकरता म्हणून मी एक गोष्ट लिहिली होती. आपण कवी व विनोदी लेखक आहोत, अर्थात आपल्याला चांगली कथा लिहिता येणे शक्य नाही अशा समजुतीने मी ती गोष्ट दोन-तीन वर्षे रद्दीत ठेवून दिली होती. १९२३ मध्ये विरकुड यांच्या संपादकत्वाखाली निघत असलेल्या 'महाराष्ट्र साहित्या'च्या वर्षारंभाच्या अंकाकरता पाठवायला माझ्यापाशी विनोदी मजकूर मुळीच शिल्लक नव्हता. म्हणून भीतभीत मी ती गोष्ट त्यांच्याकडे पाठवली. मी एक गोष्ट लिहिली आहे आणि ती 'महाराष्ट्र साहित्या'च्या नव्या अंकात छापून येणार आहे हे कोल्हटकरांना न कळविण्याची पूर्ण दक्षता मी घेतली होती. जणू काही काव्य आणि विनोद ही माझ्या लेखणीची औरस मुले असून कथा ही कोंडा देऊन घेतलेली मुलगी होती! पण तो अंक प्रसिद्ध झाल्यावर मला कोल्हटकरांचे एक अनपेक्षित पत्र आले. त्यात त्यांनी लिहिले होते, 'तुमची गोष्ट या अंकात आहे याची मला कल्पनासुद्धा नव्हती. अंक चाळता चाळता वर तुमचे नाव दिसले म्हणून मी ती वाचायला लागलो. एकदा वाचून तृप्ती झाली नाही म्हणून दुसऱ्यांदा वाचली. 'घर कुणाचे?' ही कथा तिसऱ्यांदा वाचून मी हे पत्र तुम्हाला लिहीत आहे. कथालेखन हे तुमचे खरे क्षेत्र आहे; काव्य किंवा विनोद हे नव्हे. मेघातून चमकत बाहेर पडणाऱ्या विद्युल्लतेला तुम्ही दिलेली देवमाशाच्या शेपटीची या गोष्टीतली उपमा मला फार आवडली. पण तुमची कल्पकता मुख्यतः कथाकाराची आहे, कवीची नाही हे लक्षात घेऊन तुम्ही पुढले लेखन करावे, असे माझे तुम्हाला आग्रहाचे सांगणे आहे.'

कोल्हटकरांच्या या पत्राने साहित्यातले माझे कार्यक्षेत्र मला सापडले, असे म्हणायला हरकत नाही. यानंतर पाच वर्षे मी मुख्यतः लघुकथा लेखनाकडेच लक्ष दिले. या लघुकथा लोकप्रिय झाल्यामुळेच 'हृदयाची हाक' ही पहिली कादंबरी लिहिण्याचे धाडस मी केले आणि पुढे 'दोन ध्रुव' व 'उल्का' या माझ्या कादंबऱ्यांमुळेच बाबूराव पेंढारकर व दिग्दर्शक विनायक यांनी उभ्या जन्मात चारसुद्धा चित्रपट न पाहिलेल्या माझ्यासारख्या लेखकाकडे 'हंस पिक्चर्स'ची पहिली सामाजिक चित्रकथा लिहिण्याची कामगिरी सोपवली.

हे सर्व लक्षात आले की अजूनही माझ्या मनात येते, टीका हा साहित्यसागरातला

दीपस्तंभ आहे. तिची उभारणी खडकावर होत असली तरी वादळात सापडलेल्या नौकांना मार्गदर्शन करणे, हेच तिचे मुख्य कार्य आहे.

कोल्हटकरांप्रमाणे तात्यासाहेब केळकर व वामनराव जोशी यांच्याविषयीही मला अशीच कृतज्ञता वाटते. या दोघांनीही प्रोत्साहन व दोषदिग्दर्शन या दोन्ही मार्गांनी मला बहुमोल साहाय्य केले आहे. सावंतवाडीला निघणाऱ्या 'वैनतेय' वर्तमानपत्रातले माझे वीस-बावीस वर्षांपूर्वीचे लिखाण तात्यासाहेब केळकर मोठ्या आस्थेने वाचत असत. अगदी अलीकडे 'मराठीचा नाट्यसंसार' या माझ्या टीकात्मक पुस्तकाचे त्यांनी केलेले रसग्रहण अनेकांच्या अवलोकनात आले असेल! वामनराव जोशांची वर्ष-सहा महिन्यांनी गाठ पडली म्हणजे त्या अवधीत प्रसिद्ध झालेल्या माझ्या लिखाणाविषयीचा त्यांचा स्पष्ट अभिप्राय मला नेहमी ऐकायला मिळे. त्यांच्यासारखा सहृदय चिकित्सक क्वचितच आढळतो.

१९३० मध्ये माझा पहिला कथासंग्रह आणि पहिली कादंबरी प्रसिद्ध होऊन मी अक्षरशः ग्रंथकारात मोडू लागलो. अभिप्राय, निरीक्षणे, परीक्षणे वगैरे विविध स्वरूपांनी प्रकट होणाऱ्या जाहीर टीकांचा अनुभव तेव्हापासून गेली अठरा वर्षे मी घेत आहे. या अवधीत टीकाकारांचे अनेक अजब नमुने मला पाहायला मिळाले. त्यात शितावरून भाताची परीक्षा करणारे रसिक आहेत, स्वतः पुस्तके वाचण्याची तसदीसुद्धा न घेता आपल्या शिष्यप्रशिष्यांच्या बालिश मतांच्या आधारे शब्दावडंबर माजवणारे पुस्तकी पंडित आहेत, स्वतःला कावीळ झालेले पण जग पिवळे दिसते म्हणून ओरडत सुटणारे वैद्यराज आहेत, दहा-पंधरा वर्षांपूर्वीची माझ्या लेखनाविषयीची आपली मते अगदी अद्ययावत म्हणून चालू घटकेला ठोकून देणारे अल्पसंतुष्ट प्रामाणिक आत्मेही आहेत!

मात्र असल्या परीक्षकांपेक्षा अभिजात रसिकता अंगी असलेले टीकाकारच सुदैवाने माझ्या वाट्याला अधिक आले आहेत. अशा लेखकांत माडखोलकर, वि. ह. कुलकर्णी, के. नारायण काळे, पां. वा. गाडगीळ, कुसुमावती देशपांडे, शेष, दौंडकर, वा. ल. कुलकर्णी वगैरेंचा उल्लेख अवश्य केला पाहिजे. माडखोलकर व मी एकमेकांचे स्नेही असल्यामुळे आम्ही दीड तपापूर्वी एखादे परस्पर प्रशंसामंडळ स्थापन केले असावे अशी जर कुणाची समजूत असेल, तर ती फार चुकीची आहे. माडखोलकरांनी माझ्या 'कांचनमृग' कादंबरीवर केलेली टीका वाचून नागपुरातले एक प्रसिद्ध कवी त्यांना म्हणाले होते, 'यापुढे खांडेकर काही तुमचं तोंड पाहणार नाहीत.' त्यानंतर लवकरच काही कामाकरिता मी नागपूरला गेलो. कविवर्यांची ही भविष्यवाणी कानावर पडताच आम्ही त्यांना मुद्दाम भेटायला जायचे ठरविले. त्या टीकेनंतरही आमची दोघांची दोस्ती कायम राहिलेली पाहून त्यांना धक्काच बसला असावा! पण माझ्या दृष्टीने त्यात आश्चर्य करण्यासारखे काहीच नव्हते. माडखोलकरांची

टीका कठोर होती हे खरे! पण बकरे कापणाऱ्या खाटकाचा किंवा निरपराध सुनेला डागणाऱ्या कजाग सासूचा कठोरपणा तिच्यात नव्हता. शिष्याला वळण लावू इच्छिणाऱ्या गुरूचे मन, मुलगा चांगला व्हावा म्हणून त्याला टाकून बोलणाऱ्या पित्याचे अंतःकरण त्या तीव्रतेमागे लपलेले होते. 'कांचनमृग' आणि 'दोन ध्रुव' या माझ्या कादंबऱ्यातले दोष दाखवताना माडखोलकरांनी टर्जीनिव्ह आणि टॉलस्टॉय या जगप्रसिद्ध प्रतिभाशाली रशियन कादंबरीकारांचा उल्लेख करून त्यांच्या मानाने मी किती तोकडा पडतो, हे दाखवले होते. त्यांच्या टीकेने मला निरुत्साही केले नाही, उलट आत्मनिरीक्षणाला प्रवृत्त केले, अभ्यासाची आवश्यकता पटवून दिली.

माझे टीकालेखन हे माझ्या कथालेखनापेक्षा वरच्या दर्जाचे आहे असे गाडगिळांचे मत आहे. वा.ल.कुलकर्ण्यांनी 'चांदण्यात' या माझ्या लघुनिबंधसंग्रहाचे परीक्षण करताना लेखकाच्या वाङ्मयीन व्यक्तिमत्त्वाचे पृथक्करण करण्याचा जो प्रयत्न केला, तो वैशिष्ट्यपूर्ण होता. 'शेष' या टोपणनावाने मार्मिक लघुकथा व टीकालेख लिहिणारे श्री. खंडेराव सुळे यांनी 'दोन मने' या कादंबरीवर लिहिताना ज्या पद्धतीने ती अधिक सरस झाली असती असे सूचित केले होते, तिचा अंगीकार करण्याचा विचार माझ्या मनात लेखनापूर्वी अनेकदा डोकावून गेला होता. पण अनेक कारणांमुळे ते मला जमले नाही. लेखकाचे हे रहस्य ओळखणाऱ्या त्यांच्या रसिकतेचे त्या वेळी मला अत्यंत कौतुक वाटले. कुसुमावती देशपांडे या नेहमीच उच्च वाङ्मयीन भूमिकेवरून टीका करत असतात. अलीकडेच पुण्यात मराठी कादंबरीवर बोलताना 'पण लक्षात कोण घेतो?' ही आदर्श मराठी कादंबरी मानून तिच्याशी त्यांनी माझ्या 'उल्के'ची जी चिकित्सापूर्वक तुलना केली, ती मोठी मर्मज्ञपणाची होती. मात्र कुसुमावतीबाईंसारख्या आपल्याकडल्या श्रेष्ठ दर्जाच्या टीकाकारांनासुद्धा कलाकृतीच्या गुणदोषांची मीमांसा करताना ज्या काळात व ज्या परिस्थितीत ती कृती निर्माण झालेली असते त्यांची अथवा परस्परविरोधी अशा वाङ्मयीन संस्कारांनी विकसित झालेले जे लेखकाचे व्यक्तित्व असते त्याची फार खोल जाऊन चिकित्सा करण्याची आवश्यकता अजूनही वाटत नाही, याचे मला थोडे नवल वाटते. कोल्हटकर संप्रदायाची वाङ्मयीन मूल्ये व आपटे संप्रदायाचे सामाजिक संस्कार यांचा माझ्यामध्ये जो लहानपणापासून संकर झाला आहे, त्याच्या पोटीच माझ्या लेखनातली अनेक वैगुण्ये उद्भवली आहेत असे मला वाटते. पण आतापर्यंत एकाही टीकाकाराने या दृष्टीने माझ्या वाङ्मयाची चिकित्सा केलेली नाही.

मात्र सर्वच टीकाकार माडखोलकर किंवा कुसुमावती देशपांडे यांच्याइतके अधिकारी असतात अथवा वाङ्मयविकासाच्या शुद्ध हेतूने प्रेरित होऊन सदैव टीका करतात, असे मुळीच नाही. साहित्याचे जग हे राजकारणाइतकेच मुखवट्यांनी,

हेव्यादाव्यांनी आणि अनधिकारी पण सत्ताधारी लोकांनी भरलेले असते. इथेही निरनिराळे पक्ष आणि त्यांचे अभिनिवेश असतात. इथेही मोठेपणाचा खोटा मोह दिसतो, अहंकाराचा आंधळेपणा जाणवतो. श्रेष्ठ प्रकारच्या टीकाकारांनी निर्माण केलेला चिकित्सेचा शुद्ध प्रवाह असल्या इतरेजनांच्या कारवायांमुळे वारंवार गढूळ झाल्याचा देखावा या पवित्र मानल्या जाणाऱ्या क्षेत्रातही दृष्टीला पडतो.

'हृदयाची हाक' या माझ्या पहिल्याच कादंबरीच्या वेळी मला हा विचित्र अनुभव आला. ती प्रसिद्ध झाल्यानंतर शेजवलकरांसारख्या मार्मिक पंडिताच्या संपादकत्वाखाली निघणाऱ्या 'प्रगति' साप्ताहिकात माझ्या या कृतीने मराठी कादंबरीत एका नव्या कालखंडाची सुरुवात होत आहे, असे प्रतिपादणारा आणि तिच्यातल्या वाङ्मयगुणांचे मनमोकळेपणाने कौतुक करणारा एक विस्तृत टीकालेख प्रसिद्ध झाला. त्यानंतर लवकरच 'हृदयाची हाक की जादूगाराचा पडसाद?' या मथळ्याखाली ही कादंबरी प्रो. फडके यांच्या 'जादूगार' कादंबरीची चोरी करून लिहिली आहे, अशा अर्थाचा एक लांबलचक लेख 'ज्ञानप्रकाशा'त हप्त्याहप्त्याने येऊ लागला. जवळजवळ दोन महिने तो प्रसिद्ध होत होता! 'चोरांचे सम्मेलन' या कोल्हटकरांच्या विनोदी लेखात चोर व ग्रंथकार यांचे सम्मेलन एकत्र भरविण्यात यावे, अशा अर्थाचा पास झालेला एक ठराव मी लहानपणीच वाचला होता; पण या जोडसम्मेलनाला मी कधीही हजर राहिलो नसल्यामुळे या आरोपाने काही दिवस मी गोंधळून गेलो. त्या मनःस्थितीत मी कदाचित कादंबरीलेखन सोडूनही दिले असते. त्या वेळी मला खरा धीर दिला तो सर्वसामान्य वाचकांच्या रसिकतेने! जिथे जावे तिथे या पहिल्या कादंबरीविषयी वाचक मला उत्सुकतेने विचारत. शाळा-कॉलेजातल्या मुलामुलींच्या वह्यांत तिच्यातली सुभाषिते, कोट्या आणि विचार मुक्त हस्ताने उतरलेले आढळत. तुमची दुसरी कादंबरी कधी प्रसिद्ध होणार, हा प्रश्न विचारणाऱ्या पत्रांनीही माझा एकसारखा पाठपुरावा केला. ही सर्व माणसे सामान्य असली तरी निरपेक्ष होती. ती धंदेवाईक टीकाकार नव्हती, हाच त्यांचा मुख्य गुण होता.

साहित्य क्षेत्रातल्या स्पर्धा, पक्षप्रतिष्ठा, अहंकार वगैरे गोष्टींशी या सर्वसामान्य वाचकांना काही कर्तव्य नसते. लौकिकदृष्ट्या ही माणसे नामांकित नसतात हे खरे, पण आपली प्रामाणिक मते ती लेखकाला मनमोकळेपणाने सांगू शकतात. त्यांना आपली मते साहित्याच्या परिभाषेत व्यक्त करता येत नसली तरी सर्वसामान्य रसिकतेने दिलेला कौल या दृष्टीने ती लेखकाला निःसंशय मार्गदर्शक होतात.

'फाटका शर्ट' ही माझी गोष्ट प्रसिद्ध झाल्यानंतर पुण्याच्या एका पोलिसाने मला पाठवलेले पत्र जितके मजेदार तितकेच मार्मिक होते. काकासाहेब कालेलकरांनी माझ्या भाषाशैलीचे 'प्रियमंडना' असे केलेले वर्णन मी ऐकले तेव्हा मला ज्या मर्मज्ञतेचा प्रत्यय आला, तीच स्थूल स्वरूपात त्या पोलिस शिपायाच्या पत्रातही

दिसत होती. 'तुमचा देवता चित्रपट चांगला असला तरी त्यातली एक गोष्ट माझ्या मनाला बोचल्याशिवाय राहत नाही. तुम्ही अजून सामाजिक अन्यायांना बळी पडणारी दुबळी स्त्रीच चित्रित करीत आहा. नव्या बंडखोर स्त्रीची स्वप्नं तुम्हाला केव्हा पडणार?' अशी विचारणा करणाऱ्या एका भगिनीचे पत्रही असेच मोठे वाचनीय होते. खासगी रीतीने आपले अभिप्राय व्यक्त करणारा हा जो छोट्या टीकाकारांचा मोठा वर्ग आहे त्याची मते अगदी काटेकोर नसली तरी त्यांच्यावर कोणत्याही पूर्वग्रहांची छाया पडलेली असत नाही. लोभाप्रमाणे आपला रागही व्यक्त करायला ही मंडळी कधीच कचरत नाहीत. मध्यंतरी असल्याच एका पत्रलेखकाने मला लिहिले होते, 'देशाला आग लागली असताना तुम्ही लघुकथा आणि लघुनिबंध काय लिहीत बसला आहा? तरुणांच्या मनात देशभक्तीच्या लाटा उसळतील असं लिखाण करा. तसं काही न करता तुम्ही सध्यासारखेच लिहीत राहाल तर तुम्हाला चांगला चोप देण्याची आम्ही व्यवस्था करू.' मध्यंतरी साहित्यिकांना ठोक देण्याची जी एक साथ उद्भवली होती, त्या वेळचे पत्र आहे हे! ही सर्वसामान्य रसिकता किती मार्मिक असते याची कल्पना बोलपट पाहणाऱ्या विविध प्रेक्षकांचे उद्गार लक्षपूर्वक ऐकणाऱ्या मनुष्याला आल्यावाचून राहणार नाही. वर्तमानपत्रातल्या जाहिरातींतून आणि प्रसंगी आतल्या मजकुरातूनही ज्यांची बेफाट स्तुती चाललेली असते, त्या चित्रांची खरी किंमत चित्रगृहातल्या प्रेक्षकांच्या उद्गारावरूनच कळू शकते. अशिक्षित मनुष्याच्या अगदी अंतःकरणातून निघालेल्या बोलात जसे ओबडधोबड रीतीने व्यक्त झालेले पण खरेखुरे काव्य असते, तशीच धंदेवाईक टीकाकार नसलेल्या रसिकांच्या अभिप्रायातही प्रामाणिक मार्मिकता आढळते. या टीकाखोर नसलेल्या असंख्य टीकाकारांची गेली अठरा वर्षे मला फार मदत झाली आहे आणि लेखनातली अनेक वैगुण्ये कमी व्हावीत म्हणून अजूनही मला जी धडपड करावीशी वाटते, ती त्यांच्या समाधानासाठीच!

(सदरहू लेख रेडिओवरले भाषण म्हणून लिहिण्यात आला होता. हे भाषण मुंबई नभोवाणीवरून ता. ३ फेब्रुवारी रोजी व्हायचे होते; पण गांधीजींच्या मृत्यूमुळे पुढल्या दहा दिवसांतले कार्यक्रम रहित झाले, त्यामुळे ते होऊ शकले नाही.)

◆

तुकाराम-केशवसुत श्रेष्ठ प्रतिभेचे कवी

लवकरच चंद्रलोकावर स्वारी करता येईल असे शास्त्रज्ञ म्हणत आहेत. या स्वारीत भाग घेण्याची संधी मला मिळाली तर बरोबर जी काही अगदी थोडी पुस्तके मी घेईन त्यात दोन कवितांची असतील- पहिले 'तुकोबांची गाथा' आणि दुसरे 'केशवसुतांची कविता'. अशा लांबच्या प्रवासात हे दोन कवी माझ्या सोबतीला हवेतच.

तुकारामापेक्षा ज्ञानदेवांची काव्यप्रतिभा श्रेष्ठ आह, हे मला ठाऊक आहे. एकेका काव्यगुणात केशवसुतांना मागे टाकणारे काही आधुनिक कवी झाले आहेत, हेही मला मान्य आहे. तसे पाहिले तर जुने-नवे मिळून दहा-वीस मराठी कवी मला विशेष आवडतात. कौतुक, आश्चर्य, आदर, प्रेम इत्यादी विविध भावनांनी त्यांच्या कृतींचा आस्वाद मी घेतो. पण जिला भक्ती म्हणता येईल ती भावना मला फक्त तुकाराम आणि केशवसुत यांच्या कवितेविषयीच वाटते. या दोन कविराजांनी आयुष्याच्या प्रवासात गेली तीन तपे माझी अखंड सोबत केली आहे. त्यांनी मला धीर दिला आहे, आनंद दिला आहे, उत्साह दिला आहे, जीवनाचे सत्य व सूक्ष्म दर्शन घडविले आहे.

काही कवींना चमत्कृतीपूर्ण कल्पकतेचे देणे लाभलेले असते. त्यांचे काव्य वाचताना दिवाळीतले दारूकाम पाहिल्याचा आनंद होतो. भावनेची उत्कटता हाच कित्येकांच्या प्रतिभेचा आत्मा असतो. त्यांच्या सहवासात मृगाच्या पहिल्या पावसात भिजत असल्याचा भास मनाला होतो. काही कवी तत्त्वचिंतक असतात. व्यक्तित्वाच्या व जीवनाच्या अनुषंगाने त्यांची कविता फुलते. देवघरातल्या स्निग्ध नंदादीपाप्रमाणे ती वाटते. तुकाराम व केशवसुत यांच्या काव्यात हे तिन्ही गुण एकत्रित झाले

आहेत; म्हणूनच त्यांचे मला इतके आकर्षण वाटते.

विठ्ठलाला आर्त स्वराने आळवणारे, मैंदांच्या व भोंदूंच्या पाठीवर कोरडे ओढणारे आणि 'खरा धर्म रंजलेगांजलेल्यांची सेवा करण्यात आहे' म्हणून पोटतिडिकीने सांगणारे तुकाराम आपणा सर्वांना ठाऊक असतात; पण कल्पनेच्या कोंदणात भावना बसवून तिचे सौंदर्य वृद्धिंगत करणारे तुकाराम सर्वांनाच परिचित असतात असे नाही. तथापि माझ्यासारख्या अज्ञेयवादी माणसालासुद्धा त्यांचा पुढील ईश्वरविषयक अभंग मोह घालू शकतो तो त्यातल्या कल्पनेमुळेच. तुकाराम विठ्ठलाचे असे वर्णन करतात-

आम्हाघरी एक। गाय दुभताहे॥
पान्हा न समाये। त्रिभुवनी॥
वान ते सावळे । नाव ते श्रीधरा॥
चरे वसुंधरा । चौदा भुवने॥
वत्स नाही माय । भलत्यासवे जाय॥
कुरवाळी तो लाहे । भाव भरणा॥
चहू धारी क्षीर । वोळली अमूप॥
धाले सनकादिक । सिद्ध मुनी॥
तुका म्हणे माझी । भूक तेथे काय॥
जोगविते माय । तिन्ही लोक॥

तसे पाहिले तर तुकारामांच्या कवितांत स्वभावतः कल्पनाविलासाला फारसा अवसर नाही. असे असूनही त्यांच्या कितीतरी ओळी सुंदर संस्कृत सुभाषितांसारख्या आपल्या मनात घोळत राहतात. कारण रूढ कल्पनेला मुरड घालून अथवा नवीन कल्पनेचा आश्रय करून ते आपला आशय अत्यंत प्रभावी रीतीने व्यक्त करू शकतात. केवळ सज्जनांच्या सहवासाने दुर्जन सुधारू शकत नाही हे कटू सत्य सांगताना ते म्हणतात- 'परिसाचे अंगी लाविले खापर। पालट अंतर न घे त्याचे॥ तुका म्हणे वेळू, चंदनासंगती । काय ते असती जवळीक॥' विठाई माउलीशी एकरूप झालेली त्यांची वाणी उद्गारते, 'अग्नि-कर्पूराच्या मेळी, काय उरली काजळी?' ढोंगी गुरू शिष्याला सन्मार्ग दाखवू शकत नाही हे सडेतोडपणे सांगताना ते म्हणतात, 'दगडाची नाव, आधीचे ते जड। ते काय दगड तारू जाणे?'

कल्पकता हा काही केशवसुतांचाही प्रमुख विषय नव्हे. पण कवितेचा विषय असो अथवा तिची रंगत असो, त्यांच्या या गुणाचा आविष्कार मोठा हृद्य वाटतो. 'क्षणात नाहीसे होणारे दिव्य भास' किंवा 'समृद्धी व प्रीती' या काही त्यांच्या मोठ्या गाजलेल्या कविता नाहीत. पण दोन्हींच्या कल्पना किती सुंदर आहेत! पहिल्या

कवितेत माणसाचे दैनंदिन व्यावहारिक जीवन आणि भोवतालची काटेरी कुंपणे ओलांडून पलीकडे जे काही दिव्य आणि भव्य दिसत आहे, त्याला स्पर्श करण्याकरता चाललेली त्याच्या आत्म्याची धडपड यांचा विरोध त्यांनी किती प्रभावी रीतीने प्रकट केला आहे! प्रीतीची स्तोत्रे सगळेच कवी गातात; पण 'समृद्धी आणि प्रीती'मध्ये केशवसुत खऱ्या प्रेमाचे वर्णन कसे करतात ते पाहण्याजोगे आहे. या कवितेत एक मित्र दुसऱ्याला म्हणतो, 'लंकेचं भावंड शोभेल असं एक बेट मला ठाऊक आहे. इंद्रालाही हेवा वाटावा, असं वैभव आणि सुख त्या बेटावर आहे. चल, तिथं आपण जाऊ या. मात्र एक गोष्ट विसरू नकोस. एका अटीवरच त्या बेटात पुरुषाला प्रवेश मिळतो. त्यानं एकट्यानंच तिथं गेलं पाहिजे. त्याच्या प्रेयसीला कधीही तिथं पाऊल टाकता येणार नाही. स्त्रीला मज्जाव आहे त्या बेटात.' हे ऐकून दुसरा मित्र उत्तरतो, 'ते वैभवसंपन्न बेट तुझं तुलाच लखलाभ होवो. मी स्वप्नातसुद्धा तिथं पाऊल टाकणार नाही. भयाण अरण्य असलेलं आणि हिंस्त्र पशूंनी भरलेलं दुसरं एखादं बेट तू माझ्यासाठी शोधून काढ. तिथं मी माझ्या प्रियेला घेऊन जाईन आणि-

कांटे झाडिन मी, पशू वधिन मी,
किल्ला तिला बांधिन.
मी तीतें सुख व्हावयास आपुले
हे प्राणहि टाकिन,
बांधू आम्ही परस्परांप्रत लताजाले
सुखाने गळी,
स्वर्गाला निरयामधूनि पहिल्या काढू
अम्ही त्या स्थळी!'

'तुतारी'तले 'प्राप्तकाल हा विशाल भूधर । सुंदर लेणी तयांत खोदा। निजनामे त्यावरती नोंदा।' या ओळीतले भव्य आवाहन किंवा 'जगांतील महाक्रांतीचे ते भविष्य सांगाया । तुम्ही येतसा!- लावितसाही ते लोकां गाया' या ओळींतून सूचित केलेले धूमकेतू आणि महाकवी यांचे सामर्थ्य- अशा कितीतरी कल्पनेने रम्य केलेली स्थळे केशवसुतांच्या काव्यात आहेत.

पण उत्कट व उदात्त अनुभती देण्याची काव्याची शक्ती कल्पनेपेक्षा भावनेवर अधिक अवलंबून असते. तुकाराम व केशवसुत या दोघांमध्येही या शक्तीचा आविष्कार मोठ्या हृदयंगम रीतीने झाला आहे. त्या आविष्कारातला सच्चेपणा अगदी अंतःकरणाला जाऊन भिडतो. तुकाराम भागवत धर्माच्या संस्कारात वाढलेले! त्यामुळे विठ्ठलाच्या भेटीसाठी आतुर झालेले त्यांचे मन कळवळून म्हणते, 'बारे पांडुरंगा केव्हा भेट देशी। झालो मी वनवासी तुझ्याविण।।' उलट अज्ञेयवादी वातावरणात वाढलेले केशवसुत आवेशाने उद्‌गारतात, 'देवदानवा नरे निर्मिले, हे

मत लोका कवळू द्या.’ ‘आम्ही कोण’ या कवितेत कलावंताचे जीवनात कोणते स्थान आहे हे सांगताना केशवसुत म्हणतात, ‘आम्हाला वगळा गतप्रभ झणी होतील तारांगणे। आम्हाला वगळा विकेल कवडीमोलावरी हे जिणे।’ तुकोबांची आपल्या जीवितकार्याविषयीची श्रद्धा अशीच उत्कट आहे. ते म्हणतात-

आम्ही रामाचे राऊत। वीर झुंझार बहुत।।
मनपवनतुरंग। हाती नामाची फिरंग।।
वारू चालवू चहू खुरी। घाला घालू यमपुरी।।
तुका म्हणे येणे। आम्हा वैकुंठासी जाणे।।

प्रेमाचे वर्णन करताना ‘प्रेम न ये सांगता, बोलता, दाविता। अनुभव चित्ता चित्त जाणे।।’ असे उद्‌गार तुकोबांनी काढले आहेत. ‘प्रीती मिळेल का हो बाजारी। प्रीती मिळेल का हो शेजारी।। प्रीतीची नसे अशी गं मात। पाहा शोधुनी हृदयात।।’ या केशवसुतांच्या उद्‌गारांशी त्यांचे किती विलक्षण साम्य आहे! विठ्ठलाची आळवणी असो, सामाजिक दोषांचा परिस्फोट असो अथवा आत्मनिवेदन असो, तुकारामांच्या वाणीत जो उमाळा दिसतो, त्याने मी मुग्ध होऊन जातो.

केशवसुतांच्या विविध भावनाही मला अशाच आनंद देतात. त्यातला जातिवंत जिव्हाळा वाङ्‌मयात विरळाच आढळतो. गावाला गेलेल्या मित्राच्या खोलीवरून ते जाऊ लागले, की त्यांची पावले जागच्या जागी थबकतात. त्यांचे मन गुणगुणू लागते-

देशाविषयी गोष्टी बोलत येथे
बसलो, विसरुनि कितीदा निद्रेते,
श्वासी अमुचे श्वास मिळाले तेव्हा,
अश्रूमध्ये अश्रू गळाले तेव्हा

आपले कोकणातले खेडे सोडून विद्याभ्यासाकरिता ते पुण्याला येतात. पण रात्र झाली की त्यांचे मन एखाद्या पाखराप्रमाणे भुर्रकन उडून जाते आणि कोकणातल्या आपल्या घराभोवती घिरट्या घालू लागते. ‘गोष्टी घराकडील मी वदता गड्या रे’ ही त्यांची कविता बाह्यतः किती साधी आहे, पण तिचे अंतरंग पाहिले म्हणजे डोंगराच्या पोटातल्या सुंदर लेण्याची आठवण होते. या कवितेच्या जोडीने ‘सिंहावलोकन’ ही त्यांची कविता वाचावी. या कवितेत कवी आपल्या गत आयुष्याचा आढावा घेत आहे. प्रथम त्याच्या काही सुखस्मृती चाळवल्या जातात. ती सुखे पुन्हा मिळणार नाहीत म्हणून त्याचे मन हुरहुरते. पण नंतर त्या हुरहुरीपेक्षा दुसरीच एक भावना अधिक प्रबळ होते. जे बोलायला नको होते, पण तोंडातून निघून गेले होते असे कटू शब्द; जी करायला नको होती, पण हातून घडून गेली होती अशी इतरांना तापदायक झालेली कृत्ये, आपल्या चुकांमुळे प्रिय माणसांची दुखावलेली मने

आणि त्यांच्या डोळ्यात उभी राहिलेली आसवे, या साऱ्या गोष्टी कवीच्या डोळ्यांसमोर उभ्या राहतात. त्याचे तर त्याला दुःख होतेच, पण त्याला अधिक दुःख होते ते एका निराळ्याच गोष्टीचे. ती म्हणजे या चुका कळायला लागल्यानंतर, किंबहुना असे वागायचे नाही असा पुनःपुन्हा निश्चय केल्यानंतरही त्याच त्याच चुका पुन्हा आपल्या हातून घडत गेल्या, ही होय. मनुष्यस्वभावाचे किती मर्मभेदक चित्रण आहे हे! जगातल्या अनेक दुःखांचा उगम केशवसुतांनी या कवितेत हृदयस्पर्शी पद्धतीने उघड करून दाखविला आहे. आपणा सर्वांना चांगले होण्याची इच्छा असते, पण शक्ती नसते. ती शक्ती मिळविण्याकरिता प्रवाहाविरुद्ध पोहण्याची हिंमत अंगी असावी लागते. हजारात एखादाच ती धडपड करतो. बाकीचे प्रवाहपतित होतात. ते चांगले होण्याची इच्छा बाळगतात. पण शेवटपर्यंत हातून होणाऱ्या वाइटाबद्दल खंत करत बसतात.

तुकाराम आणि केशवसुत यांच्या काव्याचा मी भक्त झालो तो काही केवळ वरील गुणांमुळे नव्हे. असामान्य कवी असूनही हे दोघे सामान्य माणसाचे खरेखुरे प्रतिनिधी आहेत. त्यांची सुखदुःखे त्यांनी अनुभवली आहेत. त्यामुळे त्यांच्या कवितेतून होणारे जीवनदर्शन मला नेहमीच जिवंत आणि प्रेरक वाटते. या जीवनदर्शनात व्यक्तिजीवनाप्रमाणे समाजजीवनाची प्रतिबिंबेही आहेत. दोघेही आत्मनिष्ठ कवी. पण त्यांच्या आत्मनिष्ठेने समाजाकडे पाठ फिरविलेली नाही. व्यक्तीचे जग आणि भोवतालचे जग यांच्या संगमातून आणि संघर्षातून जीवन विकसित होत असते, हे त्यांना पुरेपूर ठाऊक आहे. म्हणूनच, 'बरे झाले देवा बाईल कर्कशा। बरी हे दुर्दशा जनामध्ये।।' असे उद्गार काढणारे तुकोबा तितक्याच सहजपणाने म्हणतात, 'कलियुगी घरोघरी संत झाले फार। वितिभरी पोटासाठी हिंडती दारोदार।।' प्रौढपणीसुद्धा मातृवियोगाने व्याकूळ होणारे केशवसुत 'वैर तयांना जे गरिबी शिकवितात बालांस' असे खड्या सुरात बजावतात, याचे कारण हेच आहे. या दोन्ही कवींच्या सामाजिक मनाचे संवेदन व्यक्तिमनाइतकेच कोमल व तरल आहे.

पण ज्याला आपण जीवन म्हणतो, त्याचा बराचसा भाग वैयक्तिक आणि सामाजिक अनुभूतींनी व्यापलेला असला तरी त्याच्या पलीकडे एक रम्य अज्ञात प्रदेश असतोच. त्या प्रदेशात संचार करण्याचे सामर्थ्य फार थोड्या कवींमध्ये असते. जीवनाची विचित्र गुंतागुंत असो, त्यातले भव्य अथवा भीषण नाट्य असो किंवा त्याच्या अंतिम स्वरूपाची जाणीव असो, या अज्ञात प्रदेशात प्रवेश करणाऱ्या प्रतिभेलाच जीवनाच्या यथार्थ स्वरूपाचे आकलन करता येते. 'लहानपण दे गा देवा', 'काय बा करिसी, सोवळेओवळे', 'जन हे सुखाचे दिल्याघेतल्याचे', 'भंगलिया चित्ता, न ये काशाने सांधिता', 'नाही देवापाशी, मोक्षाचे गाठोळे' अशा ओळी तुकोबांच्या गाथेत आपल्याला वारंवार आढळतात. त्या प्रत्येक ओळीमागे

केवढी दाहक अनुभूती आहे, जीवनाच्या सत्य स्वरूपाची किती तीव्र जाणीव आहे!

तुकोबांप्रमाणे केशवसुतही जीवनाच्या स्वरूपाविषयी निःशंक आहेत. ते उपवन नसून समरांगण आहे, ही जाणीव त्यांच्या काव्यात वारंवार प्रकट झाली आहे. जगातली दुःखे काही आजच निर्माण झालेली नाहीत. मंगल आणि अमंगल यांचा झगडा सनातन आहे. त्यांची बाह्यस्वरूपे बदलत असतील, त्यांच्या हातातल्या हत्यारात फरक पडत असेल! पण त्यांचा कलह सनातन आहे. मात्र जगाच्या या सत्य स्वरूपाची पूर्ण कल्पना आली असूनही केशवसुत सहसा निराश होत नाहीत.

आपल्या भोवतालच्या जीवनातली कुरूपता, अमंगलता आणि आत्म्याची बधिरता त्यांना तीव्रतेने जाणवते. ही स्थिती पालटावी म्हणून, व्यवहारवादी लोक कधीच धडपड करणार नाहीत, हेही ते जाणतात. पण या लोकांचा वर्ग संख्येने कितीही मोठा असला तरी संत, कवी, वीर व शास्त्रज्ञ यांच्या ध्येयवादी प्रवृत्ती या वर्गाशी झुंज घेत आल्या आहेत; त्यांनी जीवनातली कुरूपता आणि अमंगलता अंशतः का होईना दूर केली आहे, या गोष्टीवर त्यांची श्रद्धा आहे. म्हणूनच साऱ्या ध्येयवादी लोकांच्या तोंडी शोभतील, असे कटू सत्याने काजळलेले, पण आशावादाने उजळलेले पुढील उद्गार केशवसुत काढतात-

'अमुचा पेला दुःखाचा
डोळे मिटुनी प्यायाचा;
पिता बुडाशी गाळ दिसे,
त्या अनुभव हे नाव असे!
फेकुनि द्या तो जगावरी,
अमृत होऊ तो कुणातरी!'

(मुंबई नभोवाणी केंद्रावरून झालेले भाषण : नभोवाणीच्या सौजन्याने)

◆

परकीय संस्कारांमुळे कवितेत परिवर्तन

इंग्रजी अंमल सुरू होण्यापूर्वीचे मराठी वाङ्मय मुख्यतः काव्यत्मक होते. या काव्यातला काही भाग स्फुरलेला आहे, काही रचलेला आहे. संतकाव्य आणि पंडितकविता हे या प्राचीन कवितेचे दोन मुख्य प्रवाह होत. हे दोन्ही प्रवाह या देशाच्या मातीतून आणि मनातून, भारतीय संस्कृतीमुळे जनतेला जिव्हाळ्याच्या वाटणाऱ्या आध्यात्मिक विषयातून आणि पौराणिक कथाप्रसंगातून निर्माण झाले होते. शाहिरी कवने हा या जुन्या कवितेचा लहान असा तिसरा प्रवाह. शृंगाराला प्राधान्य देणाऱ्या शाहिरांच्या कवनांना मराठ्यांची मर्दुमकी आणि मुलुखगिरी यांची पार्श्वभूमी लाभल्यामुळे त्यांच्यात एक प्रकारची आधुनिकता जाणवते. पण शाहिरांच्या देवादिकांवरल्या लावण्या वाचल्या किंवा त्यांच्या काव्यांतून अधूनमधून सूचित होणारा पारमार्थिक उपदेश पाहिला म्हणजे या पंथांतल्या कविमनावरही जुन्या जीवनमूल्यांचे संस्कार किती प्रभुत्व गाजवीत होते, याची थोडीशी कल्पना येते. मुसलमानी अमलाचा परिणाम आणि भारतीय संस्कृतीचा प्रभाव यांचे मोठे विलक्षण मिश्रण शाहिरी कवितेत आढळते.

इंग्रजी राज्याच्या हातात हात घालूनच पाश्चात्त्य संस्कृतीने महाराष्ट्राच्या जीवनात प्रवेश केला. शतकानुशतके स्थिर झालेली जुनी जीवनमूल्ये पारखून पाहण्याची इच्छा त्याच्या सामाजिक मनात निर्माण झाली; ती हळूहळू बळावली. वाङ्मय, इतिहास, तत्त्वज्ञान इत्यादी क्षेत्रांतले पाश्चात्त्यांचे प्रयोग आणि पराक्रम आपले डोळे दिपवून सोडू लागले. दोन संस्कृतींच्या संघर्षामुळे जीवनाच्या सर्व क्षेत्रांत संक्रमण सुरू झाले.

अनुवाद, अनुकरण वगैरे मार्गांनी मराठी काव्यात हे संक्रमण प्रथम दिसू लागले. १८८०-९० या दशकात त्याचे स्वतंत्र स्वरूप स्पष्ट झाले. टिळक आणि केशवसुत हे या परिवर्तनाचे प्रमुख प्रतिनिधी होत. त्यांच्या कविता वाचल्या की

इंग्रजी काव्याच्या परिशीलनामुळे मराठी कवितेच्या केवळ बाह्यांगातच नव्हे तर तिच्या अंतरंगातही कोणकोणते बदल घडून येत होते, हे सहज लक्षात येते.

प्राचीन मराठी कवितेवर परलोक, परमार्थ आणि परमेश्वर यांचा फार मोठा पगडा होता. साहजिकच व्यक्तीच्या ऐहिक सुखदुःखांना व सांसारिक भावभावनांना तिच्यात सहसा स्थान मिळाले नाही. ज्ञानदेवांपासून मोरोपंतांपर्यंतच्या दीर्घ काळात महाराष्ट्रात अनेक भयंकर दुष्काळ पडले असतील! खुद्द तुकोबा या आपत्तीतून भाजून निघाल्याचे आपण त्यांच्या चरित्रात वाचतो. पण त्यांच्या कवितेत या दारुण ऐहिक अनुभूतीचे प्रतिबिंब किती अस्पष्ट पडले आहे! 'मजुरांवर उपासमारीची पाळी' ही केशवसुतांची कविता वाचताना याच्या उलट अनुभव येतो. कवी मध्यम वर्गातला. उपासमारीच्या यातना त्याने प्रत्यक्ष अनुभवलेल्या नाहीत. पण उभ्या दिवसात कवडीचीही कमाई न करता आल्यामुळे कष्टी झालेल्या मजुराच्या मनाशी तो समरस होतो आणि त्याचे दुःख तो हृदयस्पर्शी रीतीने व्यक्त करून दाखवतो. केशवसुतांचा हा मजूर आपली बायको उपाशी मुलांची कशी समजूत घालत असेल याची कल्पना करत असताना म्हणतो,

घेवोनि चारा आपुल्या पिलांप्रती
पक्षी जसे हे घरट्यास चालती
घेवोनि अन्ना, तुमचा तसा पिता
येईल तो लौकरि हो, रडू नका.
हे लाडके! आणिक लाडक्यांनो!
दावू तुम्हा तोंड कसे फिरोन?
जन्मास मी काय म्हणोनि आलो?
येताच वा का न मरोनि गेलो?

या श्लोकात यमकांकडे कवीचे दुर्लक्ष आहे. परंपरेने काव्यमय बनलेल्या कोमल शब्दांची गुंफण त्यात कुठेही नाही. अलंकारांची अथवा अन्य कुठल्याही बौद्धिक चमत्कृती इथे नाहीत. पण असे असूनही ही रचना आपल्या अंतःकरणाला जाऊन भिडते, तिथे कालवाकालव निर्माण करते. दमयंतीचा त्याग करणाऱ्या दुर्दैवी नळराजाच्या शोकाइतकेच या मजुराचे दुःख उत्कट आहे. इतकेच नव्हे, तर ते सामान्य माणसाला अधिक जवळचे वाटण्याजोगे आहे. अद्भुतरम्यतेकडून वास्तवतेकडे वळणे, असामान्यापेक्षा सामान्यात असलेले सौंदर्य शोधणे, काल्पनिक स्वर्ग-नरकाच्या दृष्टीने जीवनाकडे न पाहता व्यक्तीच्या चिमण्या पण खऱ्याखुऱ्या सुखदुःखाच्या दृष्टीने त्याचा विचार करणे, हे टिळक-केशवसुतांच्या कवितेत दिसून येणाऱ्या क्रांतीचे मुख्य सूत्र आहे. 'बा रे पांडुरंगा केव्हा भेट देसी' या अभंगातली तुकोबांची आर्तता बालकवीला उद्देशून लिहिलेल्या 'पाखरा येशिल का परतून' या

टिळकांच्या कवितेतही उतरली आहे. मेघाला दूत करून त्याच्याबरोबर पत्नीला संदेश पाठवणाऱ्या यक्षापेक्षा नैर्ऋत्येकडून येणाऱ्या वाऱ्याचा स्पर्श होताच जन्मभूमीच्या हृदयंगम स्मृतींनी व्याकूळ होणाऱ्या केशवसुतांचे मन काय कमी काव्यमय आहे? प्राचीन कवितेत क्वचित एखाद्या प्राण्याचे वर्णन आले तर तो बहुधा राजद्वारात झुलणारा गजराज असायचा किंवा दिलीपासारख्या राजाची सत्त्वपरीक्षा घेणारा सिंह असायचा! तुम्ही-आम्ही ज्याच्या नाजूक आणि चंचल हालचालींकडे नेहमीच कौतुकाने पाहतो, त्या फुलपाखराचे रसभरित वर्णन जुन्या कवितेत कुठेही आढळणार नाही. पण केशवसुतांची प्रतिभा या चिमुकल्या फुलपाखराच्या दर्शनाने सहज जागृत होते. त्याच्या रम्य हालचालींचे वर्णन ते असे करतात-

तरल कल्पना जशी कवीची
सुंदर विषयावरुनी साची
भ्रमण करी, गति तशीच वाटे-
फुलपाखराची ।
वा मुग्धेची जैशी वृत्ति
पतिसहवासस्वप्नावर ती
विचरे फुलपाखराची तशी
हालचालही ती!

मराठी कवितेत ही जी क्रांती घडून आली, ती अंतर्बाह्य होती. या कवींचा जीवनविषयक दृष्टिकोन बदलला, त्यांची श्रद्धास्थाने निराळी झाली. प्राचीन आणि अर्वाचीन कवींच्या विषयात दोन ध्रुवांचे अंतर पडले. कवीच्या वर्णनशक्तीपेक्षा त्याची वृत्ती आणि विचारसंभारापेक्षा त्याच्या भावनेचा आविष्कार यांना काव्यात प्राधान्य आले. साहजिकच प्रदीर्घ रचनेची जागा स्फुट रचनेने घेतली; अक्षरवृत्ताचे वर्चस्व कमी होऊन मात्रावृत्तांना महत्त्व आले. वर्णनात्मक अथवा विचारात्मक कवितेचे आवाहन हृदयापेक्षा बुद्धीला अधिक असते. त्यामुळे प्राचीन कवितेत सर्व प्रकारच्या अलंकारांवर कवींचा भर असे. नव्या कवितेचे आवाहन मुख्यतः हृदयाला असल्यामुळे यमकासारख्या शब्दालंकारापासून सर्व प्रकारच्या अर्थालंकारापर्यंत बौद्धिक चमत्कृतींचे जे प्रस्थ होते ते कमी झाले. पिढ्यान्‌पिढ्या चालत आलेले सौंदर्याचे संकेत मागे पडले. कविमनाला येणारी नवी वैशिष्ट्यपूर्ण अनुभूती हा काव्यलेखनाचा आधार बनला. 'एक अमेरिकन मुलगी', 'गोष्टी घराकडील मी वदता गड्या रे', 'केवढे हे क्रौर्य', 'सिंहावलोकन' अशा टिळक-केशवसुतांच्या कितीतरी कविता या आत्मनिष्ठेमुळे अत्यंत सरस झाल्या आहेत. 'तुतारी', 'गोफण', 'नवा शिपाई' इत्यादी केशवसुतांच्या कवितांत जी सामाजिक बंडखोरपणाची वृत्ती प्रकट झाली आहे, तिचे मूळसुद्धा याच नव्या प्रवृत्तीत आढळेल.

अर्वाचीन मराठी कवितेतल्या या क्रांतीचे काही श्रेय या टिळक-केशवसुतांच्या भोवतालच्या परिस्थितीला दिलेच पाहिजे. त्या वेळी नवविचारांचे वारे सर्वत्र वाहत होते. पण काव्यामध्ये जो अंतर्बाह्य बदल झाला तो काही केवळ सामाजिक परिस्थितीमुळे नव्हे. कीट्स, शेले, बायरन, वर्डस्वर्थ, टेनिसन, ब्राऊनिंग इत्यादिकांच्या काव्यांचा परिचयच त्याला मुख्यतः कारणीभूत आहे. केशवसुतांच्या 'प्रणयकथना'पासून दत्तांच्या 'बघसी अंत किती राजसे'पर्यंत त्या काळच्या अनेक कवितांवर शेलेच्या 'Love`s Philosophy' या कल्पकतापूर्ण कवितेची छाया आहे. केशवसुतांच्या अनेक प्राथमिक कवितांना इंग्रजी कवितांचा आधार आहे. एवढेच नव्हे तर 'सतारीचे बोल' किंवा 'हरपले श्रेय' यांसारख्या त्यांच्या स्वतंत्र सुंदर कवितांनीसुद्धा- स्फूर्तीपुरते का होईना- इंग्रजी काव्याचे ऋण मान्य केलेच पाहिजे. टिळकांच्या कवितेतले शिशुप्रेम आणि सृष्टिप्रेम या काही नकली भावना नाहीत. पण त्यांच्या प्रतिभेच्या विकासाला वर्डस्वर्थची कविता व त्यांची काव्यविषयक मते यांचे निःसंशय साहाय्य झाले असावे. चंद्रशेखर हे टिळक-केशवसुतांच्या बरोबरीचे पंडित परंपरतेले कवी. पण त्यांनीसुद्धा काही स्फुट इंग्रजी कवितांची रूपांतरे केली आणि मिल्टनच्या दोन खंडकाव्यांना आपल्या मधुर शैलीने मराठी वेष चढविला. या कालखंडात स्वतंत्र व सुंदर रचना करण्याचे सामर्थ्य असलेले कवीही कधीकधी अनुवाद करत, याचे कारण एकच आहे; इंग्रजी कवितेने मराठी कवितेचा केवळ कायापालटच घडवून आणला नव्हता, तिच्या आत्म्याला विकासाच्या नव्या दिशाही त्या काव्याने दाखविल्या होत्या. 'सुनीता'सारखे अनेक काव्यप्रकार प्रथम केशवसुत-तांब्यांनी आणि नंतर यशवंत व माधव जूलियन यांनी मोठ्या हिरिरीने हाताळले याचे कारण हेच आहे.

कीट्स व बायरन यांच्यापेक्षा शेले आणि वर्डस्वर्थ यांचा परिणाम आधुनिक मराठी कवितेवर अधिक झाला आहे. संस्कृत काव्यामुळे कल्पकतेचे आपणास अद्यापि अधिक आकर्षण वाटते आणि भारतीय संस्कृतीमुळे तात्त्विकतेचे आवाहन आपल्या मनाला नेहमीच अधिक लवकर पोचते. त्यामुळेच या दोन कवींविषयी आधुनिक मराठी कवींना अधिक आपुलकी वाटली असावी.

बालकवी व गोविंदाग्रज या पुढच्या पिढीच्या कवींनी आपल्या विशिष्ट प्रतिभेचे संस्कार करून टिळक-केशवसुतांची परंपराच पुढे चालविली. कीट्सच्या सुकुमार काव्यकलेचा आढळ मराठीत फक्त बालकवींच्या काव्यातच होतो. या पिढीतल्या रेंदाळकरांसारख्या कवींनी इंग्रजी कवितांच्या आधारे काही रचना केली असली, तरी शेले-वर्डस्वर्थ यांच्यानंतरच्या कवींचा कुणीच कसोशीने परिचय करून घेतला नाही. 'माझा मृत्युलेख', 'चिंतातूर जंतू', 'फूल ना फुलाची पाकळी' या गडकऱ्यांच्या कविता वाचून मला हल्ली मोठी चुटपुट लागते. एमिली डिकिन्सन या अमेरिकन कवयित्रीच्या कवितेशी त्यांचा परिचय असता तर कल्पकता, कारुण्य, उपरोध

आणि मिस्कीलपणा यांचे सुंदर मिश्रण करून त्यांनी नव्या धर्तीची कविता सहज लिहिली असता, असे मला वाटते.

सन १९२० ते १९४० या कालखंडात गाजलेल्या कवींकडे पाहिले तर तांब्यांच्या पूर्ववयातील रचनेवर टेनिसनची छाया आहे असे दिसून येईल. अनंत काणेकरांच्या कवितांतला उपरोध हार्डीच्या कवितेची अस्पष्ट आठवण करून देतो. याच काळात उच्च दर्जाची ऐतिहासिक कविता लिहिणाऱ्या माधवांनी स्कॉट, मेकॉले वगैरेंच्या तशा प्रकारच्या रचनेचा अभ्यास केलेला दिसतो.

असे असले तरी या कालखंडातली बरीचशी कविता रविकिरण मंडळातल्या कवींनी आणि त्यांच्या पद्धतीने लिहिणाऱ्या अथवा त्यांचे अनुकरण करणाऱ्या इतर कवींनी लिहिली आहे. शैली, वृत्ते, रचना वगैरे बाबतींत यांच्यापैकी अनेकांनी नवेनवे प्रयोग करून पाहिले. त्यातले काही यशस्वीही झाले. केशवसुत, गोविंदाग्रज, बालकवी व तांबे यांच्या परंपराही या काळात माधव जूलियन, यशवंत, गिरीश, कुसुमाग्रज, बोरकर, कांत वगैरे कवींनी विकसित केल्या. पण माधव जूलियनांनी रूढ केलेली 'गज्जला'सारखी वृत्ते व त्यांना परिपोषक अशी काव्यरचना, हाच या काळात मराठी काव्यावर झालेला प्रमुख परकीय संस्कार आहे. व्हिटमनपासून हाऊसमनपर्यंतच्या अनेक कवींशी या काळातल्या कवींचा परिचय झाला असेल. पण त्या परिचयाचे मधुर प्रतिध्वनी अथवा त्याच्यामुळे झालेले स्वतंत्र निर्मितीचे स्फुरण या दोन्हींचाही आढळ १९२०-४० दरम्यानच्या कवितेत होत नाही.

नवकवी म्हणून गेली काही वर्षे ज्यांचा उल्लेख केला जातो त्यात मर्ढेकर, रेगे, भावे, विंदा करंदीकर, शरच्चंद्र मुक्तिबोध वगैरे कवी प्रमुख होत. गेल्या तपात मराठी कवितेचे स्वरूप पुन्हा झपाट्याने बदलू लागले आहे ही गोष्ट उघड आहे. या बदलाला वरील कवींपैकी काही कारणीभूत झाले आहेत हेही खरे आहे. उदाहरणार्थ, १९२०-४० मधल्या काळात चिरेबंदी अक्षरवृत्तांऐवजी अधिक मोकळ्या अशा मात्रावृत्तांतल्या जाती लोकप्रिय झाल्या. आता त्यांच्या जोडीला मुक्तछंद येऊन बसला आहे. मुक्तछंदाचा पुरस्कार अनिलांसारख्या कवींनी फार पूर्वीपासून केला होता हे खरे, पण त्याचा सर्रास वापर गेल्या दशकातच झाला. त्यामुळे त्याची शक्ती आणि त्याच्या मर्यादा स्पष्ट होत गेल्या.

मात्र या नव्या कवितेत जे काही नवे आहे त्याचा संबंध केवळ छंदाशी किंवा काव्याच्या दुसऱ्या कुठल्याही एखाद्या बाह्यांगाशी नाही. टिळक-केशवसुतांची कविता नव्या जीवनविषयक दृष्टिकोनामुळे प्राचीन कवितेपेक्षा जशी भिन्न झाली, तशी या नव्या कवींची कविताही गेली पन्नास-साठ वर्षे जिला आपण आधुनिक कविता म्हणत होतो तिच्याहून निराळी होऊ पाहत आहे. इलियट, एझ्रा पाउंड, रॉबर्ट फ्रॉस्ट वगैरे पाश्चात्त्य नवकवींचे काही विशेष- प्रसंगी वैगुण्येसुद्धा आमच्या

नवकवींनी उचलली आहेत. जीवनाच्या प्रत्येक क्षेत्रात एक प्रकारची सोराब-रुस्तुमी नेहमीच चाललेली असते. जुन्या पिढीने ज्याचा पुरस्कार केला असेल त्याच्याकडे पाठ फिरविण्यात नव्या पिढीला अनेकदा आनंद होत असतो. गेल्या दशकातल्या मराठी कवींमध्ये ही वृत्ती स्पष्टपणे दिसून येते. या मूर्तीभंजनाचा उगम इलियट-फ्रॉस्टमध्ये असो किंवा दुसऱ्या कशातही असो, मराठी काव्याच्या विकासाच्या दृष्टीने जे घडले ते इष्टच होते. काव्यविषयांपासून प्रतिमा-प्रतीकांपर्यंत जे सांकेतिकपणाचे शेवाळे मराठी कवितेवर दाटू लागले होते, ते नवकवींनी नाहीसे केले आहे. मार्क्स व फ्रॉईड यांच्या विचारसरणीचे गद्य ललित वाङ्मयावर झालेले आक्रमण पुढे काव्यावर व्हावे, हे स्वाभाविकच होते. नवकवींची अनेकदा दुर्बोध वाटणारी कविता हा नावीन्याचा एक अपरिहार्य परिणाम आहे, असेही म्हणता येईल. पण मर्ढेकरांसारख्या नवकवींच्या अग्रेसरातसुद्धा माझ्यासारख्याला जे वैगुण्य वाटते ते निराळेच आहे. दोन महायुद्धांच्या आघातांनी छिन्नविच्छिन्न झालेल्या पाश्चात्त्य मनाच्या विफलतेची आणि अगतिकतेची फार दाट छाया त्यांच्या कवितेवर पडली आहे. या नवकवींनी जुनी श्रद्धास्थाने सोडून दिली, यात काहीच गैर नाही. त्यांच्यापैकी विंदा करंदीकरांसारख्या कवींनी आपली नवी श्रद्धास्थाने निश्चित केली आहेत. त्यामुळे त्यांच्या काव्यातली विफलता पोकळीत तरंगत राहत नाही. 'माझ्या मना बन दगड' असे ते त्वेषाने म्हणत असले तरी नव्या देवाची मूर्ती घडविण्याकरताच त्यांना हा दगड हवा आहे हे उघड आहे. रणरणीत उन्हात पाटावरवंटा विकत जाणाऱ्या वडारणीचे वास्तवचित्र रेखाटून ते म्हणतात-

विसरून गेलो थिल्लर नटवे मीपण
सुखदुःखाच्या कृत्रिम आभासा, पण
दिव्य दृश्य जे माझ्यापुढती थाटे
पाहुनि ते, मज
श्रमदेवीचा साक्षात्कारच वाटे

पण सारी नवकविता अशी नाही. शरीरावर मात करणाऱ्या आत्म्याचे तिच्यात अनेकदा दर्शन होत नाही. अशा वेळी वाटते, टिळक-केशवसुतांनी जसे शेले-वर्डस्वर्थ पचविले, तसे इलियट आणि फ्रॉस्ट अजून आपल्या पचनी पडले नाहीत. नाहीतर 'The Road not taken' ही फ्रॉस्टची कविता, किंवा 'I had a lover`s quarrel with the world' ही त्याची स्वतःच्या मृत्युलेखाची ओळ यांचे मर्म नवकवींच्या रचनेत निश्चित प्रतिबिंबित झाले असते!

(मुंबई नभोवाणीवरून झालेले भाषण : नभोवाणीच्या सौजन्याने)

◆

कथामालेतूनच संस्कृतीचा उगम

साने गुरुजींचे लिहिणे हे उमाळ्याचे होते. लक्षावधी मुलांचे मन कसे विकास पावेल याची त्यांना सतत चिंता असे. त्यांची मनुष्यावर श्रद्धा होती हेच त्यांचे मोठेपण! त्यांना गरिबाविषयी, दीन-दलितांविषयी फार कळकळ वाटे. आपणाला साने गुरुजी कदाचित होता येणार नाही; परंतु अंत:करणाच्या कोपऱ्यात समाज बदलण्याचा, अज्ञान व दारिद्र्य नाहीसे करण्याचा आपण कधी विचार करतो का? ज्या मोठ्या लोकांचे स्मृतिदिन आपण साजरे करतो त्यांची इच्छा सफल करण्याचा कधी आपण प्रयत्न करतो का? त्यांना काय हवे होते, कशासाठी ते धडपडले, याचा विचार न करता त्यांचे केवळ स्मृतिदिन साजरे करणे यात काहीच अर्थ नाही.

स्वातंत्र्याचे वाढदिवस जे साजरे करतात ते तरी ते प्रामाणिकपणे साजरे करतात का? अजूनही आपल्यातील सुशिक्षितांनाही स्वातंत्र्याची कल्पना नाही. स्वातंत्र्य हे तर साने गुरुजींचे स्वप्न होते. राजकीय स्वातंत्र्य मिळवणे हे सोपे होते; परंतु देश नव्या रीतीने बांधणे हे स्वातंत्र्य मिळवण्यापेक्षाही कठीण कार्य आहे. दारिद्र्य, विषमता, निरक्षरता या साऱ्याच गोष्टी काही सरकार नाहीशा करू शकत नाही. सरकारबरोबर समाज बांधण्याचा प्रत्येक स्त्री-पुरुषाने आज निर्धार केला पाहिजे. प्रत्येकाने आपली बुद्धिमत्ता आपल्या नेत्रापुरती जरी प्रामाणिकपणे वापरली तरी त्यातूनही देशाचा कितीतरी फायदा होईल.

सध्याच्या राजकारणात दोष असतीलही, परंतु राज्यकारभार हाकणे आज फार अवघड झाले आहे. आपल्या जीवनात हरघडी प्रत्ययास येणाऱ्या प्रश्नांचा विचार आज किती जण करतात? स्वातंत्र्याच्या काळात प्रथमपुरुष कमी व द्वितीयपुरुषच जास्त झालेले आहेत. साक्षरता प्रसार करा म्हणून सांगणारे आज पुष्कळ आहेत

पण स्वतः होऊन तसा प्रयत्न आज किती जण करतात? स्वातंत्र्यानंतरच्या पिढीचे आज हेच काम आहे. सबंध देशाला साक्षर करणे, नवसमाज निर्माण करणे हे नव्या पिढीचे काम आहे. ज्ञान-विज्ञान विकसित व्हावयास पाहिजे असेल तर स्वातंत्र्याच्या चळवळींत जसा उत्साह होता, तसा उत्साह समाज बांधण्याच्या कार्यात आज अत्यंत आवश्यक आहे.

मनुष्य मनात आणील तर या जगातील सारी दुःखे तो नाहीशी करू शकेल. बुद्धी आणि भावना लाभल्याने मनुष्य पशू-पक्ष्यांपेक्षा वेगळा आहे. चुकीची क्षमा करणे ही मनुष्याची वरची पातळी आहे. मनुष्य पशूसारखा वागतो त्या वेळी अनेक चुका करतो हे खरे, परंतु जेव्हा तो देवासारखा वागतो, तेव्हा तो प्रेमाने वागत असतो. मनुष्य हा देवाकडे जाणारा प्राणी आहे.

कथामालेतूनच भारतीय संस्कृतीचा उगम झालेला आहे, हे आपण विसरता कामा नये. आपली संस्कृती रामायण आणि महाभारतातून लाभली आहे. रामायणात तर फार मूल्ये आहेत. धर्म अनेक गोष्टींतून शिकता येतो. त्यासाठी नानाविध गोष्टी आपण वाचल्या पाहिजेत. अभ्यासल्या पाहिजेत. माणूस गोष्टींत बुडून गेला की तो 'मनुष्य' बनत असतो. गोष्टी सांगण्याचे क्षेत्र तर फारच व्यापक आहे. कथामाला नेहमीच सुरू राहिली पाहिजे. त्यातूनच मुलांचा आपोआप विकास होईल.

◆

मांगल्य हेच साहित्याचे अधिष्ठान हवे

आम्ही यापुढे आमची साहित्य संमेलने शहरात न भरवता अशा रम्य ठिकाणी भरवली तर किती उत्तम होईल! शहरातील गर्दीत एक प्रकारचा परकेपणा वाटतो. आज महाराष्ट्रातच मराठी लोकांच्या हृदयात जिवंत आत्मा जर कुठे असेल तर तो आमच्या खेड्यात आहे. देशाचे- महाराष्ट्राचे कर्तृत्व, श्रम, हृदय जर कुठे असेल तर ते शहरात नाही खेड्यातच आहे. यांत्रिक सुधारणांनी शहरे फोफावत असतील पण महाराष्ट्राची सुप्त शक्ती मात्र अद्याप खेड्यातच आहे. अशाच एखाद्या खेड्यात साहित्यिकांनी जमून एकमेकांची सुखदुःखे समजून घेऊन त्यात भागही घेतला पाहिजे. आम्ही साहित्यिकांनी, ज्याला महाराष्ट्र म्हणतात त्याचे हृदय किती प्रमाणात व्यक्त केले आहे, याबद्दल मला शंका आहे. ही शंका खुद्द माझ्या साहित्याबद्दलही वाटते आहे. ग्रामीण महाराष्ट्राची सुखदुःखे आणि अडीअडचणी, त्यांची सुखस्वप्ने मी किती साकार करू शकलो याबद्दल शंका वाटते आहे. सामाजिक विषमतेच्या दुःखाची जाणीव निर्माण होऊन ती आम्ही आमच्या साहित्यातून मांडली असतीलही, पण खेड्यातील मातीशी समरस होऊन त्या मातीचा सुगंध आमच्यापैकी किती साहित्यिकांना कळला आणि आम्ही तो सांगू शकलो, याबद्दल मला शंका आहे.

आमच्या वेळची पिढी

आमच्या वेळची साहित्यिकांची पिढी ही इंग्रजी राजवटीतील आहे. पारतंत्र्याच्या शृंखला तोडणे, हा त्या वेळचा मुख्य उद्देश होता. मराठी साहित्यिक हा जीवनापासून- देशाच्या जीवनापासून लांब राहू शकतच नाही. मराठी संतांच्या वाङ्मयाची बैठक जरी अध्यात्माची असली तरी संत हे नेहमी समाजाभिमुखच होते. ज्ञानेश्वर, तुकाराम

यांचे वाङ्मय काही समाजाला क्षणभर रिझवण्यासाठी निर्माण झालेले नाही; ते केवळ समाजाच्या कल्याणासाठीच आपली बुद्धी वापरत आले. एखाद्या मराठी साहित्यिकाला खोलीत कोंडून घातले आणि आजच्या संयुक्त महाराष्ट्राच्या प्रश्नावर एक गोष्ट लिही अशी सक्ती केली, तर त्याला तशी गोष्ट लिहिता येणार नाही. त्या प्रश्नाने माझे हृदय जर रक्तबंबाळ झाले असेल तरच मी त्या प्रश्नावर लिहू शकेन. बक्षिसाच्या मोहानेही कोणी लिहू शकणार नाही. गोष्ट लिहिली जाईल, पण ती बक्षिसासाठी होईल; खरी गोष्ट होणार नाही. समाजाभिमुख झाल्यानंतरच माणसाच्या मनात विचार, भावना निर्माण होऊ शकतात. साहित्यिकाने समाजाच्या सुखदुःखाशी समरस होण्याची आवश्यकता आहे. साहित्यनिर्मिता- कलानिर्मिती ही भीतीने, सक्तीने निर्माण होणार नाही. साहित्य हा त्या लेखकाच्या हृदयाचा आविष्कार असतो. त्या आविष्काराला तो अनेक रूपे देतो. समाजाशी संबंध नसलेल्या गोष्टी तो लिहितो हे खोटे आहे. दुसऱ्याची दुःखे स्वतःच्या मनाने जाणण्याची कला त्याला साध्य असते आणि कवी किंवा साहित्यिक आपल्या साधनांनी ती दुःखे जनतेपुढे मांडतो.

कै. देवल आणि कै. खाडिलकर

पन्नास वर्षांपूर्वी देवलांनी 'शारदा' नाटक लिहिले. त्या वेळच्या परिस्थितीत बाला-वृद्ध विवाह सहज होत असत. स्त्रियांच्या बाबतीत रूढीने जे अनेक अन्याय निर्माण करून ठेवले आहेत, त्यांतीलच तो एक प्रकार होता. स्त्रियांचे हे दुःख नवीन नव्हते. देवलांपूर्वीही अनेकांनी हे दुःख पाहिले असेल. खुद्द देवलांनाही या दुःखाची जाणीव त्यापूर्वीच झालेली असेल; पण एक दिवस त्यांना वृद्ध-बाला विवाहाची ती वार्ता कळली आणि त्या अन्यायाविरुद्ध देवलांचे मन पेटून उठले. देवलांच्याजवळ त्यापूर्वी कला नव्हती असे नाही. जी वार्ता ऐकून देवल अस्वस्थ झाले त्या वार्तेतील ती मुलगी देवलांनी पाहिलेलीसुद्धा नव्हती. पण बारा-चौदा वर्षे वयाची एक कोवळी मुलगी आणि तिचा वृद्धाबरोबर होणारा विवाह या घटनेने देवलांचे मन उफाळून, संतापून आले आणि त्यातून 'शारदा' निर्माण झाली. 'शारदा' हे नाटक मराठीतील कलेच्या दृष्टीने उत्कृष्ट दहा नाटकांतील पहिल्या तीन नाटकांपैकी एक आहे. केवळ एक सुंदर नाटक लिहायचे म्हणून देवलांनी ते लिहिलेले नाही.

दक्षिण सातारा हा ध्येयवादी भाग

महाराष्ट्रातील ध्येयवादी भागात दक्षिण सातारा हा जिल्हा आहे. या जिल्ह्याने उभ्या महाराष्ट्रात अनेक ध्येयवादी लोक निर्माण केले याचा मला सतत अभिमान

वाटतो. देवल-खाडिलकरांसारखे ध्येयवादी नाटककार दक्षिण सातारा जिल्ह्यातच निर्माण होऊ शकतात. शंभर-दोनशे वर्षे जातील, तुम्ही आणि मी त्या वेळी नसू, सदानंद साहित्य मंडळाचे शंभरावे किंवा दोनशेवे स्नेहसंमेलन असेल, पण देवल-खाडिलकरांच्या नाटकांची पुस्तके जाणार नाहीत. त्यांना अमरत्व आले आहे. खाडिलकरांचे 'भाऊबंदकी' नाटक घ्या. कलावंत म्हणून खाडिलकरांना या नाटकाची स्फूर्ती झाली नाही, तर सुरत काँग्रेसपासून निर्माण झालेली देशातील भाऊबंदकी पाहून त्यांनी हे नाटक लिहिले. सांगलीस हे नाटक लागले तर औदुंबराहून चालत जाऊन पाहण्यास विसरू नका.

खाडिलकरांनी 'भाऊबंदकी' नाटक ज्या काळात लिहिले, त्या काळात लिहिली जात होती तसली नाटके आता कुठे महाराष्ट्राबाहेर लिहिण्यास सुरुवात झाली आहे. खाडिलकरांच्या नाटकाचा उगम आत्मनिष्ठेतून झाला नाही, तर त्या वेळची सर्व पिढीच ध्येयवादी होती. आज संयुक्त महाराष्ट्राच्या प्रश्नावर महाराष्ट्रात 'भाऊबंदकी' नाटकाच्या वेळेचीच परिस्थिती निर्माण झाली असून, खाडिलकरांसारख्या नाटककाराची आज पुन्हा आवश्यकता निर्माण झाली आहे. महाराष्ट्राला परमेश्वराने काही वरदाने दिली आहेत, तसेच काही शापही दिले आहेत आणि भाऊबंदकी हा त्यातीलच एक शाप असून तो आज संयुक्त महाराष्ट्राच्या बाबतीत बाधला आहे. नारायणरावाच्या खुनाच्या विषयावर खाडिलकरांना नाटक लिहायचे नव्हते. नाट्यतंत्राच्या दृष्टीने कोणताही नाटककार पहिल्या अंकात खून करणार नाही. कारण पहिल्या अंकातच खून केल्यावर मग पुढच्या ४-५ अंकांत काय लिहायचे? शेक्सपिअरसारखा विख्यात नाटककारही असल्या धाडसास तयार झालेला नाही.

मुला-मुलींची लग्ने लावणारी कथानके म्हणजे साहित्य नव्हे. ज्याच्या साहाय्याने राष्ट्रे घडविली जातात, समाजाला वळण लावले जाते, समाज तळापासून ढवळून टाकते ते खरे साहित्य. समाजाभिमुख न राहता मनातल्या गोष्टी खणून काढून साहित्यनिर्मिती करायची जी परंपरा गेल्या १०-१५ वर्षांत सुरू झालेली आहे, ती महाराष्ट्राची परंपरा नाही. ती टिळकांची नाही, आगरकरांची नाही, ज्ञानेश्वर-तुकारामांची नाही, हरिभाऊ आपटे आणि गडकरी यांचीही परंपरा नाही. दोन महायुद्धांमुळे युरोपात जो कुलक्षय झाला होता, जी बिकट अशी आर्थिक स्थिती निर्माण झाली होती, मुला-मुलींना जोडीदाराच्या अभावी लग्न करणे अशक्य झाले होते, तेव्हाच्या त्या स्थितीबाबत तिकडच्या काही बातमीदारांनी वर्णन केल्याप्रमाणे एका सिगारेटसाठीही देहविक्रय चाले. त्या परिस्थितीवर संतापून, चिडून जे लिहिले गेले ते आज आमच्या काही लोकांना आदर्शवत वाटत आहे. ते तसले वाङ्मय का लिहिले गेले याचा विचार करण्याची आवश्यकता या नवीन लेखकांना वाटत नाही.

साहित्याचे तंत्र युरोपात किंवा अमेरिकेत खूप पुढे गेले आहे हे मलाही मान्य

आहे. मी ते शिकण्यासही तयार आहे, पण साहित्याचा आत्मा कोणता हे जाणून त्याचे अनुकरण व्हावे, असे मी म्हणतो. समाजाच्या परिस्थितीची छाया साहित्यात पाहिजे; आणि युरोपातच काय, आमच्या येथेही दुःखदारिद्र्य आहे. तरी आपल्या समाजाचा नीतीवर अद्यापही विश्वास आहे; त्यांच्यात तो नाही, या गोष्टीचा विचार केला पाहिजे. दोन महायुद्धांच्या हानीमुळे तेथे समाजजीवनात जी विफलता, नैराश्य निर्माण झाले त्याचे प्रतिबिंब त्या तसल्या वाङ्मयातून दिसते. माणसाचे मन सांगण्याच्या दृष्टीने तेथील साहित्य लिहिले जाते. पराभूत, पराजित असे तेथील लोक आहेत आणि मग प्रेम चंचल आहे हे तेथे सांगितले जाते. एक स्त्री आणि एकच पुरुष हे खोटे आहे, मनुष्यमात्र हा चंचल आणि व्यभिचारी आहे हे गृहीत धरले जाते. पण भारताच्या पाच हजार वर्षांच्या परंपरेशी हे विसंगत आहे. मंगल आणि अमंगल यांचे मनुष्य हे मिश्रण आहे, हे मला माहीत आहे; पण मनुष्यमात्राच्या ठिकाणी अमंगल प्रवृत्त्याच धिंगाणा घालत असतात, हे खोटे आहे.

फ्रॉईडच्या मोठेपणाचा बुडबुडा

मला हे माहीत आहे की फ्रॉईडच्या सिद्धान्तातून, संशोधनातूनच हे सर्व आले आहे. पण खुद्द फ्रॉईडचा मोठेपणा वीस वर्षांपूर्वी जो होता तेवढा आज राहिलेला नसून त्यावरील वाङ्मयही आता कमीकमीच होत चालले आहे. भारतीय संस्कृतीच्या पार्श्वभूमीवर उभे असलेले आम्ही साहित्यिक कितीही शास्त्रीय सुधारणा झाल्या तरी आमच्या संस्कृतीचे आमच्यावरील संस्कार विसरू शकत नाही.

एकच गोष्ट भारताच्या आणि पाश्चात्त्य संस्कृतीच्या दृष्टिकोनातून निरनिराळ्या प्रकारे कशी रंगवली जाते याचे उदाहरण म्हणून जातक कथेतील वासवदत्ताची गोष्ट पाहता येईल. मूळ कथेतील वासवदत्ता आसन्नमरणावस्थेत पडली असता नायक तिची सेवा करतो. याउलट पाश्चात्त्य कथेतील साधू वेश्येला जोगीण बनण्याचा उपदेश करून, ती जोगीण बनण्यास तयार होताच स्वतःच तिच्या मोहाने तिला परावृत्त करण्यास तयार होतो. जगणे व जगवणे ही भारतीय जीवनाची मूलतत्त्वे आहेत आणि जगवण्यात सर्व नीतिमूल्ये येतात. मंगलाची उपासना, पूजा हे भारतीय संस्कृतीचे वैशिष्ट्य आहे. पण आजच्या या नवीन साहित्यात अमंगल हे नेहमी मंगलावर प्रभुत्व गाजवते; असे हे नवीन तंत्र आहे. आज आपल्या देशाची-समाजाची परिस्थिती फार कठीण आहे. समाज आज एका कठीण ठिकाणी उभा आहे. आज आम्हाला नवीन राष्ट्र निर्माण करायचे आहे. भौतिकदृष्ट्या आम्हाला जगाबरोबर यायचे आहे; पण कोणत्याही स्थितीत आमच्या संस्कृतीतील मंगलावरील श्रद्धा आम्ही सोडता कामा नये.

उपनिषदांपासून विनोबांपर्यंत

'काळ'कर्ते शि.म.परांजपे आणि हरिभाऊ आपटे यांनी गौरवास्पद कार्य केले आहे. मराठी लेखक समाजाकडे पाठ फिरवून कधीही उभे राहिले नाहीत. मनुष्याच्या सर्व प्रवृत्त्या त्यांनी रंगविल्या; पण समाजाकडे पाठ फिरवण्याची प्रवृत्ती त्यात कधी दिसली नाही. आज आमच्या खेड्यापाड्यांचा उद्धार हा खरा महत्त्वाचा विषय आहे. आम्हाला खेडी नवीन वसवायची आहेत.

दोन वर्षांपूर्वी नोबेल पारितोषिक मिळविणारा हेमिंग्वे याने पारितोषिकाच्या त्या गोष्टीसाठी कोणत्या विषयाची निवड केली हे पाहणे जरुरीचे आहे. एक म्हातारा कोळी आणि त्याने माशाबरोबर दिलेली लढाई, हा तो विषय आहे. त्या गोष्टीत पंचवीस वर्षांत बदल झालेला नाही. मग त्या गोष्टीला ते पारितोषिक का मिळाले? तर समुद्रावर त्या म्हाताऱ्या कोळ्याने त्या माशाबरोबर जो सतत ऐंशी तास झगडा केला, त्यात त्या कथेचे थोरपण आहे. त्या लढ्यात जो आशावाद आहे, त्या आशावादाची गरज त्या देशांना आहे.

मनुष्य पराभव पावेल पण तो नाश पावणार नाही; मनुष्याबरोबरच त्याची माणुसकी मरणार नाही, हे आमचे भारतीय संस्कृतीचे वैशिष्ट्य आहे. माणुसकीवर कधी कधी दिव्याप्रमाणे काजळी चढते; पण माणुसकीचा दिवा त्यामुळे नष्ट होऊ शकत नाही. उपनिषदांपासून विनोबांपर्यंत सर्व जण आमच्यात माणुसकी द्या असे म्हणतात. त्या देशातील प्रश्न लक्षात घेऊन आम्हाला काय करायचे आहे?

आपल्याला आता समाजाची नवीन बांधणी करायची आहे आणि समाजबांधणीशी साहित्याचा निकटचा संबंध आहे. पारतंत्र्यानंतर आता राष्ट्राचे भवितव्य तुमच्या इच्छेप्रमाणे होणार आहे. पारतंत्र्यामुळे मराठी साहित्य एका मर्यादेत कोंडले गेले होते. आज देश एक नवीन स्वप्न पाहत आहे. हालचाल करत आहे.

ग्रामीण चित्रे म्हणजे कथा व लावण्याच का?

देशाबरोबरच साहित्याच्या पायातील शृंखलाही निघालेल्या आहेत. मराठी साहित्यात ग्रामीण चित्रे रंगवायची म्हणजे चित्रपटाला कथा आणि लावण्या पुरवणे नव्हे, तर आजच्या आमच्या खेड्यातील मुलगा पाश्चात्त्य देशातील भौतिक सुधारणा कशा होत आहेत तशा आपल्या येथे होण्याची स्वप्ने पाहत आहे; त्या स्वप्नांची चित्रे आजच्या ग्रामीण साहित्यातून यायला पाहिजेत. हरिभाऊ आपट्यांच्या वेळीच राजे आणि राजपुत्राच्या कथा संपल्या. हरिभाऊंनी सामाजिक कथानकांना आणि नायकांना जन्म दिला. व्यक्तींची स्वभावचित्रे हुबेहूब रेखाटणे आता पुढे गेले पाहिजे. यापुढे गाव व समाज बदलणार आहेत हे लेखकांनी प्रथम लक्षात घेतले पाहिजे आणि लिहिले पाहिजे. लेखक आणि रसिक वाचक यापुढे एकत्र यायला पाहिजेत.

तुमच्यात राहून, विचार करून, चिंतन करून मी यापुढे लिहिले पाहिजे. महाराष्ट्राची रसिकता फार थोर आहे. अगदी ज्ञानेश्वरांपासून काणेकरांपर्यंत सर्वांना रसिक महाराष्ट्राने योग्य ते मूल्य दिले आहे. परिस्थिती महाराष्ट्राच्या विरुद्ध जाईल, पण ती महाराष्ट्राला नेस्तनाबूत करू शकणार नाही. जिंजी, पानिपत ही उदाहरणे काय दाखवतात? पानिपतासारखा धक्का खाऊनही दहा वर्षांत अवघ्या सतरा वर्षांच्या पोराने- माधवरावाने- पुन्हा राज्याची घडी व्यवस्थित बसवली. पराभवातही महाराष्ट्र निराश होत नाही. मी आजच्या संयुक्त महाराष्ट्राच्या प्रश्नाला अनुलक्षून हे बोलत नाही. महाराष्ट्राचे बहिरंग बदलेल, त्याबद्दल माझी तक्रार नाही. आज तुमच्या डोक्यावर दिसणारे फेटे कदाचित दिसणार नाहीत. तुम्ही सुटात दिसाल त्याबद्दल माझी तक्रार नाही. विष्णुशास्त्र्यांची ती लठ्ठ पागोटेवजा पगडी आज राहिली नाही, पण त्यांच्यात असलेली त्यागाची ज्योत होती तेवढी उद्या बोडक्याने फिरणाऱ्या तरुणातही राहो, एवढेच मला म्हणायचे आहे.

आजचा आनंद

स्वातंत्र्यप्राप्तीचा आजचा आनंद म्हणजे दुर्धर रोगातून उठण्याचा आनंद आहे. अद्याप राष्ट्राला उभे राहण्याची, स्वतःच्या पायावर फिरण्याची शक्ती यायची आहे. त्यासाठी त्यागाचे शक्तिवर्धक टॉनिक पाहिजे. हा त्यागाचा वारसा महाराष्ट्राचाच आहे. राष्ट्रउभारणीच्या वेळी मनाचा गोंधळ उडू देऊ नका. आपला आत्मा शाबूत आहे, दुसराही जगू देत म्हणून धडपड आणि त्यासाठी त्याग करण्याची तयारी हे महाराष्ट्राचे वैशिष्ट्य आहे.

पावसाळ्यात कृष्णेला पूर येतो तसा सध्याच्या साहित्यात प्रेमाला पूर आला आहे. खरे प्रेम म्हणजे काय याचा कोणी विचार केलेला दिसत नाही. प्रेम हे शारीरिक आकर्षणातून निर्माण होत असेलही, पण मानवी जीवनात खऱ्या अर्थाने प्रेम विकसित होते तेव्हा त्याची परिणती त्यागात होते, असे भवभूतीने सांगितले आहे. रस्त्यातून जाणाऱ्या सुंदर मुलीस पाहून ताबडतोब प्रेम बसते हे आजच्या कथातील वर्णन खोटे आहे. राष्ट्राला स्वातंत्र्य प्राप्त झाल्यानंतर अनेक पथ्ये सांभाळावी लागतात. दुर्दैवाने स्वातंत्र्यप्राप्तीनंतरच्या गेल्या सात-आठ वर्षांत मराठी साहित्याने ही पथ्ये सांभाळली नाहीत. तरीही महाराष्ट्राचे हे भाग्य आहे की, इतर प्रांतांप्रमाणे सामाजिक सुधारणा, स्त्रीस्वातंत्र्य, समता वगैरे बाबतींत महाराष्ट्र मागासलेला नाही. नवीन लेखक मंडळींनी ही गोष्ट लक्षात ठेवली पाहिजे आणि देशाच्या या मंदिराचे स्वप्न साकार करण्यास खपले पाहिजे. शहरी साहित्याची, मध्यमवर्गीयांची साहित्याची मर्यादा आता संपत आली आहे. देश आणि समाज याच्या सुखदुःखाशी साहित्याने समरस व्हायला हवे. असे साहित्यिक उपक्रम लवकर पाहायला मिळोत.

मनुष्य भावनेवर जगतो. कुंतीने श्रीकृष्णाजवळ वर मागितला होता की, 'कृष्णा, विपदा राहू दे; कारण त्यामुळे तुझे सतत स्मरण होत जाईल.' तसे महाराष्ट्रावर संकटे खुशाल येवोत; पण त्यातून महाराष्ट्राचे एकी, धैर्य, कर्तृत्व हे गुणच प्रकट होवोत.

◆

◈

द्रष्टे समाजसुधारक आगरकर

वृक्ष उभा असतो तोपर्यंत त्याच्या खऱ्या उंचीची कल्पना येत नाही. तो कोसळून जमिनीवर पडला म्हणजे त्याची उंची डोळ्यांत भरते. माणसाच्या मोठेपणाच्या बाबतीतही असंच आहे. साधारणपणे मृत्यूनंतरच असाधारण व्यक्तीच्या कर्तृत्वाचं अपूर्वत्व समाजास नीट कळू लागतं. किंबहुना जसजसा अधिक काळ लोटतो तसतसं त्या कर्तृत्वाचं स्वरूप अधिक स्पष्ट होत जातं.

गेल्या शतकाच्या उत्तरार्धाच्या प्रारंभी जन्मलेले आगरकर अशा महाभागांपैकी एक होते. सन १८५६ मध्ये महाराष्ट्रात दोन बालके जन्माला आली. तीही एकाच महिन्यात. दोघेही पुढे जिवलग मित्र व्हायचे होते. नुसते जिवलग मित्रच नव्हे तर सार्वजनिक जीवनात त्यांनी कट्टर विरोधक व्हावं असा नियतीचा नाट्यपूर्ण संकेत होता. त्यातल्या एकाने 'स्वराज्य हा माझा जन्मसिद्ध हक्क आहे नि तो मी मिळवणारच' हा तेजस्वी मंत्र मुकी मेंढरं झालेल्या या देशातल्या लोकांना पढवला. स्वसुखावर हसतमुखाने निखारे ठेवून राजकीय स्वातंत्र्याची मुहूर्तमेढ रोवली. दुसऱ्यानं मनुष्याच्या सुखाचं ऐहिक वर्धन हा सार्वत्रिक भावी धर्मच आहे ही घोषणा करून या मानवधर्माच्या आड येणाऱ्या सर्व जीर्ण कल्पना भस्मसात करण्याकरता प्रचंड वाङ्मयीन यज्ञ आरंभला. पैशाची, प्रकृतीची, समाजाच्या रागलोभाची- कशाचीही पर्वा न करता आपलं यज्ञकुंड धगधगतं ठेवलं. शतकानुशतके तर्कशुद्ध विचाराला पारख्या झालेल्या समाजाच्या मनात बंडखोर बुद्धिवादाचं बीज रुजवलं. समतेच्या पायावर उभारल्या जाणाऱ्या समाजाच्या नीतीची वैचारिक पायाभरणी केली. त्या दोन महापुरुषांपैकी टिळकांचा लढा मुख्यतः राजकीय स्वरूपाचा होता. तो परकीयांशी होता. साहजिकच तो समाजाच्या आंतरिक आशा-आकांक्षांशी

मिळताजुळता होता. त्यामुळे टिळकांचं कार्य आणि जीवन हे अखेरपर्यंत अखिल भारतात मान्यता पावलं.

आगरकरांच्या लढ्याचं स्वरूप मूलतः सामाजिक होतं. तो लढा मुख्यतः स्वकीयांशी होता. रूढीग्रस्त समाजमनाला या लढ्याविषयी आपुलकी वाटणं अशक्य होतं. आमूलाग्र मानसिक परिवर्तन झाल्याशिवाय हा लढा समाजाच्या पचनी पडणं शक्य नाही. त्यातच आगरकरांना अगदी अकाली म्हणजे वयाच्या ३९ व्या वर्षी या जगाचा निरोप घ्यावा लागला. त्यामुळे त्यांचं कार्य मराठी मन आणि मराठी जीवन यांच्यापुरतं मर्यादित राहिलं. पण गेल्या शतकात भारतात होऊन गेलेल्या सर्व क्षेत्रांतील समाजसुधारकांकडे पाहिलं तर आगरकरांसारखा उदार वृत्तीचा, खंबीर लेखणीचा आणि बंडखोर विचारसरणीचा दुसरा सुधारक झाला नाही, असं मी म्हणेन. व्यक्तीच्या विकासाच्या आड येणाऱ्या कोणत्याही विचाराशी त्यांच्या लेखणीनं कधी तडजोड केली नाही. आंधळेपणानं, परंपरागत रूढींची पूजा करत राहिलेल्या समाजाला आणि जुन्या वाड्याची जुजबी डागडुजी करून त्यातून नवा बंगला उठवू पाहणाऱ्या दुबळ्या सुशिक्षितांना आमच्या स्मृती आम्हीच रचणार असं आगरकरांच्या निर्भय वृत्तीनं नि रोखठोक विचारानं, शब्दांनी दुसऱ्या कोणीही सुधारकांनी सुनावलं नाही.

दारिद्र्याचे चटके सोसत खरं तर ते लहानाचे मोठे झाले. विद्यार्जनाकरता त्यांनी अपार कष्ट उपसले. बी. ए. झाल्यावर आईला पाठविलेल्या पत्रात त्यांनी अगदी सहजपणानं लिहिलं, 'आपल्या मुलाच्या मोठाल्या परीक्षा झाल्या. आता त्याला मोठाल्या पगाराची नोकरी लागेल, माझे पांग फिटतील असं मनोरथ आई तू करीत असशील, पण मी आजच तुला सांगून टाकतो. विशेष संपत्तीची, विशेष सुखाची हाव न धरता मी पोटापुरत्या पैशावर संतोष मानून सर्व वेळ परहितार्थ खर्च करणार आहे.' या पत्रात व्यक्त झालेल्या परहिताच्या उत्कट ध्यासानं त्यांचं कार्यजीवन व लेखन सुगंधित झालेलं आहे.

लोकशिक्षण हेच देशहिताचं सर्वश्रेष्ठ साधन आहे, या निष्ठेनं त्यांनी 'न्यू इंग्लिश स्कूल' व 'फर्ग्युसन कॉलेज' या शिक्षण संस्थांच्या आणि 'केसरी' व 'मराठा' या वृत्तपत्रांच्या स्थापनेत व संचालनात प्रमुख भाग घेतला. 'केसरी'चे संपादक म्हणून डोंगरीच्या तुरुंगातील १०१ दिवसांचा सरकारी पाहुणचारही त्यांनी आनंदानं स्वीकारला. त्या तुरुंगातील कंटाळवाण्या रात्रीत ते देशाच्या प्रगतीची स्वप्नं पाहत राहिले. पण ज्या कार्यासाठी आगरकरांचा जन्म होता, त्याची ही सर्व पूर्वतयारी होती. सन १८८८ मध्ये त्यांनी स्वतंत्रपणे 'सुधारक' हे साप्ताहिक सुरू केलं आणि दीर्घ काळ जवळजवळ निश्चल होऊन राहिलेल्या समाजपरिवर्तनाची चक्रं महाराष्ट्रात वेगानं फिरू लागली.

'सुधारक' हा आगरकरांच्या जाज्वल्य मनोवृत्तीचा, प्रदीर्घ चिंतनाचा, विशुद्ध विवेकवादाचा आणि भोवतालच्या जडतेनं प्रक्षुब्ध झालेल्या आत्म्याचा आविष्कार होता. बाहेरच्या गुलामगिरीइतकी घरची गुलामगिरी व्यक्तीच्या उन्नतीला मारक होते आणि सामाजिक प्रगतीला विघातक ठरते, या जाणिवेतून 'सुधारक'चा जन्म झाला. बाळपणापासून आगरकर सामाजिक जीवनाची जी चित्र पाहत आले होते, ती अत्यंत उद्वेगजनक होती. धर्म धर्म म्हणून जीर्ण शीर्ण रूढींची फोलपटं पाखडीत बसलेला, पिढ्यान्‌पिढ्या परलोकावर नजर लावून इहलोकीचा प्रवास केल्यामुळे जीवनाचा अर्थ न कळाल्यामुळे संशोधनात ज्ञान विज्ञानात किंबहुना कुठल्याही प्रकारच्या विधायक पराक्रमात पाश्चात्त्य समाजाच्या शेकडो योजनं मागं पडलेला, अंधश्रद्धेच्या आहारी गेल्यामुळे न्यायबुद्धी बधिर झालेला, करुणेची भावना सुकून गेलेला आणि भौतिक प्रगतीच्या विशाल स्वप्नांना पूर्णपणे पारखा झालेला असा तो समाज होता. या समाजाला आगरकरांना जागृत करायचं होतं. त्याला अंध रूढीवादाकडून डोळस बुद्धिवादाकडे वळवायचं होतं. त्याच्या विवेक, बुद्धीवर आणि सद्‌भावनांवर चढलेला सारा गंज खरवडून काढायचा होता. म्हणूनच 'सुधारक' काढायचा हेतू समजावताना आगरकर म्हणतात, 'भारतीय समाजाचं हे झाड कसंतरी अजून उभं आहे. पण त्यात काही त्राण उरलेला नाही. ते आतून अगदी शुष्क होत आलं आहे. त्याचं खोड व फांद्या डळमळू लागल्या आहेत. त्याला आता असंच ठेवण्यात, त्यापासून नवीन शाखांचा उद्‌भव होऊन त्यात फिरून नवीन अवस्था आणण्यास एकच उपाय आहे. तो कोणता म्हणाल, तर त्याचं खूप खच्चीकरण करून त्यात अर्वाचीन कल्पनांचं भरपूर पाणी द्यायला हवं.' हे काम आगरकरांनी सतत सहा वर्षे 'सुधारका'तल्या निबंधांद्वारे केलं. तपश्चर्येला बसलेल्या उग्रमुनींच्या निष्ठेनं आपलं हे जीवनकार्य परमपवित्र कर्तव्य आहे या जाणिवेनं महिन्यांमागून महिने, वर्षांमागून वर्ष ते लिहीत राहिले. स्त्री-पुरुषांच्या पेहरावापासून ते देवादिकांच्या उत्पत्तीपर्यंत, बालविवाहापासून ते स्वयंवरापर्यंत, संमतीवयापासून घटस्फोटापर्यंत आणि ग्रहणापासून स्त्रीशिक्षणापर्यंतच्या सामाजिक जीवनाच्या सर्व अशा आचार-विचारांचा, प्रश्न-समस्यांचा त्यांनी आपल्या लेखनात परखडपणे परामर्श घेतला आहे.

बुद्धिवादाची बैठक, माणसाशी माणूस म्हणून वाटणारं प्रेम, समाजाच्या खऱ्याखुऱ्या प्रगतीची तळमळ, तर्कशुद्ध विचारसरणी, ओजस्वी शैली आणि सत्याकडे निर्भयपणे पाहण्याचं व आपणाला जाणवलेलं सत्य इतरांना निर्भयपणे सांगण्याचं धैर्य, यामुळे त्यांचे निबंध आजही आकर्षक व प्रेरक वाटतात. त्या निबंधांचा सजीवपणा पाहून वाचक विस्मित होतो. ज्या जडमूल समाजाला जागं करण्याकरता आगरकरांनी त्याच्या पाठीवर आपल्या प्रखर विचारांचे कोरडे ओढले त्या समाजाविषयीचा त्यांच्या काळजातला ओलावा या लेखनात पावलोपावली

प्रतिबिंबित झालेला आहे. त्यामुळे निखळ बुद्धिवादाची बैठक असूनही त्यांचं लेखन हृदयस्पर्शी वाटतं. 'सुधारक काढण्याचा हेतू', 'आमचं काय होणार?', 'आमचे दोष आम्हास कधी दिसू लागणार?', 'इष्ट असेल ते बोलणार व शक्य असेल ते करणार', 'सर्व सुशिक्षितांस विज्ञापना', 'गुलामांचं राष्ट्र', 'आमचं ग्रहण अजून सुटलेलं नाही', 'महाराष्ट्रीयास अनावृत पत्र' हे त्यांचे निबंध संभ्रमात सापडलेल्या आजच्या तरुण पिढीसही मार्गदर्शक होतील असे आहेत.

आगरकरांनी पुरस्कारलेल्या अनेक सुधारणा आता आपल्या अंगवळणी पडल्या आहेत. त्यामुळे स्कर्ट घालून वावरणाऱ्या आमच्या कॉलेज कन्यकांना बायकांनी जाकिटं घालावीत म्हणून लेखणी सरसावणाऱ्या आगरकरांचे किंवा कुठल्याही हॉटेलात सुटाबुटात सामिष भोजन करणाऱ्या तरुणांना त्यांच्या सोवळ्याओवळ्याच्या मीमांसेचे महत्त्व वाटणार नाही. पण या बाबतीत एक गोष्ट आवर्जून लक्षात ठेवली पाहिजे की, आगरकरांना निरर्थक यमनियमांच्या आणि आचार-विचारांच्या चौकटीत ठोकून ठोकून घट्ट बसवलेल्या समाजमनाला बंधमुक्त करायचं होतं. साहजिकच त्यांना सामाजिक सुधारणेच्या अनेक लहानमोठ्या बाह्य अंगांचं पुनःपुन्हा समर्थन करावं लागलं. मात्र त्यांची दृष्टी एवढ्यापुरती मर्यादित नव्हती. त्यांना सर्व सुधारणांना आधारभूत असलेल्या जीवनमूल्यांचे ते थोर उपासक होते. या मूल्यांतून निर्माण होणाऱ्या तत्त्वज्ञानाचे भाष्यकार म्हणून असलेली भूमिका त्यांनी कुठंही सोडलेली नाही. त्यामुळं त्यांचं सारं लेखन न्याय, करुणा आणि पराक्रम यांच्या त्रिवेणी संगमात पुनीत झालेल्या तत्त्वचिंतनात उजळलेलं आहे.

आगरकरांचं सामाजिक तत्त्वज्ञान सामान्य माणसाचं जीवन शूद्र मानत नाही. त्याच्यापुरतं ते जीवन असामान्यच असतं, ही त्याची धारणा आहे. हे तत्त्वज्ञान कुठल्याही ऐहिक सुखास तुच्छ लेखत नाही. उलट मानवतेचं ऐहिक सुखवर्धन हाच मनुष्यमात्राचा खराखुरा धर्म आहे, असं त्याचं प्रतिपादन आहे. मानव धर्म हा मनुष्याचा मानदंड आहे, मानवाची सदसद्विवेकबुद्धी ही जगातली सर्वश्रेष्ठ देवता आहे, आपलं जीवन जास्तीत जास्त सुखी करणं व त्यासाठी धडपड करणं, हा प्रत्येक व्यक्तीचा जन्मसिद्ध हक्क आहे, त्या हक्काच्या आड येणारी कोणतीही गोष्ट हा मानवतेला लागलेला कलंक आहे, जीवनात परोपकारासारखं दुसरं पुण्यकर्म नाही, परपीडेसारखं दुसरं पाप नाही, अशी आगरकरांच्या या तत्त्वज्ञानाची बैठक आहे.

खरा सुधारक जीवनाचा भक्त असतो. तो शब्दांचा, संकेतांचा, वास्तवात नसलेल्या रूढींचा कधीच गुलाम होत नसतो. म्हणूनच आपल्या काळातल्या जीवन खुंटवून टाकणाऱ्या दांभिक आणि सांकेतिक अशा किती कल्पनांवर आगरकरांनी प्रहार केला आहे. मात्र तो करत असताना नव्या समाजरचनेचं तत्त्वज्ञान त्यांनी

विशद करून सांगितलं. नव्या सामाजिक नीतीची नीटस मांडणी केली. तत्कालीन पांढरपेशा वर्गाच्या आचारविचारांवरच त्यांचा हातोडा मुख्यतः चालत असे; पण त्याचं कारण तो वर्गच त्या काळी साऱ्या समाजाचं प्रतिनिधित्व करत होता, हे आहे. पण आगरकर केवळ समकालीन समाजाचे टीकाकार व शिल्पकार नाहीत. ते भविष्याचे द्रष्टे व उद्‌गाते आहेत. निर्मळ लोकशाहीपासून ते स्वयंस्फूर्त कुटुंब नियोजनापर्यंत अनेक निकडीचे प्रश्न आपणापुढे उभे आहेत. त्या सर्व प्रश्नांना सत्तर-पाऊणशे वर्षांपूर्वी त्यांच्या लेखणीनं स्पर्श केला आहे हे पाहून आपणाला आश्चर्य वाटतं. आपल्या देशातल्या सुशिक्षितांनासुद्धा ज्या काळी मार्क्सचं नाव अपरिचित होतं, 'आहे रे' आणि 'नाही रे', पिळलेले व पिळणारे हे ईश्वरनिर्मित असल्यानं अटळ आहे, या कल्पनेला कवटाळून ज्या काळी समाज बसलेला होता, त्या काळात आगरकरांनी पुढील उद्‌गार काढले आहेत. 'विचार करणारे, उपभोग घेणारे व काम करणारे असे तीन ठळक वर्ग सांप्रत काळी प्रत्येक देशात दृष्टीस पडतात हे ते कारण नव्हे. हळूहळू प्रत्येक व्यक्तीस विचार, उपभोग आणि कामे ही समप्रमाणाने करावी लागून साऱ्यांच्या सुखदुःखांची इयत्ता सारखी होत जाणार आहे. जो जो ती तशी होत जाईल, तो तो खरी उन्नती होऊ लागली असे म्हणता येईल.'

आगरकरांनी पाहिलेलं हे सोनेरी सामाजिक स्वप्न त्याची केवळ शब्दफुलांनी पूजा करून कधीच साकार होणार नाही. वरवरच्या आर्थिक व सामाजिक सुधारणांनी ते सत्यात उतरणार नाही. ते वास्तवात उतरवण्याचा एकच मार्ग आहे. तो मार्ग म्हणजे निस्सीम त्यागाचा, निर्मल चारित्र्याचा, निर्भय बुद्धिवादाचा आणि निर्भय समाजप्रेमाचा आहे. त्या मार्गानं पडलेलं समाजाचं प्रत्येक पाऊल हेच आगरकरांचं उचित असं पुण्यस्मरण ठरेल.

◆

✧

कादंबरी लेखन हा वीज पकडण्याचा छंद

कादंबरी लेखनातील माझा पहिला प्रयोग म्हणजे कादंबरी लिहिण्याचा प्रयत्न करणे, हाच होता. हा प्रयोग अंगलट येणार असे मला वाटत होते. त्याला कारणेही तशीच होती. लहानपणापासून लेखक होण्याची जबरदस्त हौस होती मला. हौस कसली? वेडच होते म्हणतात ते! पण वयाच्या आठव्या वर्षापासून अठराव्या वर्षापर्यंत मला जी स्वप्ने पडत होती, त्यात मी कधीच कादंबरीकार झालो नाही. माझ्या प्रत्येक वाङ्मयीन स्वप्नात मी नाटककार होत असे. सांगलीत जन्माला आल्यामुळे देवल आणि खाडिलकर यांच्याप्रमाणे रंगभूमी गाजविण्याकरताच आपला जन्म आहे, असे माझ्या बालबुद्धीला वाटे. स्वप्नात माझ्या संकल्पित नाटकांच्या कोपऱ्या कोपऱ्यांवर लागलेल्या जाहिराती दिसत. कृष्णाकाठच्या मळ्यात सुंदर काळी कुळकुळीत वांगी आणि गोड लुसलुशीत कणसे पिकतात. त्या मातीत चांगले नाटककार निर्माण करण्याचाही गुण असावा, अशी माझी त्या वेळी समजूत होती. नाटककार होण्याची पूर्वतयारीही मी बालपणात केली होती. नगरवाचनालयातील झाडून सर्व नाटके वाचून काढणे, दोन आणे दराच्या पीटात बसून का होईना, शक्य तितकी नाटके पाहणे, दुध्या पेन्सिलीचे दर लावून बालमित्रांच्या मदतीने नाटके करणे आणि अशा नाट्यप्रयोगात जरुरीप्रमाणे कर्णापासून कैकयीपर्यंत हवी ती भूमिका घेणे, या सर्व गोष्टी मी वर्षानुवर्षे केल्या होत्या. पुण्याला कॉलेजात असताना गडकऱ्यांसारख्या थोर नाटककाराशी माझी ओळख झाली. त्यामुळे माझे नाटककार होण्याचे स्वप्न साधे न राहता अगदी सप्तरंगी झाले.

पण हे खरे व्हावे अशी देवाची इच्छा नव्हती. १०२० मध्ये शिक्षक म्हणून मी शिरोड्याला गेलो. दक्षिण कोकणाच्या अगदी दूरच्या कोपऱ्यात त्या चिमुकल्या

खेड्यात दशावतारी नाटकांखेरीज दुसरी नाटकं काही मला पाहायला मिळणे शक्य नव्हते. दुधाची तहान ताकावर भागावी ना, तसा नाटकांचा नाद सोडून मी कथा लिहू लागलो.

१९२५-२९ या चार वर्षांत माझ्या तीस-चाळीस कथा प्रसिद्ध झाल्या. कथाकार म्हणून मला लोक ओळखू लागले. कालच्या पेक्षा आज उंच उडी मारावी असे माणसाला नेहमी वाटते. मी तरी याला कुठून अपवाद असणार? कुणालाही न सांगता आपण एखादी कादंबरी लिहायला घ्यावी; ती बरी झाली तर इतरांना दाखवावी, नाही तर एक दिवस सारे कागद बंबात घालून चांगले अभ्यंग स्नान करावे, असा विचार माझ्या मनात घोळू लागला. याच सुमारास माझे स्नेही व प्रकाशक यांनी मला कादंबरी लिहिण्याचा आग्रह सुरू केला. 'म्हातारा आणि त्याचा बैल' ही इसापची गोष्ट मला पावलोपावली आठवू लागली. शेवटी बैल होण्यापेक्षा म्हातारा होणे बरे, असे मी ठरवले आणि कादंबरी लिहिण्याचे अभिवचन त्यांना दिले. या कन्यकेच्या जन्मापूर्वीच तिचे नाव मी निश्चित केले. ते होते- 'हृदयाची हाक'.

पण कादंबरीचे काय किंवा एखाद्या देणगीचे काय, अभिवचन देणे सोपे असते. ते पार पाडताना माणसाच्या नाकी नऊ येतात. ॲटम बॉम्बसारखे प्रयोग करणाऱ्या शास्त्रज्ञांना रात्री झोप येते की नाही मला ठाऊक नाही, पण कादंबरीलेखनाच्या त्या पहिल्या प्रयोगाने माझी मात्र झोप उडाली. माझ्या एका गुणी पण दुर्दैवी विद्यार्थिनीच्या दुःखी जीवनाने मी त्या वेळी बेचैन झालो होतो. ते सूत्र घेऊन मी कथा गुंफू लागलो. इतरही कच्चा मालमसाला मनात भरपूर साठला. पण काही केल्या माझी कादंबरी वेग घेईना. १९२९ साल होते ते. लेखनकलेतील तंत्रमंत्राची पुस्तके आजच्या इतकी त्या वेळी प्रचलित नव्हती. शिवाय केवळ पाकशास्त्राची पुस्तके वाचून कोणी चांगला स्वयंपाक करू शकत नाही, हे मला तेव्हाही कळत होते. कादंबरीचे नाव मी प्रकाशकांना कळवून चुकलो. त्यामुळे ती केव्हा पुरी होणार याविषयी त्यांच्याकडून वारंवार चौकशी होत होती. मी प्रसंगी थापा देत होतो. प्रसंगी वायदे करीत होतो. शेवटी ही कादंबरी पुरी झाल्यावर प्राण गेला तरी दुसरी कादंबरी लिहायच्या फंदात आपण पडायचे नाही, असा मनाशी निश्चय करून मी तिच्या लेखनाकरिता बैठक घातली.

मनातला मालमसाला नीट शिजल्यामुळे असो अथवा हे घोंगडे तसेच भिजत पडले तर झोपेच्या औषधांवर आपल्याला बराच खर्च करावा लागेल या भीतीमुळे असो, मी 'हृदयाची हाक' पुरी केली. ती लगेच प्रकाशित झाली. पहिलटकरणीचे नेहमीच जगात कौतुक होते, तसे माझेही झाले. तान्ह्या बाळाला दृष्ट लागू नये म्हणून त्याला गालबोट लावतात तोही अनुभव या कादंबरीला मिळाला. तिच्यावर

वाङ्मयचौर्याचा आरोप आला. ते चौर्यसुद्धा अस्सल देशी होते म्हणे. मराठीतल्याच एका सुप्रसिद्ध कादंबरीकाराची मी सही सही नक्कल केली, असे त्या काळच्या एका साहित्य फौजदाराचे म्हणणे होते.

माझी ही पहिली कादंबरी तिच्या पहिलेपणामुळेच माझ्या स्मरणात आहे. मात्र ती लिहिताना मला आलेला वैराग्याचा झटका ती प्रकाशित झाल्यावर पार कुठल्याकुठे पळून गेला. या कादंबरीने माझा आत्मविश्वास जागृत केला. एवढेच नव्हे तर टीकाकारांनी तिच्याविषयी चांगले उद्गार काढले असूनही तिच्यातल्या मला जाणवणाऱ्या अनेक दोषांनी मी अस्वस्थ होऊन गेलो. चांगली कादंबरी कशी असावी याचा मी अधिक खोल विचार करू लागलो.

हरिभाऊ आपटे, नाथमाधव, वा. म. जोशी, ना. ह. आपटे, ना. सी. फडके वगैरे लोकप्रिय कादंबरीकारांचे अनुकरण करण्याचा मार्ग मला मोकळा होता. पण कलेच्या क्षेत्रात अनुकरण म्हणजे आत्महत्याच होय, हे मला ठाऊक होते. साहजिकच जे आपल्याला टोचते किंवा बोचते, जे आपल्याला उल्हसित किंवा व्याकूळ करून सोडते, जे आपल्याला दैनंदिन जीवनाच्या चाकोरीतून झटकन वर उचलून अनुभूतीच्या विशाल पातळीवर घेऊन जाते, तेच आपण आपल्या कादंबरीत सांगितले पाहिजे, असे मला वाटू लागले. दहा वर्षे एका खेड्यात मी इंग्रजी शाळा चालवित होतो. नाना प्रकारचे कडू-गोड अनुभव मला नित्य येत होते. कुठलेही ध्येय दुरून किती सुंदर दिसते, पण तेच साध्य करण्याकरिता आपण धावू लागलो म्हणजे वाटेतल्या काट्याकुट्यांनी आपले पाय कसे रक्तबंबाळ होतात, याची कल्पना या काळात मला आली होती. या सर्व अनुभवांनी रंगलेली कादंबरी निर्जीव होणार नाही असे माझ्या मनाने घेतले. मी 'कांचनमृग' ही कादंबरी लिहिली. ध्येयवादी शिक्षक म्हणून खेड्यात जाणारा सुधाकर हा तिचा नायक झाला. दक्षिण कोकणच्या पार्श्वभूमीवर त्याची धडपड मी चित्रित केली. बालविधवेच्या पुनर्विवाहाचा प्रश्न १९०० सालच्या आसपास पुण्या-मुंबईच्या बाजूला जितका कठीण होता, तितकाच तो १९३० च्या सुमाराला कोकणात अवघड होता. सांगलीत बालपणी पाहिलेल्या अनेक करुण दृश्यांमुळे या प्रश्नाविषयी मला नेहमी मोठा जिव्हाळा वाटत आला होता. सुधा या बालविधवेला 'कांचनमृगा'ची नायिका करून मी तो प्रकट करण्याचा प्रयत्न केला.

ही कादंबरी लिहिता लिहिता एक गोष्ट मला पटली; ती म्हणजे कादंबरीतल्या समस्येपासून तिच्यातल्या पात्रचित्रणापर्यंत सर्व गोष्टींशी लेखकाचा जितका प्रत्यक्ष किंवा अप्रत्यक्ष जिव्हाळ्याचा संबंध असेल तितकी ती कादंबरी चांगली होण्याचा संभव अधिक. चांगली म्हणजे गोरीगोमटी निर्जीव बाहुली नव्हे. चांगली म्हणजे सजीवतेमुळे कलेमध्ये जे सौंदर्य निर्माण होते त्याचा आविष्कार करणारी. लॉबॅरला

'मादाम केव्हरी' या कादंबरीची नायिका 'एमा' कुठे मिळाली याची फ्रेंच टीकाकार अनेक वर्षे चिकित्सा करीत होते. पण ती कादंबरी लिहीत असताना त्याने एका मित्राला लिहिलेल्या पत्रात म्हटले आहे, 'मी स्वतःच एमा आहे.' 'कांचनमृग' लिहिताना ही कथा मला माहीत नव्हती. मात्र तिच्यातले सत्य नकळत माझ्या मनाला स्पर्श करून गेले होते.

त्या सत्याला चिकटून राहण्याचा प्रयत्न करीत नव्या कादंबरीकरता माझ्या मनाचा मी कानोसा घेऊ लागलो. बाह्यतः ज्याचा मागमूसही दिसत नव्हता अशी अनेक वादळे तिथे सुरू झाली होती. ध्येयवादी व्यक्तीच्या वाट्याला येणारी व्यावहारिक दुःखे, गरिबीच्या गर्तेत अगतिक होऊन पडलेला खेडेगावातील समाज, कथा-कादंबऱ्यातून मुक्त झालेले, पण वस्तुतः अनेक शृंखलांनी जखडलेले स्त्री-जीवन, कलावंताची जीवनविमुखता या आणि अशा अनेक प्रश्नांची कथाबीजे कोणत्या ना कोणत्या मार्गाने माझ्या मनःकोशात येऊन पडली होती. दहा-बारा वर्षे मी एका खेड्याशी एकजीव झालो होतो. तिथली सुखदुःखे मला माझी सुखदुःखे वाटू लागली होती. शंभर चांगल्या कादंबऱ्या वाचून किंवा पंचवीस तंत्राची पुस्तके अभ्यासून ज्या गोष्टी मला सुचल्या नसत्या, त्या एका खेड्यातल्या दहा-बारा वर्षांच्या अनुभवांनी माझ्या मनात स्फुरू लागल्या. माझ्या जीवनावर आणि लेखनावर परिणाम करणाऱ्या पुस्तकात 'शिरोडे' नावाचा एक ग्रंथ आहे, असे मी नेहमीच म्हणतो त्याचे कारण हे आहे. हरिभाऊंनी मध्यम वर्गातल्या स्त्री-पुरुषांची दुःखे आणि त्यांच्या आकांक्षा यांचे उत्कृष्ट चित्रण केले होते. पण तो काळ जाऊन दोन वर्षे लोटली होती. मध्यम वर्गाच्या जीवनात, कल्पनांत आणि ध्येयांत नित्य नवे नवे बदल घडून येत होते. एवढेच नव्हे, तर त्या ठरावीक पांढरपेशा मध्यम वर्गाच्या पलीकडे पसरलेल्या अफाट बहुजन समाजाकडे कादंबरीकाराने लक्ष देणे आवश्यक झाले होते.

'उल्का' आणि 'दोन ध्रुव' या कादंबऱ्यांत मी तो प्रयत्न केला. 'हिरवा चाफा', 'पांढरे ढग' आणि 'क्रौंचवध' या कादंबऱ्यांतही माझ्या मनात सतत सलत असलेली ही वा त्याच्याशी संबंध असलेली इतर सामाजिक शल्ये मी चित्रित केली. या कादंबऱ्या शुद्ध वास्तववादी नाहीत. त्या तशा व्हाव्यात म्हणून मी प्रयत्नही केला नाही. माझा प्रकृतिधर्म शुद्ध वास्तववाद्याचा नाही. तो सौंदर्यपूजक वास्तववाद्यांचा आहे. जीवन जसे आहे तसे रंगवून माझे समाधान होत नाही. ते कसे असावे याचे चित्रणही मला तितकेच आवश्यक वाटते.

माझ्या पहिल्या दोन कादंबऱ्या मी निवेदन पद्धतीने लिहिल्या होत्या. लेखकाच्या दृष्टीने आणि चार घटका मनोरंजन करणारी एक कथा एवढ्याच दृष्टीने कादंबरी वाचणाऱ्या वाचकांच्या दृष्टीनेही ही पद्धत फार फायदेशीर आहे. पण या पद्धतीत

कथा काव्यमय उत्कटतेला मुकते, असे मला वाटू लागले. म्हणून 'उल्के'मध्ये आत्मनिवेदनाच्या पद्धतीचा मी आश्रय घेतला. 'उल्के'पुढील कादंबऱ्यांत क्वचित कविता अथवा रूपक कथा याची मी कादंबऱ्यात योजना करू लागलो, तीसुद्धा याच हेतूने. तो हेतू 'उल्के'मध्ये थोडाफार सफल झाला, पण आत्मनिवेदनाच्या पद्धतीत कळत न कळत एकाच पात्राला महत्त्व येते. त्यामुळे कादंबरीतील सारे जीवनदर्शन त्या एकाच पात्राच्या द्वारा वाचकाला घडते. त्याचा परिणाम असा होतो की, कित्येक पात्रे व घटना यांचे चित्रण व्हावे तसे होत नाही. क्वचित त्यांना न्यायही मिळत नाही. म्हणून आत्मनिवेदनातला जिव्हाळा तर कथेत कायम राहावा; पण एकाच व्यक्तीच्या आत्मनिवेदनामुळे येणारा एकांगीपणा मात्र तिच्यात येऊ नये, म्हणून अनेक पात्रांनी केलेली आत्मनिवेदनाची पद्धत मी स्वीकारली. 'रिकामा देव्हारा', 'सुखाचा शोध' व 'अश्रू' या तीन कादंबऱ्यांत याच पद्धतीचा मी अवलंब केला आहे. 'क्रौंचवध'मध्ये आत्मनिवेदन, पत्रलेखन वगैरे अनेक पद्धतींचे मिश्रण करून इष्ट परिणाम साधण्याचा मी प्रयत्न केला आहे.

या कादंबऱ्या लिहीत असतानाच, ज्यांनी काही काळ मला अस्वस्थ करून सोडले अशा दोन विषयांवरही मी कादंबऱ्या लिहिल्या. त्यातला पहिला विषय मध्यम वर्गातले कौटुंबिक जीवन हा होता. 'रिकामा देव्हारा' व 'सुखाचा शोध' यात त्या जीवनाची चित्रे मी काढली. 'सुखाचा शोध' या कादंबरीला सतरा वर्षे झाली पण तिच्यातला नायक आनंद, त्याची सुशिक्षित पत्नी माणिक आणि त्याची मानसपूजा करणारी श्रुषा या व्यक्ती मला अजूनही नित्य भेटतात. त्यांच्या जीवनातल्या गुंतागुंती कमी न होता त्या वाढतच चालल्या आहेत, याचा मी अनुभव घेतो. किंबहुना दुसऱ्या महायुद्धाने मध्यम वर्गाच्या दैनंदिन जीवनात आणि सर्व जीवनमूल्यांत जी उलथापालथ केली, तिचे चित्रण करण्याकरिताच मी 'अश्रू' लिहिली.

मध्यम वर्गाच्या कौटुंबिक जीवनाइतकाच त्या वर्गाच्या प्रेमकल्पना हा विषयही मला महत्त्वाचा वाटतो. त्याच्या चित्रणाकरिता मी 'पहिले प्रेम' व 'जळलेला मोहर' अशा दोन कादंबऱ्या लिहिल्या. अनेक सलग कथा एकत्र गुंफून कादंबरीरचना करण्याचा प्रयोग मी या दोन कादंबऱ्यांच्या बाबतीत करून पाहिला.

सव्वीस वर्षांपूर्वी मी पहिली कादंबरी लिहिली तेव्हापासून तेरा कादंबऱ्या लिहूनही मला हवी असलेली कादंबरी मी अद्यापि लिहू शकलो नाही असे मला वाटते. केशवसुतांनी कवितेविषयी जे म्हटले आहे, तेच या घटकेला मला कादंबरीविषयी वाटते. त्यांच्या शब्दात कवितेबद्दल कादंबरी हा शब्द घालून मी म्हणेन, कादंबरी ही आकाशातली वीज आहे; ती धरू पाहणाऱ्या शंभरांपैकी नव्याण्णव तिच्या स्पर्शाने होरपळून जातात, पण ते तिला धरू शकत नाहीत. त्या नव्याण्णवांपैकीच मी एक आहे.

हे खरे असले तरी कादंबरी लेखनाचे नवे नवे प्रयोग करून पाहण्याची माझी इच्छा काही अजून मावळलेली नाही. वीज हातात धरता येत नसली तरी तिचे स्फुरण पाहण्यात आणि त्याने उचंबळून येणारे आपले हृदय व्यक्त करण्यातच प्रेक्षकाला धन्यता वाटते. तो आनंद चमकणारे काजवे पाहून; किंबहुना त्यातले पुष्कळसे काजवे पकडून कधी मिळेल काय?

◆

वाङ्मयात वास्तवाची जाणीव हवी

मराठी साहित्यात वास्तववादाची मुहूर्तमेढ उभारली हरिभाऊ आपट्यांनी. 'मी', 'पण लक्षात कोण घेतो?', 'यशवंतराव खरे' या त्यांच्या सुंदर, सामाजिक कादंबऱ्यांनी. याचा अर्थ प्राचीन मराठी वाङ्मयाला वास्तवाची जाणीव नव्हती असा नाही. 'बा रे पांडुरंगा केव्हा भेट देसी। झालो मी वनवासी तुझ्याविण।' अशी विठ्ठलाची आर्त आळवणी करणारे तुकोबा जाता जाता 'आली सिंहस्थ पर्वणी। न्हाव्या भटा झाली धणी' असे उद्गार तीन शतकांपूर्वी काढतच होते!

प्रपंचविज्ञानाचे रामदासांनी किती सूक्ष्म दृष्टीने विवरण केले आहे. त्यांनी सांगितलेली 'पढतमूर्खांची लक्षणे' या अणुयुगातसुद्धा शिळी झालेली नाहीत! साहित्यापासून राजकारणापर्यंत सर्वत्र ती आढळतात. 'विषयी लोक श्रवणा येती ते बायकांकडेच पाहती। चोरटे लोक चोरुनि जाती। पादरक्षा।' असे रामदासांनी आपल्या वेळच्या श्रोत्यांचे चित्रण केले आहे. अवाक्षरसुद्धा न बदलता ते आजकालच्या सभासंमेलनांना लागू करता येईल. 'तुझ्या प्रीतीचे दुःख मला दावू नको रे' ही ओळ कानावर पडते तेव्हा ती एखाद्या आधुनिक कवीची असावी असे आपल्याला वाटते. पण खरोखर ती आहे होनाजी बाळाची.

प्राचीन मराठी साहित्यात वास्तवाचा असा अधूनमधून आढळ होतो हे खरे, पण त्याची मूळची बैठक काही वास्तववादाची नाही. ती आहे आदर्शवादाची. ते साहित्य अध्यात्मवादी होते, बोधवादी होते, कल्पनावादी होते; प्रसंगी सौंदर्यवादी होऊ शकत होते. पण त्याची दृष्टी पृथ्वीवर क्वचित वळली तरी तिथेच कधीही खिळून राहिली नाही. ती मुख्यतः आकाशाकडे लागली होती. समोर फुललेल्या फुलांपेक्षा वर चमकणाऱ्या नक्षत्रांचे तिला अधिक आकर्षण वाटत होते. सामान्यांपेक्षा

असामान्यांत, लौकिक अनुभवांपेक्षा पारलौकिक कल्पनांत, क्षणभंगुर सुखदुःखांच्या चित्रणापेक्षा आत्म्याच्या अमरपणाच्या चिंतनात ती रंगून गेली होती.

इंग्रजी अमलाबरोबर केवळ नवी राजवटच सुरू झाली असे नाही, नवे वाङ्मयही निर्माण होऊ लागले. या नव्या साहित्याचे सर्वांत मोठे लक्षण एकच होते, ते म्हणजे पारलौकिक विषयांकडून ऐहिक विषयांकडे साहित्यिकांनी वळविलेला आपला मोहरा. हे ऐहिक प्रश्न राजकीय होते, सामाजिक होते, धार्मिक होते, आर्थिक होते, नैतिक होते, कलात्मक होते, कौटुंबिक होते. पण आता त्यांची उत्तरे परलोकात शोधायची नव्हती. ती इथेच- ईहलोकातच मिळवायची होती.

या नव्या दृष्टिकोनामुळे मराठी साहित्याचे स्वरूप पूर्णपणे बदलून गेले. सुभद्रा, शकुंतला, महाश्वेता आणि वसंतसेना यांच्यासारख्या लावण्यवतींच्या प्रेमकथांइतकेच 'शारदे'च्या कथेला- एका भिक्षुकाच्या चौदा वर्षांच्या मुलीच्या लग्नकथेला- साहित्यात महत्त्व प्राप्त झाले. 'वद जाऊ कुणाला शरण' या सुभद्रेच्या प्रश्नाने व्याकूळ होणारे प्रेक्षक 'तू टाक चिरुनि ही मान' असे असहायपणे आईला म्हणणाऱ्या शारदेची मूर्ती पाहून डोळे पुसू लागले.

वास्तववाद हा स्वभावतःच बंडखोर असतो. सत्य कितीही कठोर असो, कितीही कुरूप असो, त्याच्या नजरेला नजर भिडविण्याचे सामर्थ्य माणसाच्या अंगी असले पाहिजे, हे त्याचे मुख्य सूत्र आहे. साहित्यात चित्रित होणाऱ्या अनुभवांविषयी वास्तववाद फक्त एकच सवाल करतो, 'हे खरे आहे काय? हाडामांसाच्या माणसांची मने आणि जीवने ज्या भावनांनी, प्रेरणांनी, कल्पनांनी आणि तत्त्वांनी घडवली जातात, त्यांच्याशी हा अनुभव सुसंगत आहे काय?' सत्य हीच वास्तववादाची कसोटी असल्यामुळे अद्भुत कल्पना, अवास्तव आदर्श, दिखाऊ भावना, अंध रूढी, गोड भ्रम आणि मोहक मुखवटे यांच्याशी त्याचा संघर्ष सुरू होतो. सत्याची भक्ती, मानवतेविषयी वाटणारे प्रेम आणि अन्यायाचा प्रतिकार करण्याची इच्छा यांच्यातूनच मराठी साहित्यातील वास्तववादाचा जन्म झाला. त्यामुळे राजकन्या असलेल्या पौराणिक सुभद्रेपेक्षा भिक्षुकाची मुलगी असलेली सामाजिक शारदा प्रेक्षकांना अधिक जवळची, अधिक खरी वाटू लागली. दुर्योधनाशी आपले लग्न होऊ नये ही सुभद्रेची अंतरीची इच्छा. पण सबंध 'सौभद्र' नाटकात बलरामापुढे आपले मन उघड करण्याचा धीर काही तिला होत नाही. ती आपले दुःख रुक्मिणीमार्फत कृष्णाच्या कानावर घालते. पण शारदेकडे पाहावे. तिचा लोभी बाप कांचनभट तिला म्हाताऱ्याच्या गळ्यात बांधायचे ठरवून तिच्यापुढे मायेचे नाटक करू लागतो. तो तिला म्हणतो, 'माझं अंतःकरण किती कोवळं आहे हे तुला माहीत नाही. मी तुझं लग्नसुद्धा करणार नव्हतो; पण ब्राह्मणांच्या मुलींची लग्नं झालीच पाहिजेत असं शास्त्र आहे. तिथं इलाज नाही.' हे ऐकताच शारदा उत्तरते,

‘आणि ब्राह्मणाच्या मुली म्हाताऱ्यांना विकाव्यात असंही शास्त्र आहे, नाही बाबा?’

१८९०-१९२० हा मराठी साहित्यातील वास्तववादाच्या विकासाचा पहिला कालखंड. या कालखंडात ‘पण लक्षात कोण घेतो?’ किंवा ‘शारदा’ यांच्या जोडीने श्रीपाद कृष्ण कोल्हटकरांच्या ‘सुदाम्याचे पोहे’ या विनोदी लेखसंग्रहाचाही उल्लेख केला पाहिजे. कोल्हटकरांच्या प्रतिभेची जात कल्पनारम्यतेत रमणारी होती. पण तिला विनोदी दृष्टीची मोठी देणगी मिळाली होती. मूर्तिभंजन हा वास्तववादाचा एक महत्त्वाचा विशेष. तो कोल्हटकरांच्या विनोदातून फार चांगल्या रीतीने प्रकट झाला. हरतऱ्हेच्या सामाजिक दंभाचे आणि परंपरागत आंधळेपणाचे सत्यस्वरूप त्यांनी हसतखेळत उघडे केले. उदाहरणार्थ, भविष्यकथनाला त्यांनी घेतलेला हा चिमटा पाहा : ‘कलियुगात प्लेग होण्याविषयीचे आमच्या एका पुराणातील भविष्य जेव्हा आमच्या लोकांनी प्लेग आल्यानंतर प्रथम वाचले, तेव्हा त्यांना आपल्या पूर्वजांच्या सर्वज्ञपणाबद्दल विलक्षण अभिमान वाटू लागला. या सर्वज्ञ भविष्यवाद्याच्या हयातीत प्लेग सुरू होऊन कदाचित ते भविष्यही प्लेगच्या झोपडीतच झाले असावे असा संशयसुद्धा त्यांच्या श्रद्धाळू मनाला शिवला असेल तर शपथ!’

१९२० पर्यंत वास्तववादाचा साहित्यात जो विकास झाला, त्याच्यामागची प्रेरणा मुख्यतः सामाजिक सुधारणेची होती. वास्तववादाचे बुद्धिवादाशी, मानवतावादाशी आणि नव्या आदर्शांशी असलेले जवळचे नाते किंवा कलेच्या ओबडधोबडपणामुळे होणारा वास्तवाचा बेरंग, यांची जाणीव हरिभाऊ आपट्यांच्या कादंबऱ्यात किंवा ‘शारदा’ नाटकात जशी आढळते, तशी त्या काळातील इतर लिखाणात आढळत नाही. त्या काळच्या साहित्यात हरिभाऊंच्या कादंबऱ्यांइतकाच रसाळ स्वरूपात वास्तववाद पाहायला मिळतो फक्त एका ग्रंथात- लक्ष्मीबाई टिळकांच्या ‘स्मृतिचित्रां’त.

१९२० ते १९४० या कालखंडात वास्तववादाची पीछेहाट झाली अशा प्रकारची टीका गेल्या दशकात पुष्कळ झाली आहे. हरिभाऊंच्या तोलामोलाचा व त्यांच्याइतका वास्तव दृष्टिकोन असलेला लेखक या कालखंडात झाला नाही हे खरे आहे; पण या काळातील ललित लेखकांचे कार्य हरिभाऊंपेक्षा भिन्न होते. जागृत होऊन प्रगतीची वाटचाल करू लागलेला मध्यम वर्ग हे हरिभाऊंचे लेखन क्षेत्र होते. उदारमतवादाच्या तत्त्वज्ञानावर त्यांची अढळ निष्ठा होती. ही स्थिती १९२० नंतर राहिली नाही. एकीकडून समाजवादाचे उग्र पण उदात्त असे तत्त्वज्ञान, तर दुसरीकडून परंपरागत निष्ठांना आणि मूल्यांना धक्के देणारे मानसशास्त्रातील सिद्धान्त यांच्यामुळे या कालखंडातील साहित्यिकांची मने भारावून गेली नसती तरच नवल! हरिभाऊंच्या लेखनाचे सर्व सुसंस्कार वा.म.जोशांना लाभले होते. पण ‘रागिणी’पासून ‘इंदू काळे व सरला भोळे’पर्यंतचा त्यांचा प्रवास पाहिला म्हणजे झपाट्याने बदलणाऱ्या काळामुळे व मूल्यांमुळे त्यांच्या लेखनात कसा बदल होत गेला, हे स्पष्ट दिसते.

१९१५-१६ च्या सुमाराला त्यांनी लिहिलेल्या 'रागिणी'त, मनात केवळ पुनर्विवाहाचा विचार आला म्हणून नायिकेचे मन तिला खाऊ लागते; पण १९३३-३४ मध्ये त्यांनी लिहिलेल्या 'इंदू काळे व सरला भोळे'मध्ये पती असलेली इंदू, कलाप्रेमी पत्नीने नीतीच्या भीतीने आपले मन मारणे कितपत योग्य आहे असा प्रश्न विनायकरावांना विचारते!

१९२० ते १९४० हा कालखंड विविध वाङ्मयप्रकारांच्या विकासाचा होता. लघुकथा, लघुनिबंध, शब्दचित्र वगैरे अनेक वाङ्मयप्रकार याच कालात निर्माण झाले व बाळसे धरू लागले. या वाङ्मयप्रकारांची जोपासना ज्यांनी केली, त्यांच्यापैकी अनेकांच्या प्रतिभांना निरनिराळ्या प्रकारच्या मर्यादा होत्या. असे असूनही या कालखंडात वास्तववादाचे पोषण करणाऱ्या अनेक गोष्टी घडल्या. फडक्यांची बाह्यचित्रणाची शैली, 'धावता धोटा' आणि 'सात लाखांतील एक' या कादंबऱ्यातून वरेरकरांनी केलेले उपेक्षित सामाजिक थरांचे चित्रण, डॉ. केतकरांनी आपल्या कादंबऱ्यांतून केलेली सामाजिक प्रश्नांची आणि माणसांच्या मनाची चिकित्सा, अत्र्यांची विनोदी नाटके आणि माडखोलकरांच्या राजकीय कादंबऱ्या, कोल्हटकरांच्या बुद्धिप्रधान विनोदाला चिं. वि. जोश्यांनी दिलेले नवे सामाजिक स्वरूप आणि काणेकरांच्या लघुनिबंधांतून झालेला समाजवादी विचारसरणीचा पुरस्कार, या सर्वांनी मराठी साहित्यातील १९२०-४० या कालखंडातील वास्तववादाच्या विकासाला निःसंशय हातभार लावला आहे.

१९४५ नंतरचे साहित्य आशय आणि आविष्कार या दोन्ही बाबतींत जुन्या चाकोऱ्यातून बाहेर पडले. या कालखंडातले अनेक प्रतिभावान व प्रयोगशील लेखक काव्य आणि कथा या क्षेत्रातच मुख्यतः वावरत आहेत. तथापि त्यांना अभिप्रेत असलेल्या नव्या प्रेरणांची छाया नाटक, कादंबरी इत्यादी क्षेत्रांवरही पडली आहे. नव्या मानसशास्त्राने स्त्री-पुरुषांचे आकर्षण, त्या आकर्षणाच्या मुळाशी असलेल्या विविध प्रेरणा, कामवासना अथवा प्रेमवासना यांच्या अतृप्तीने निर्माण होणारे नाना प्रकारचे गंड आणि या सर्वांचा व्यक्तीच्या मनावर व जीवनावर होणारा परिणाम यासंबंधी जे सिद्धान्त सांगितले आहेत, त्यांच्या आधारे गेल्या तपात शेकडो लघुकथा लिहिल्या गेल्या आहेत. जोगांचे 'भारती' हे नाटक किंवा गाडगीळ यांची 'लिलीचे फूल' ही कादंबरी यांचा उगमही अशा सिद्धान्तातच आहे.

दुसऱ्या महायुद्धानंतरच्या काळात निर्माण झालेल्या या वाङ्मयात स्त्री-पुरुष संबंधाचे चित्रण करताना अधिक मोकळेपणा यावा, हे स्वाभाविकच आहे. मध्यम वर्गाची आर्थिक दुःस्थिती, चरितार्थाकरता या वर्गातील शिक्षित तरुणींना सर्व क्षेत्रांत टाकावे लागलेले पाऊल, लग्नाच्या बाबतीत होणारी अशा मुलींची कुचंबणा, शहरातले यांत्रिक जीवन, जुनी जीवनमूल्ये हातातून निसटल्यावर कोणत्या नव्या

मूल्यांचा आधार घ्यावा याविषयी गोंधळलेले व्यक्तिमन आणि समाजमन, हे आणि अशाच प्रकारचे शेकडो विषय गेल्या दहा-पंधरा वर्षांतल्या लेखकांच्या पुढे दत्त म्हणून उभे राहिले! ते नव्या वास्तववादी भूमिकेवरून मर्ढेकर, गाडगीळ, गोखले, विंदा करंदीकर, श्री. ना. पेंडसे, अग्निहोत्री प्रभृती साहित्यिकांनी विविध रीतींनी चित्रित केले. या चित्रणातले वास्तवदर्शन पूर्वीपेक्षा अधिक सूक्ष्म, सूचक आणि काव्यात्मक झाल्याचा प्रत्यय येतो. उदाहरणार्थ, मर्ढेकरांनी वर्णन केलेली मुंबई बंदरातली माघ महिन्यातील प्रभात पाहावी.

'कोकराची कथा', 'मंजुळा', 'रिक्ता', 'अविधवा' या गोखल्यांच्या कथांपैकी कोणतीही कथा घेतली तरी गेल्या तपात विषयांची विविधता आणि चित्रणाची सूक्ष्मता या दोन्ही दृष्टींनी हरिभाऊंनी रूढ केलेल्या वास्तववादाने किती प्रगती केली आहे याची सहज कल्पना येईल.

पण या तपात झालेल्या वास्तववादाच्या विकासाला नुसता सुगंध नाही; त्याला काटेही आहेत. ते सारेच काही गुलाबाचे काटे नाहीत! या नव्या वास्तववादात मनोविज्ञानाचा आश्रय पदोपदी केला जात आहे. पण हे मनोविज्ञान अनेकदा कामविषयक विकृतीभोवतींच घोटाळत असलेले दिसते. काही काही वेळा तर शेतात बुजगबाहुले उभारावे त्याप्रमाणे मानसशास्त्रातील एखाद्या कामविषयक सिद्धान्तावरच कथेचा साज चढवला जातो. माणसाच्या अंतर्मनाला अनेक बिळे असतात हे खरे. त्या बिळात विकृत विचारांच्या उंदीर-घुशी राहतात हेही खरे. पण ती बिळे या मोठ्या गुहा आहेत आणि त्या उंदीर-घुशी हे भयंकर वाघसिंह आहेत अशी कल्पना करून त्यांची चित्रे रंगवण्याचा जो हव्यास सध्या दिसून येतो, त्याचे मंडन केवळ कलेच्या तात्त्विक चर्चेने होऊ शकेल, असे मला वाटत नाही.

अर्थ आणि काम या जीवनातल्या दोन अत्यंत प्रबळ अशा प्रेरणा आहेत, हे कोण नाकबूल करतो? त्यांची सफलता स्वाभाविक रीतीने झाली नाही की जीवन गोंधळून जाते, गुंतागुंतीचे होते हेही खरे आहे. पण ही गुंतागुंत व्यक्त करण्याकरता प्रेमात पडलेल्या एखाद्या तरुणाने आपल्या प्रेयसीला 'तू रस्त्यात ऐटीने चालतेस तेव्हा माझ्या हृदयाला अक्षरशः घरे पडतात आणि माझं बंडखोर मन जागं होतं; पण परत सारे विचार भिंतीतील ढेकणाप्रमाणे तू घरे पाडलेल्या हृदयातच गडप होतात आणि मी मात्र पिंजऱ्यातल्या उंदराप्रमाणे नुसताच खुडबुडत राहतो,' असेच लिहिले पाहिजे का?

मनुष्याचे मन केवळ कामुक आणि आर्थिक गरजांनीच प्रेरित आणि नियंत्रित होते हेही खरे नाही. मनुष्याला जशा शरीराच्या भुका आहेत, तशा आत्म्याच्याही भुका आहेत. संतांनी, कवींनी, वीरांनी, शास्त्रज्ञांनी, तत्त्वज्ञांनी आणि माणुसकीने जगणाऱ्या लाखो सामान्य माणसांनी त्या भुका प्रखर करून ठेवल्या आहेत. नव्या

वास्तववादाने सभोवतालच्या अमंगलाचे जेवढ्या सूक्ष्मतेने चित्रण केले पाहिजे तेवढ्याच सूक्ष्मतेने मानवी जीवनातल्या मंगलाचाही कानोसा घेतला पाहिजे! मानवी जीवन- मग ते कितीही गोंधळलेले असो, प्रसंगी विकृत झालेले असो- अर्थशून्य नाही! केवळ माणसाचे मन खणत गेल्याने जीवनाचा अर्थ कळत नाही. या मनोविज्ञानाच्या जोडीला जीवनाच्या विशालतेची, विविधतेची, निष्पर्ण झाल्यानंतरही पालवणाऱ्या त्याच्या आत्म्याच्या शक्तीची जाणीव असायला पाहिजे. ही व्यापक जाणीव 'माणदेशी माणसे', 'बळी', 'गारंबीचा बापू', 'बनगरवाडी' इत्यादी कृतींत थोड्याफार प्रमाणात प्रकट झाली आहे. पण वास्तवाचा हा दुसरा प्रवाह अजून स्वातंत्र्यानंतरची सामाजिक स्थित्यंतरे पचवू शकलेला नाही. त्यामुळे तो अद्यापि क्षीण वाटतो. पण या दोन प्रवाहांच्या संगमातूनच उद्याच्या मराठी साहित्यातला वास्तववाद निर्माण होईल अशी माझी श्रद्धा आहे. तो वास्तववाद, अस्तित्वात नसलेल्या मंगलाची भाबडेपणानं पूजा करणार नाही किंवा भयानक स्वरूप धारण करून आक्रमण करणाऱ्या अमंगलाशी तडजोड करणार नाही. तो सदैव लढत राहील- प्रसंगी स्वतःशीदेखील!

◆

ललित साहित्य : वास्तव आणि मांगल्य

साहित्याचा एक नम्र पाईक या भूमिकेवरूनच मी आज बोलणार आहे. 'मला जसे दिसते तसे मी रंगवणार' असे काही लेखक म्हणतात. यालाच ते वास्तववाद हे नाव देतात. या वास्तववादामुळे ललित वाङ्मयाच्या मंगल स्वरूपाकडे दुर्लक्ष होत आहे. आपल्या संस्कृतीशी पूर्णपणे विसंगत अशा प्रकारचे साहित्य मराठीत आज लिहिले व वाचले जात आहे. वास्तवता व मंगलता ही ललित वाङ्मयाची दोन प्रमुख अंगे आहेत.

भाऊबंदकी

इंग्रजी अमलात ललित वाङ्मयात वास्तववादाने प्रवेश केला. हरी नारायण आपटे यांनी आपल्या कादंबऱ्यांत प्रथम खराखुरा वास्तववाद आणला. हरिभाऊंच्या कालखंडात वास्तवाचे मोठे शिल्पकार होऊन गेले. त्यांनी मंगलतेला तिलांजली दिली नाही. उदाहरणार्थ 'भाऊबंदकी' हे खाडिलकरांचे नाटक घ्या. मानवी मनोविकारांचे उद्दाम दर्शन या नाटकात घडते. हीच खरी वास्तवता. लोभामुळे माणूस माणुसकीवर पाणी सोडून कसा राक्षस बनता, ते त्यात दाखवले आहे. खाडिलकरांनी शेक्सपिअरचे तंत्र आत्मसात केले होते. 'मॅकबेथ' नाटकावरून खाडिलकरांनी अनेक गोष्टी घेतल्या. 'मॅकबेथ'ने मन भारावून जाते; पण 'भाऊबंदकी'ने मनावर उदात्ततेची छाया येते. कारण त्या नाटकामधील रामशास्त्रींची उदात्त व्यक्तिरेखा. रामशास्त्री हाच त्या नाटकाचा खरा नायक आहे. नीती-अनीती, पाप-पुण्य, मंगल-अमंगल यांचा जगात सतत संघर्ष चालू असतो. आपल्या संस्कृतीत मांगल्यास महत्त्वाचे स्थान आहे.

एकच प्याला

गडकऱ्यांनी 'एकच प्याला' नाटकात मानवी अधःपाताचे चित्रण केले आहे. या नाटकातील अमंगल वातावरणास सिंधूच्या स्वभावरेखेमुळे उजाळा मिळतो. गडकऱ्यांमधील कवीने सिंधूचे हे व्यक्तिरेखन केले आहे. मंगलता ही आत्मविकासाची खूण होय. वास्तवात मंगलाचा समावेश होऊ शकतो. वास्तव हे अमंगलच असते अशी व्याख्या काही लेखक आज करीत आहेत. आपल्या सोयीसाठी वास्तवाची व्याख्या संकुचित करणे योग्य नव्हे. हरिभाऊंची 'मी' कादंबरी वास्तवाने विनटलेली आहे. हरिभाऊ, खाडिलकर, गडकरी हे उत्तम कलावंत होते यात शंका नाही. जुन्यातील मांगल्य त्यांनी सोडले नाही.

मॉम काय म्हणतो?

सॉमरसेट मॉम हा आजचा एक अग्रगण्य वास्तववादी लेखक आहे. 'Value of art lies in its effect, not in beauty, but in the right thing' असे मॉमने नुकतेच एका पुस्तकात म्हटले आहे. 'राईट थिंग' म्हणजेच मंगलता. तथोक्त वास्तववादी लेखकांनी मॉमचे हे वाक्य अवश्य लक्षात ठेवावे. आपल्या परंपरेशी आपल्या कलेची मूल्ये सुसंगत आहेत की नाही हे लेखकांनी व वाचकांनीही काळजीपूर्वक पाहिले पाहिजे.

यानंतरची माझी पिढी. या पिढीत मंगलता मंदावलेली दिसते. फडक्यांच्या 'दौलत' कादंबरीची नायिका दौलतीपेक्षा खऱ्या प्रेमास, निरपेक्ष प्रेमास प्राधान्य देते. साने गुरुजींच्या 'आस्तिक'मध्येही मंगलता आहे. मराठीत कोणत्याही पिढीत प्रतिभा कमी झालेली नाही. आजच्या लेखकांविरुद्ध मुख्य तक्रार अशी आहे की, गेल्या दहा-पंधरा वर्षांतील त्याचे वाङ्मय वास्तव आहे किंवा काय? वास्तवाच्या मर्यादा त्यांनी संकुचित केल्या, अशी माझी तक्रार आहे.

दिवाळी अंकांतील कथा

यंदाच्या (१९५७) दिवाळी अंकांतील कथा आपण वाचल्या असतील. चाळीस वर्षांच्या एका लेखकावर फिदा होऊन त्याच्याशी प्रेमचाळे करणारी वीस वर्षांची कॉलेजकन्या एका चांगल्या गणल्या जाणाऱ्या दिवाळी अंकातील एका कथेत रंगवलेली आहे. ही कथा लिहून लेखकाने काय साधले? साहित्यिकाने मंगल-अमंगल यात निवड केली पाहिजे. याच दिवाळी अंकात दुसरी एक कथा आहे. एक गृहस्थ पत्नीस भेटायला मुंबईस येतात; परत पुण्यास जाताना तिकिटाच्या रांगेत त्यांची एका तरुणीशी ओळख होते. आगगाडीत एकाच डब्यात एकमेकास खेटून ती दोघे बसतात. बोरघाटात दरड कोसळल्याने गाडी अडकून पडते. त्यामुळे त्यांची लगट जास्तच वाढते. पुण्यास एका टांग्यातून ती दोघे जात असताना

तिच्या नात्यातील एक जण तिला पाहतो, त्यामुळे ती मध्येच उतरून जाते. अखेरीस टांगेवाला त्याला म्हणतो, 'साहेब, असं काही करायचं असेल तर टॅक्सीच करावी!' अशी ही कथा आहे! ही काय वास्तवता म्हणायची? याउलट व्यंकटेश माडगुळकरांची 'बनगरवाडी' पाहा. त्यात त्यांनी आपणास अज्ञात अशा ग्रामीण जीवनाचे मोठे सुरेख चित्र रेखाटले आहे. ते वास्तव नाही असे कोण म्हणेल? आजची पिढी मंगलता का विसरत चालली आहे? मंगलता जीवनातून निर्माण व्हावी लागते. समाज आज संक्रमणावस्थेतून जात आहे. 'आपला देश स्वतंत्र झाला; आता त्याची भक्कम पायावर उभारणी करू' या निर्धाराऐवजी 'आज आपण व्यभिचार केला पाहिजे' अशी मनोवृत्ती वाढत आहे. आजच्या समाजातील विफलता, दौर्बल्य यांची चिकित्सा व मीमांसा आजच्या साहित्यात नाही. विषयाच्या उत्तानपणावर केंद्रित होणे हे आपल्या वाङ्मयीन परंपरेस धरून नाही.

आपली संस्कृती आपण जतन केली पाहिजे. पतिपत्नी-प्रेम, पावित्र्य यांची मूल्ये आपल्या संस्कृतीत आहेत. त्या संस्कृतीशी आपण बेइमान झालो आहोत हे अयोग्य होय.

लेखणी हे शस्त्र उचितपणे वापरले पाहिजे. पाश्चात्त्य देशात अशा चुरचुरीत वाङ्मयाचा उगवत्या पिढीवर वाईट परिणाम झाला आहे. 'टीन एजर्स प्रॉब्लेम' म्हणजे मिशा फुटलेल्या मुलांची समस्या तेथे निर्माण झाली आहे. म्हणून आपण सावध राहावे. अमेरिका अगर इतर देश यांतील श्रेष्ठ लेखक अशा प्रकारच्या चुरचुरीत लेखनापासून अलिप्त आहेत, हे लक्षात घेण्यासारखे आहे. अमेरिकेत सुमारे दोन लाख लेखक आहेत. साहजिकच तेथे जगण्यासाठी तीव्र चुरस आहे. म्हणून पोट जाळण्यासाठी ते असे चुरचुरीत लिखाण करतात! आपण त्याचे अनुकरण करू नये. वास्तवता व मंगलता याची सांगड आजच्या लेखकांनी घातली पाहिजे. अश्रद्ध माणूस लेखक होऊ शकणार नाही. ज्या वास्तवाचा मानवी प्रगतीशी मुळीच संबंध नाही, त्या वास्तवाची काय जरुरी आहे?

समाजाची अधोगती ज्या वाङ्मयामुळे होईल त्या वाङ्मयातील सौंदर्यास मी बिलकूल किंमत देत नाही.

वाचकांस आवाहन

हिंदी साहित्यातही अशीच रड आहे. या परिस्थितीवर एकच उपाय आहे. तो म्हणजे वाचकांनी जास्त डोळस व जागरूक बनले पाहिजे आणि अशा अनिष्ट कल्पनांशी खेळणाऱ्या लेखकांना त्यांनी शहाणपण शिकविले पाहिजे. त्यांना धडा दिला पाहिजे.

◆

✧

पूर्वसूरींचे संस्कार हेच माझे सामर्थ्य

मनुष्याचे मन स्तुतीमुळे भांबावून जाते. फुले फार वाहिली म्हणजे देवसुद्धा झाकला जातो. चांगल्या बाजूचा उल्लेख झाला म्हणजे संकोच वाटतो. मनुष्य थोडासा दुबळा आहे. मी मनुष्य आहे, हे वर्णन खरे आहे. तितकाच सत्यांश. पण ते संपूर्ण सत्य नाही. प्रेम आंधळे असते. त्या प्रेमापोटीच हे शब्द बाहेर पडले आहेत हे मी जाणतो.

मी विद्वान नाही. त्यामुळे विद्वत्तापूर्ण बोलू शकणार नाही. सामान्य मनुष्य या नात्याने मी बोलणार आहे. मानसिक वय १६ आहे. शारीरिक वय ६० वर्षे आहे. मानसिक वयच साहित्यिकाला उपयोगी पडते. या सत्कारामध्ये जी भाषणे झाली, त्या सर्व उद्‌गारांचा परामर्ष घेता येणे कठीण आहे. पण त्यावरून तुम्ही माझ्यावर प्रेम का करता याची मला जाणीव झाली.

मी वटवृक्ष नाही. माळरानावरले मी झाड आहे. क्षणभर सावली देण्याइतके माझ्या साहित्याचे स्थान. माझा मीच खरा टीकाकार आहे. मनुष्य ढोंगी आहे. मी सेवा केली असे मला स्वत:ला वाटत आलेले आहे. शिवलीलामृतामधला 'बालकपूजा' हा अध्याय आहे ना; दगड हाच शिव आहे याच भावनेने तो शिवाची म्हणजे त्या दगडाची पूजा करतो. त्याच्या त्या भक्तिभावानेच मी पूजा करीत आलो आहे. तुम्ही प्रेम करता. त्या बालकाने जी पूजा केली तिचे हे कौतुक. मी फार फिरलो नाही. मी माझी मर्यादा ओळखतो. मी का लिहिले, कसे लिहिले हेही मी जाणतो. मला फार जणांनी जगवले आहे. कारुण्याचा मला ओढा आहे.

वयाची ६-७ वर्षे मी फार हूड होतो. कृष्णाकाठचा मी होतो. कृष्णाकाठच्या परिसरात सोबत्यांबरोबर मी फार हूडपणा केला. भटकलो. या हूडपणात माझी

जरीची टोपी हरवली. मळीच्या मालकाला ती मिळाली. त्याने ती वडिलांकडे आणून दिली. माझ्या वयाच्या आठव्या वर्षी वडील अर्धांगाने आजारी झाले. तीन मैलांवर आम्ही होतो. वडील बेशुद्ध होते. मी २२ दिवस त्यांच्याकडे पाहत होतो. त्यांना आराम पडला व पुढे तीन-चार वर्षे ते जगले. ही सेवा करीत असताना मी व्यथित झालो. दहा वर्षांचा असताना एका बालविधवा मुलीचे वपन केले म्हणून मी रडलो. मी हे सर्व पाहत होतो. दहाव्या वर्षीचे तिचे वैधव्य मला प्रेरक ठरले. मी जे जग पाहिले तेच मला प्रेरक ठरले. हरिजनांना शिवू दिले जात नसे. 'असे का?' म्हणून मी आजोबांना विचारले पण त्यांना त्याचे उत्तर देता आले नाही. मी त्याचे कारण शोधू लागलो.

लेखक घडतो कसा हे प्रथम पाहिले पाहिजे. वेळ घालविण्याकरता मी चांगले साहित्य वाचू लागलो. चांगली नाटके मी पाहिली. मन व्यथित झाले होते. दुःख, व्याधी, मृत्यू कळत होते. त्यांची मला खरी कल्पना नव्हती, पण मी त्याचे कारण शोधत होतो. मास्तरने बारा वर्षांच्या मुलीशी लग्न केले. या लग्नाच्या विरोधकांचा मी पुढारी होतो. लग्न लागले. या नानाविध वृत्तींनी माझे मन अस्वस्थ, दुःखी झाले होते. त्या प्रश्नांची उत्तरे मला मिळाली नाहीत. आजही मिळत नाहीत. मी स्वाभाविकपणे वाचक झालो. गडकरी, देवल, कोल्हटकर वाचून काढले. गडकऱ्यांनी माझी नाटकातली पदे घेऊन परीक्षा घेतली. 'मूक नायका'तली गाणी मला पाठ होती. बौद्धिक चमत्कृतींची ओढ लागली- दुःखे विसरण्यासाठी. कोल्हटकरांचे आकर्षण मला फार वाटले.

योगायोगाने मला दत्तक दिले गेले. १६-१७ व्या वर्षी मी व्यथित होईन, क्षुब्ध होईन हे मला अजून खरे वाटत नाही. पण कोकणात मी जे जीवन पाहिले, माझ्या घरची जी स्थिती होती, तीच मला शिकवत होती. माझ्या मनात ते दुःख जाणवू लागले. एक शेतकरी १०३ तापात शेताच्या बांधावर पडला. तो मी पाहिला. या साऱ्यांच्या जवळ मी गेलो होतो. त्याच तिरिमिरीत मी शिरोड्याला उठून गेलो. लिहिण्याची जाणीव तेव्हाही नव्हती. शिरोड्याला मी गेलो, मुख्याध्यापक झालो, खेडेगावचे दुःख, दैन्य, दारिद्र्य, विषमता दिसली व जाणीव समृद्ध झाली. त्याच काळात मी 'दोन ध्रुव' व 'उल्का' लिहिली. कादंबरी कशी फुलते याची चर्चा मला नको. दुःखाचे कढ येत. हरिभाऊ मी वाचले शिरोड्याला, पण ते दुःख व शिरोड्याचे दुःख वेगळे होते, याची जाणीव झाली. हरिभाऊंची ती चूक नाही. सुदैवाने वा दुर्दैवाने- मी खेड्यात गेलो. करुण स्वप्नांचा कारखानदार होणे हे माझे कर्तव्य बनले. आज स्वप्न भंगले आहे. दुःख नाहीसे झाले नाही. प्रत्येक पिढीच्या साहित्यिकाला हा लढा द्यावा लागतो. कारुण्याचे सावट याच कारणामुळे माझ्या साहित्यावर पडली असावी.

एक उदाहरण देतो. एक ख्रिश्चन मुलगा- हुशार, वर्गात त्याचा पहिला नंबर असायचा- त्या मुलाने माझ्या कोटातला एक रुपया परत केला. चार-सहा महिन्यांनी मी त्या कोळ्याच्या घरी गेलो तेव्हा त्याने सांगितले, 'अधिक शिकायचे म्हणून हा शिकत होता, पण तांदळाच्या पेजेच्या पाण्याने हा मुलगा मेला.' दारिद्र्याची, दैन्याची अशी असंख्य उदाहरणे मी पाहिली आहेत. तीच उदाहरणे मी माझ्या वाङ्मयात चित्रित केली. कोट्या, विनोद हे वरचे शोभेचे काम. पण मूळ गाभा कारुण्याचा आहे. कोल्हापुरात एक दृश्य मी पाहिले. दोन मुले कचऱ्याच्या पेटीतले धान्य खात होती. त्या दोन मुलांना मी तेथून उठवले, पण त्यांचा प्रश्न मी सोडवू शकलो नाही. मी माझ्याबद्दल फार मोठा दावा करत नाही पण सामान्यांच्या दुःखांना मी वाचा फोडली की नाही? म्हणूनच तुम्ही सर्व मंडळी माझे स्वागत करत आहात. प्रामाणिक प्रयत्नांची तुम्ही दखल घेतली. मी एक क्षुल्लक लेखक आहे. माझे स्थान काय हे मी जाणतो. मी विनयाने हे सांगत नाही. हरिभाऊ, कोल्हटकर, गडकरी, टिळक, आगरकर यांची पिढी फार मोठी होती. मागच्या पिढीचे कार्य फार मोठे आहे. आज न्यूनता का दिसते? मूळ परंपरा सुटली म्हणून न्यूनता आली. कलामूल्ये वाङ्मयाद्वारा व्यक्त होतात तेव्हा त्या समाजाचे चित्र व्यक्त होत असते. माझी माती, माझे घर, गाव, नदी, समुद्र हे त्यात आले पाहिजे. ही आत्मीयता गडकऱ्यांत होती, हरिभाऊंत होती. हरिभाऊंचा पिंड मराठी माणसाचा होता. ही शक्ती मी लेखकाची मुख्य शक्ती मानतो. महाराष्ट्रात प्रतिभेचा दुष्काळ नाही. प्रतिभेला हवी असलेली प्रेरणेची जोड आहे काय? प्रेरणाच नाही असे दिसते. साहित्यलेखन ही पवित्र गोष्ट आहे. साहित्यिकाचे जग शारीरिक जगात नाही. ते अशरीरी मनाचे, बुद्धीचे, भावनांचे जग- त्यात साहित्यिकाचे काम आहे. जाणीव, संवेदना निर्माण करणारे जग आहे. त्याचे जागरण हे साहित्यिकाचे कार्य. छायाचित्रण हे काम नव्हे. आणखीही एक काम आहे. माझ्या मनाचेच एकटे काम नाही. केवळ स्वतःच्याच मनाशी खेळणाऱ्या लेखकाचे कार्यक्षेत्र मर्यादित होते. समाज जाणण्याची शक्ती हवी. मानवसमाज अधिक व्यक्ती जाणून घेऊन त्याची उंची वाढविणारे लेखकाचे कार्य असले पाहिजे. बालकवी, हरिभाऊ, गडकरी यांचे हे स्थान आहे. प्रत्येक व्यक्ती तुकाराम, रामदास, ज्ञानेश्वर होत नाही. लेखकाची एक पिढी असते. तिचे आयुष्य मर्यादित असते. ललित लेखकाने सत्य सांगताना बैठक कोणती असावी, जाणीव कोणती असावी, हा महत्त्वाचा भाग आहे. महाराष्ट्राच्या मागल्या पिढीच्या मर्यादा घेत नवी पिढी तयार होत असते. १५-१६ वर्षांचा मुलगा असताना मी माझा आक्षेप गडकरी यांना सांगितला. त्यांनी मला बोलावले. 'मतिविकार' नाटकावरून 'प्रेमसंन्यास' कसे घेतले हे सांगितले. त्यांनी मला प्रेम फार दिले.

लहान प्रसंगांतून मी तयार होत होतो. केशवसुतांची कविता छापून प्रसिद्ध झाली नव्हती. त्यांनी मला विचारले, 'केशवसुत वाचलात काय?' त्यांनी अंक काढून कविता वाचायला सांगितल्या. मी वही केली. स्वतः कविता लिहिल्या व नंतर कविता वाचल्या आणि जाळून टाकल्या. हे योग्य केले असे मला वाटते. गडकरी, कोल्हटकर, केळकर, वा.म.जोशी यांचे अपरंपार प्रेम मला मिळाले. सर्वांच्या जीवनातून मी पुष्कळ घडविला गेलो आहे. तात्यासाहेब केळकर यांनी फार प्रेम केले. कौतुक केले. शिक्षक प्रथम, साहित्यिक नंतर ही भावना ज्याची, त्याला प्रोत्साहन केळकर यांनी दिले.

दोन पिढ्यात द्वंद्वच व्हावे ही कल्पना मूर्खपणाची आहे. मतैक्य असले पाहिजे. जीवनमूल्य निराळे असते असे नाही. थोर लेखकांनी मला मदत केली. कोल्हटकरांसारखा गुरू मिळणे भाग्याचे. कोल्हटकर ऱ्हस्व-दीर्घसुद्धा पाहत असत. त्यांच्यात चिकित्सक वृत्ती होती. माडखोलकर प्रुफांकरता त्रास का देतात? सर्व कोल्हटकरांकडून आले आहे. मी परिस्थितीतून घडविला गेलो. त्यात मला थोरांचे प्रेम, प्रोत्साहन व आशीर्वाद मिळाला. म्हणून मी जाणिवेने लिहू लागलो. १६-१७ व्या वर्षी मी स्वप्ने फार पाहिली. पुष्कळ चांगल्या स्वप्नांचे तुकडे मजजवळ आहेत. पण माझी प्रकृती विचित्र आहे. फुरशाच्या बाबतीत नागपूरला भयंकर बातमी गेली. या परिस्थितीतूनही मी एवढे करू शकलो याबद्दल मला आनंद वाटतो. दैनंदिन जीवनातला माझा आनंद स्वच्छ आहे. टेकडीवर रात्ररात्र राहिलो आहे, चांदणे पाहत. सुंदर-भयंकराचे मिश्रण अवीट आहे. मी त्याच वृत्तीने जगत होतो. जीवनाविषयी मी अश्रद्ध नाही. जीवनाचे सर्व अनुभव घेऊनही जीवनात जगण्यासारखे पुष्कळ आहे असे माझे मत आहे. विफलतेने साहित्यिकाचे समाधान होणार नाही. ज्ञाताच्या कुंपणावरून पलीकडे पाहण्याची शक्ती साहित्यिकात असते. ती शक्ती महत्त्वाची मानली जाते. सर्व साहित्यिकांना चढ-उतार पाहावे लागतात. चक्रनेमिक्रम आहे तो. चिरंतन काय आहे हे जनता ओळखते. फडके कलावादी म्हणून मी जीवनवादी ठरलो. मी माझ्यातल्या लेखकाचे व्यक्तीकरण करत राहिलो. मी 'वादी' नाही. प्रतिवादी होऊ इच्छित नाही. वादाचा भाग महत्त्वाचा नाही. गांधीवादाचा पुरस्कार करून लेखक मोठा वा लहान ठरत नाही. वाद पचवला किती हे महत्त्वाचे आहे. साहित्यिकाचे अंतःकरण विशाल होणे, सूक्ष्म होणे हे महत्त्वाचे आहे. साहित्यिकाचे पाय जमिनीवर हवे; पण हात अंतराळाला पोचले पाहिजेत असे मला वाटते. ही कला कमावणारे साहित्यिक आज हवेत. माझ्यासारखा सामान्य लेखक जे लिहितो त्यातले काय चिरंतन टिकेल हे सांगता येणे कठीण आहे. पण एखाद्या पिढीची जी सेवा त्याने केली ती चिरंतन टिकते. सेवेची शक्ती फार मोठी असते. लेखकाने एखाद्या व्यापारी महाराष्ट्रीयनाचे स्वप्न पाहिले पाहिजे. हरिभाऊंनी नवीन स्त्री रंगविली.

हरिभाऊ-तुकारामाचा वारसा आम्ही का धरावा? शुचिता, सत्य, प्रेम या गुणांनी युक्त असे साहित्य हवे आहे. आत्म्याची विशालता पाहण्याचे, स्वप्ने रंगवण्याचे व पाहण्याचे सामर्थ्य आपल्याजवळ नसेल तर लेखन प्रभावी होणार नाही.

संतांचे सामर्थ्य फार मोठे होते. संतांचे कार्य टिळक, आगरकर, सावरकर, परांजपे यांनी केले. तेच कार्य करायची जबाबदारी आजच्या साहित्यिकांची आहे. आजच्या मध्यम वर्गाशी समरस होणारे साहित्यिक आज हवेत. आपल्या साहित्यिकांचे कार्य हे स्वतंत्र आहे. सरकारला जो अंकुश लागेल तो साहित्यिकाने दिला पाहिजे. नवीन समाज बनवण्याचा झुंझार ध्येयवाद आज दिसत नाही. हे का घडत नाही? हे साहित्यिकाचे काम आहे. हे कार्य महाराष्ट्रातले साहित्यिक खात्रीने पार पाडू शकतील. हे कार्य त्या पिढीतल्या साहित्यिकांनी केले व नंतरच्या काळातही लोकांनी हे केले. हरिभाऊ, खाडिलकर, आगरकर, टिळक यांचा वारसा घेऊन आपण पुढे जाऊ या. अशा लोकांच्या पाठीवर थाप मारण्यासाठी तरी मी पुढे होईन. साहित्याने मला जगायला शिकवले. व्याधी, रोग, संकटे यातून जगण्याची ईर्ष्या कायम ठेवली. म्हणून साहित्याची शक्ती मी मानतो, जाणतो. हे साहित्यप्रेम वृद्धिंगत होवो हीच इच्छा!

◆

खाडिलकरांची नाटके हा मूल्यांचा शोध

आम्ही दोघे दोन प्रकारचे मास्तर येथे एकत्र आलो आहोत. श्री. कृष्णराव फुलंब्रीकर हे संगीत क्षेत्रातील मास्तर आहेत, तर मी नुसताच शाळामास्तर आहे. आमच्या वयाला नुकतीच साठ वर्षे पूर्ण झाली. तथापि कलावंत हा शरीराने वृद्ध होत गेला तरी त्याचे मन चिरतरुण असते. या वेळी माझ्या डोळ्यांसमोर चिपळूणकर, आगरकर, गडकरी, शरच्चंद्र, स्टीफन इवाइग हे श्रेष्ठ साहित्यिक उभे राहतात. हे सर्व माझे आवडते लेखक आहेत. यांच्यापैकी काही जण शारीरिक व्याधींनी ग्रस्त होते, काहींचे वयपरत्वे शरीर थकले होते; पण त्यांची मने जिवंत होती, तरुण होती, दुर्दम्य आशावादाने रसरसलेली होती. तुम्ही माझ्यावर जो स्नेहाचा वर्षाव केला, त्याबद्दल मी कृतज्ञ आहे.

अज्ञातवासातील द्रौपदी

गेली २०-२५ वर्षे मराठी रंगभूमी एका विचित्र अवस्थेतून जात आहे. तिच्याकडे पाहून मला अज्ञातवासात दिवस कंठणाऱ्या द्रौपदीची आठवण होते. द्रौपदी साम्राज्ञी होती; पण विजनवासात राहण्याचा प्रसंग आला असतानाही तिने आपले स्वत्व सोडले नाही. त्याचप्रमाणे मराठी रंगभूमीचे एके काळचे वैभव जरी आज गेले असले तरी आपली श्रेष्ठ मूल्ये तिने नष्ट होऊ दिली नाहीत. वीस वर्षांपूर्वीच्या मराठी रंगभूमीच्या परंपरा सध्या प्रचलित नाहीत हे खरे. तसेच रंगभूमीच्या ऐन अमदानीत आम्ही तिचा जो बाज पाहिला त्याचे दर्शन या पिढीला होऊ नये, हेही साहजिक आहे. तथापि मराठी रंगभूमीची जी अस्मिता आहे ती लोपलेली नाही.

खाडिलकर हे श्रेष्ठ प्रतीचे नाटककार होते यात वाद नाही. तथापि खाडिलकरांचे श्रेष्ठत्व कशात आहे याचा आपण सखोल विचार केला पाहिजे. तो करताना तीन गोष्टी प्रामुख्याने डोळ्यांपुढे येतात. खाडिलकरांचा काळ हा समाजमनाला आवाहन करणारा होता. या काळात लोकोत्तर बुद्धिमत्तेची व कर्तृत्वाची माणसे होऊन गेली. सामाजिक आणि राजकीय संघर्ष या काळात अधिक प्रखर होते. त्याचबरोबर समाजही रसिक होता. त्या रसिक समाजाने खाडिलकरांच्या नाटकाची बूज राखली, कदर केली. खाडिलकरांच्या ठिकाणी अत्यंत थोर व्यक्तित्व होते. हे उग्र, प्रखर आणि तेजस्वी व्यक्तित्व त्यांच्या नाट्यकृतींतून प्रकट झाले. आजचा काळ हा आशयापेक्षा कारागिरीला महत्त्व देणारा आहे, पण खाडिलकरांनी कारागिरीपेक्षा आशयाची किंमत मोठी मानली म्हणून ते श्रेष्ठ नाटककार होऊ शकले.

खाडिलकरांच्या बरोबरीचे दोन श्रेष्ठ नाटककार देवल व कोल्हटकर हे होत. देवलांची 'शारदा', कोल्हटकरांचे 'मूकनायक' आणि खाडिलकरांची 'कांचनगडची मोहना' या तीन नाटकातून त्या त्या नाटककाराचे व्यक्तित्व उमटले आहे. प्रासादिक भाषेत घरगुती प्रसंग रेखाटणे हे देवलांचे वैशिष्ट्य, तर कल्पनाविलासात रममाण होऊन सौंदर्याच्या फुलबागा फुलवित बसणे, हा कोल्हटकरांचा विशेष. या दोघांहून खाडिलकरांचे व्यक्तिमत्त्व वेगळे होते. त्यांच्या व्यक्तिमत्त्वामागे फार मोठा असंतोष होता. तत्कालीन राजकीय संघर्षाचे प्रतिध्वनी खाडिलकरांच्या मनात उत्कटपणे उमटत होते. त्यांच्या 'कांचनगडची मोहना' या नाटकातील नायक प्रतापराव हा या असंतोषाचा उद्गाता आहे. प्रतापरावाची व्यक्तिरेखा खाडिलकरांच्या इतरही नाटकांत नायकाच्या रूपाने पुनःपुन्हा प्रकट झाली आहे. अशा रीतीने एखाद्या साहित्यकृतीत एकच व्यक्तिरेखा निरनिराळ्या स्वरूपात पुनःपुन्हा येते तेव्हा तो त्या कलावंताच्या आत्म्याचा आक्रोश असतो. नुसते अश्रू नाहीत, केवळ दुःख नाही, दुबळी भावनाविवशता नाही, तर अन्यायाविरुद्ध दंड थोपटून उभे राहण्याची कणखर युयुत्सू वृत्ती खाडिलकरांच्या प्रतापरावामध्ये आढळून येते. 'प्रतापरावाचे मन ते खाडिलकरांचे मन' असे म्हणायला हरकत नाही. प्रतापरावाच्या ठिकाणी जो कोवळा देशभक्त आहे, तो 'मेलो तरी बेहत्तर पण अन्यायापुढे मान वाकणार नाही' अशा ताठर बाण्याचा आहे.

खाडिलकरांच्या नाटकाचा सूक्ष्म अभ्यास करताना एक गोष्ट दिसून येते ती म्हणजे खाडिलकर हे जीवनमूल्यांच्या शोधात आहेत, ही होय. त्यांच्या आत्म्यामध्ये ज्या गोष्टी पेरल्या गेल्या, त्यांचा आविष्कार त्यांच्या नाट्यकृतीतून झालेला दिसतो. खाडिलकरांचे मन हे मूलतः अन्यायाविरुद्ध झगडणारे, असत्याविरुद्ध चीड बाळगणारे असे होते. ही चीड 'कीचकवधा'त भीमाच्या रूपाने प्रकट झाली आहे. धर्म हा सोज्वळ वृत्तीचा नमुना. अहिंसेने, प्रेमाने काम व्हावे असे मानणारा. पण भीम हा शक्तीचा प्रतिनिधी आहे. पूर्वी भीमाचे पात्र रंगभूमीवर आले की त्याच्या वाक्याला

टाळ्या पडत. २७ साली गांधीवादाचे तत्त्वज्ञान प्रचलित झाले. त्या वेळी भीमाच्या भाषणाला मिळणाऱ्या सगळ्या टाळ्या धर्माच्या भाषणाला मिळू लागल्या. पण काही झाले तरी भीम हाच खरोखर खाडिलकरांचा नायक होय.

भाऊबंदकी

खाडिलकरांच्या सगळ्या नाटकांत 'भाऊबंदकी' या नाटकाची रंगत विलक्षण प्रकारची आहे. प्रा. फडके 'कीचकवधा'ला मोठे नाटक मानतात. या नाटकात पेचप्रसंग आहेत, संघर्ष आहे, प्रेक्षकांना हलवून सोडील असे नाट्य आहे आणि हे नाट्य खाडिलकरांनी अत्यंत परिणामकारकपणे शब्दांकित केले आहे. पण खाडिलकरांच्या प्रतिभेचा खरा विलास 'भाऊबंदकी'तच प्रकर्षाने दृष्टीस पडतो. 'भाऊबंदकी'त जो संघर्ष आहे तो जीवनातील मूलभूत अमंगलाशी झगडा देण्याच्या प्रयत्नांतून निर्माण झालेला आहे.

साहित्यकृतीचा विचार आपण परंपरागत दृष्टीने करतो. प्रा. फडके 'भाऊबंदकी'कडे पाहताना कारागिरी कितपत साधली आहे या दृष्टीने पाहतात. पहिल्याच अंकात नारायणराव पेशव्याचा जो खून खाडिलकरांनी चितारला आहे, तो नाट्यपरिपोषाचा भंग करणारा आहे, असे फडके म्हणतात. पण मला तसे वाटत नाही. 'भाऊबंदकी' नाटक हे केवळ एका अरेराव व्यक्तीचे चित्रण करण्यासाठी खाडिलकरांनी लिहिले नाही. तत्कालीन राजकीय परिस्थितीचे चिंतन करताना 'भाऊबंदकी'चे कथानक नाटकासाठी निवडण्याची कल्पना खाडिलकरांना स्फुरली. मोठ्या नाटककारांच्या नाटकात खून, व्यभिचार इत्यादी घटना येतात त्या केवळ अमंगळाचे दर्शन घडविण्याकरिता नव्हे, तर त्यांच्या मागे जीवनाच्या अपरिहार्यतेची जाणीव दडलेली असते. खाडिलकरांची प्रतिभा ही थोर तत्त्वचिंतकाची प्रतिभा आहे. त्यांना मानवी जीवनातील सत्यनिष्ठेचे जे नवदर्शन झाले, ते 'भाऊबंदकी'तील रामशास्त्र्यांच्या रूपाने प्रकट झाले. एका व्यक्तीच्या आत्म्याचे बळ हे सैन्य, सत्ता आणि संपत्ती यांच्यापेक्षाही मोठे असते. मानवाचा आत्मा जेव्हा संपूर्ण तेजाने प्रकाशित होतो तेव्हा अमंगलाचा लोप होतो. 'भाऊबंदकी'त याच थोर तत्त्वाचा आविष्कार खाडिलकरांनी रामशास्त्र्यांच्या रूपाने केला आहे. सबंध नाटकात ज्या ज्या वेळी राघोबादादा हा रामशास्त्र्यांच्या समोर येतो, त्या त्या प्रत्येक वेळी तो घाबरलेला, हतप्रभ झालेला, नीतिधैर्य गमावलेला असा दिसतो. यावरून मानवाचा आत्मा हा जगातील सगळ्या अमंगळ शक्तींना उत्तर देऊ शकतो, हे खाडिलकरांनी प्रभावीपणे या नाटकात दाखविले आहे. जय किंवा पराजय यांच्याही पलीकडची एक अशी गोष्ट असते की जिच्या सामर्थ्यापुढे सारे मानवी जीवनच लीन होते. व्यक्ती आणि समाज यांच्याही पलीकडे अशी जी चिरंतन मूल्ये आहेत, ती खाडिलकरांनी 'भाऊबंदकी'त प्रकट

केली आहेत.

भारतीय तत्त्वज्ञानातील गाभा 'भाऊबंदकी'त आढळतो. जग बिघडले म्हणून आपण बिघडता कामा नये; उलट जगाला सुधारण्यासाठी आपण बद्धपरिकर असले पाहिजे, असा संदेश रामशास्त्री देतात. 'भाऊबंदकी' नाटकातील कथानक हे सर्वकाळी सर्व ठिकाणी घडू शकेल इतके ते स्वाभाविक आहे. रामशास्त्र्यांपाशी नव्हते शारीरिक सामर्थ्य, नव्हती राजसत्ता की नव्हती शस्त्रास्त्रे; पण मानवी जीवनातील चिरंतन मूल्यांवर त्यांची अपार श्रद्धा होती आणि त्यांच्या अंतःकरणात प्रखर सत्यनिष्ठा सदैव जागृत होती. म्हणूनच 'या जगात जे अमंगल घडत आहे, त्याचा प्रतिकार करणे माझे कर्तव्य आहे,' असे धीरोदात्तपणे ते सांगू शकले.

नायिकाप्रधान नाटक लिहिणे हा खाडिलकरांचा पिंडच नव्हता. 'मानापमाना'त धैर्यधराच्या पाठीमागे खाडिलकर उभे आहेत; भामिनीच्या पाठीशी नाहीत. खाडिलकरांच्या नायकांपुढे जीवनमूल्यांचा प्रश्न आहे. प्रतापराव, भीम, रामशास्त्री हे खाडिलकरांचे नायक जीवनमूल्यांवर नितांत श्रद्धा ठेवणारे धीरोदात्त पुरुष होत. 'कीचकवध' व 'भाऊबंदकी' या नाटकांत आत्म्याचे मोठे आवाहन आढळते आणि हेच आवाहन मराठी रंगभूमीचे मोठे सामर्थ्य आहे.

◆

✧

'उल्का' ही मुलींच्या मानभंगाची कथा

'उल्का' ही माझी तिसरी कादंबरी. आईबापांची माया सर्व मुलांवर असते; पण त्यातल्या त्यात काही मुले त्यांची अधिक लाडकी असतात. 'उल्के'च्या बाबतीत माझी स्थिती तशी आहे. मात्र ही कादंबरी केवळ मलाच आवडते असे नाही, गेली पंचवीस वर्षे वाचकांच्या प्रेमाचा लाभही तिला झाला आहे.

माझ्या कादंबऱ्यांपैकी या एकाच कादंबरीच्या शेवटी मी तिचा लेखनकाल दिला आहे. ती नोंद अशी आहे- १४-१०-३३ ते ३-११-३३. या आकड्यांवरून एकवीस दिवसांत मी 'उल्का' लिहिली हे उघड आहे. त्या वेळी ही तारखांची नोंद मी का केली हे आता नीटसे आठवत नाही. बहुधा मी त्या वेळच्या प्रथेला बळी पडलो असेन. त्या काळातली कविमंडळी आपल्या प्रत्येक कवितेच्या खाली तिचे जन्मटिपण देत असत. कविता कोणत्या तारखेला झाली, इतकेच नव्हे तर ती बोरघाटात लिहिली, आगगाडीत स्फुरली की बोटीत जन्माला आली वगैरे वगैरे माहितीही ही मंडळी पुरवीत असत. त्यांचेच मी अनुकरण केले असावे.

पण ही लेखनकालाची नोंद केली नसती तर बरे झाले असते असे आज वाटते. कलानिर्मिती हे काय काळ-काम-वेगाचे उदाहरण आहे? तीन आठवड्यात मी 'उल्का' कागदावर उतरवली हे खोटे नाही, पण त्याचबरोबर सतत तीन वर्षे ही कादंबरी माझ्या मनात घोळत होती, फुलत होती, हेही तितकेच खरे आहे. पावसाळ्यात पडणाऱ्या पावसाची पूर्वतयारी गाजावाजा न करता सृष्टिदेवता कितीतरी महिने आधी करत असते. ललितकृतीच्या बाबतीतही असेच आहे. कलावंताच्या मनाच्या कारखान्यात तिची जडणघडण दीर्घ काळ चालू असते.

१९३० मध्ये 'कांचनमृग' ही माझी दुसरी कादंबरी मी हातावेगळी केली. पण

ती संपवल्याचे समाधान मला फार दिवस लाभले नाही. शिरोड्यासारख्या खेड्यात शिक्षणाच्या कामाकरता मी मोठ्या उत्साहाने गेलो होतो. तो सारा उत्साह 'कांचनमृगा'चा नायक सुधाकर याला बहाल केला होता. सुधाकर पंचविशीतला तरुण होता. हे वयच मोठे विलक्षण असते. अध्यात्म वृत्तीने ते कोणत्याही गोष्टीकडे सहज पाहू शकते. म्हणूनच या वयात उत्कृष्ट कविता लिहिली जाते, उत्कट प्रेम केले जाते आणि उदात्त ध्येयवादाचे इंद्रधनुष्य हाती घेऊन माणसाचे मन जग जिंकायला निघते.

सुधाकर असाच काव्यात्म होता, स्वप्नाळू होता. पण १९३० नंतर मी तसा राहिलो नाही. माझ्या गुलाबाच्या पाकळ्या हळूहळू गळू लागल्या. पहिल्यापासून बोचणारे त्याचे काटेच मला अधिक बोचू लागले. सोनेरी स्वप्ने नसलेला तरुण आणि चाळिशी उलटल्यावर ध्येयवादी राहिलेला मनुष्य जगात सापडणे कठीण आह, असे कुणीतरी म्हटले आहे ना? त्या कटू सत्याचा मला अनुभव येऊ लागला होता. हा अनुभव सुधाकराद्वारा व्यक्त करणे अशक्य होते. पण ध्येयवादी माणसाच्या जीवनाची पुढे पुढे व्यवहारात होणारी परवड जर रंगवली नाही, तर आपण आपल्या अनुभूतीशी प्रतारणा केल्यासारखे होईल, असे राहून राहून मला वाटू लागले. 'उल्के'तली भाऊंची व्यक्तिरेखा माझ्या या रुखरुखीतूनच साकार होत गेली.

ध्येयवादी माणसाच्या वाट्याला आयुष्याच्या उत्तरार्धात जे दुःख येते, ते दुहेरी असते. ध्येयसिद्धीचा आनंद बहुधा त्याच्या पदरात पडत नाही. कारण ध्येय हे स्वभावतः क्षितिजासारखे किंवा मृगजळासारखे असते. शिवाय कुठलेही ध्येय हा एखाद्या उत्कट मनोवृत्तीच्या व्यक्तीचा धर्म होत असला, तरी तिच्या बरोबरीच्या लोकांचा सहज धंदा होऊ शकतो. स्वातंत्र्यानंतरच्या काळात ध्येयवादी माणसाची होणारी ही कुचंबणा आपणास अधिक तीव्रतेने जाणवू लागली आहे इतकेच. पण माझ्या मते ती सर्व काळी, सर्व स्थळी घडणारी शोकांतिका आहे.

आपल्या अंतरंगाच्या जगात पराभूत झालेला ध्येयवादी बाह्य जगात तरी विजयी होतो का? छे! ते कसे शक्य आहे? ध्येयाच्या धुंदीत पैसा, पदवी, प्रतिष्ठा वगैरे जगाच्या बाजारातील चलनी नाण्यांकडे त्याने पाठ फिरवलेली असते. पण आयुष्याच्या उत्तरार्धात बायको आजारी पडते, अंथरुणाला खिळते, मुलाला कॉलेजात पाठवणे आवश्यक असते, हुंडा मोजता आला नाही तर मुलगी कितीही वाढली तरी तिचे लग्न होणे कठीण होऊन बसते... अशा वेळी काय करायचे? ती चलनी नाणी कुठून पैदा करायची? ध्येयवादी मनुष्य स्वतःचे दुःख एकदा सोडून दहादा भोगील. पण बायको-मुलांचे हाल, ध्येयापायी आपण हसतमुखाने दारिद्र्य कवटाळल्यामुळे त्या निरपराधी जीवांच्या वाट्याला येणाऱ्या हालअपेष्टा, त्या त्याला बघवत नाहीत आणि कितीही धडपडले तरी त्याची दुःखे त्याला दूर करता येत नाहीत.

'उल्के'तले भाऊ माझ्या या अनुभूतीतून निर्माण झाले. साहजिकच भाऊंच्या स्वभावरेखेच्या जोडीने त्यांच्या लाडक्या लेकीची- उल्केची- स्वभावरेषा माझ्या मनात विकसित होत गेली. कनिष्ठ मध्यमवर्गातल्या मुलीचे दुःख मी लहानपणापासून पाहत आलो होतो. एके काळी ते हरिभाऊंच्या यमुनेचे, दुर्गीचे, ताईचे आणि पद्मेचे दुःख होते. मुली शिकल्या की हे दुःख नाहीसे होईल अशी माझी विद्यार्थी दशेत भोळीभाबडी समजूत होती. पण मी शिक्षक झालो तेव्हा एक गोष्ट मला कळून चुकली ती म्हणजे, समाजात जे बदल होतात ते बहुधा बहिरंगापुरते असतात. त्यामुळे प्रत्येक पिढीला काही जुने प्रश्न सुटल्यासारखे वाटतात; पण त्याचबरोबर पूर्वीपेक्षाही अवघड अशा नव्या समस्या दत्त म्हणून तिच्यापुढे उभ्या राहतात. उल्केच्या काळा- त्याच काळाची गोष्ट कशाला हवी? आजही तीच स्थिती आपण सभोवती पाहत आहोत- १९३०-३५ नंतर शिकलेल्या मुलींची नव्या प्रकारची कुचंबणा सुरू झाली. मधल्या पंचवीस वर्षांत मुलीचे लग्नाचे वय चौदा-पंधरावरून एकोणीस-वीसपर्यंत जाऊन पोचले होते. पण प्रौढविवाहापाठोपाठ येणाऱ्या प्रेमविवाहाचा मात्र कुठेच पत्ता नव्हता. तरुणतरुणींच्या प्रेमाचे चित्रण होई आणि प्रेमविवाहाचे दर्शन घडे ते फक्त कल्पनारम्य सामाजिक कादंबऱ्यात. समाजात प्रत्यक्ष राज्य सुरू होते ते हुंड्याचे- आणि मंडईतील भाजी पसंत-नापसंत करावी त्याप्रमाणे होणाऱ्या प्रौढ वधूच्या सहानुभूतीशून्य परीक्षेचे; तिच्या प्रदर्शनाचे, मानभंगाचे आणि विडंबनाचे. यातच निकट परिचयामुळे तरुण मनात निर्माण होणाऱ्या नाजूक ओढीच्या गुंतागुंतीची भर पडे आणि मग मानभंगाला मनोभंगाची जोड मिळे. १९३०-३५ ची उल्का ही १८९०-९५ च्या यमूइतकीच दुःखी होती.

हे दुःख मी चित्रित करावे अशी जणू दैवाचीच इच्छा होती. कारण माझ्या कल्पनेतली भाऊंची मुलगी पूर्णपणे साकार होण्याच्या आधीच एक विलक्षण गोष्ट घडली. एका दूरच्या प्रौढ स्नेह्यांनी एके दिवशी पाणावलेल्या डोळ्यांनी एक छोटे पुडके माझ्या हातात दिले. त्या पुडक्याची गाठ सोडून मी पाहू लागलो. आत काही पत्रे होती, केसात घालायचे आकडे होते, दोन-तीन नाजूक रेशमी रुमाल होते, थोडी सुकलेली फुले होती.

ती प्रेमपत्रे होती. त्या दहा-पंधरा पत्रांत केवढी करुण कथा दडून राहिली आहे याची मला प्रथम कल्पना आली नाही. पण मी ती पत्रे वाचून संपवली आणि सुन्न झालो. स्वतःला कवी म्हणवणाऱ्या त्या मुलीच्या प्रियकराने तिच्या पित्याला शेवटच्या पत्रात लिहिले होते, 'तुमच्या मुलीवर माझं प्रेम नाही. ते आहे असं मला वाटत होतं म्हणून तर आम्ही एकमेकांच्या बोटात अंगठ्या घातल्या. पण ते प्रेम हा भ्रम होता. माझं खरंखुरं प्रेम दुसऱ्या मुलीवर बसलं आहे. तुमच्या मुलीची आणि माझी गाठ पडण्यापूर्वी ही मुलगी मला भेटली नाही, ही दुर्दैवाची गोष्ट आहे. पण

ज्या मुलीवर माझं प्रेम बसलं आहे ती माझ्याकरता आणि मी तिच्याकरता जन्माला आलो आहोत, ही गोष्ट सूर्यप्रकाशाइतकी स्पष्ट आहे.'

ते शेवटचे पत्र मी नीट वाचू शकलो नाही. त्या क्षणी क्रोध आणि करुणा यांचे मोठे विचित्र मिश्रण माझ्या मनात निर्माण झाले. मला विचार करता येईना. माझ्या स्नेह्याचे सांत्वनही करता येईना. पण रात्री अंथरुणावर पडल्यावर एक अपूर्व आनंदाची लहर माझ्या मनाला स्पर्श करून गेली. भाऊंची मुलगी मला सापडली होती. अगदी हाडामांसाची मुलगी. आपली सारी जीवनकथा सांगणारी उल्का मला मिळाली होती.

भाऊ आणि उल्का यांच्या जोडीने चंद्रकांतही या कादंबरीत वाढत गेला. त्याने प्रथम माझ्या मनात केव्हा प्रवेश केला हे आठवत नाही. पण एका बाजूने भाऊंचा व दुसऱ्या बाजूने उल्केचा हात धरून सतत तीन वर्षे तो माझ्या मनात वावरत होता. भाऊ ही जुन्या पिढीच्या ध्येयवादातून आणि अनुभूतीतून स्फुरलेली स्वभावरेखा. उलट चंद्रकांत ही १९३०-३५ च्या सुमारास उदयाला आलेल्या नव्या ध्येयवादाचे प्रतीक असलेली स्वभावरेखा. या चंद्रकांताच्या मूर्तीकरता कुठले कुठले साहित्य माझ्या मदतीला धावून आले ते सांगण्याजोगे आहे.

कादंबरीत छोट्या चंद्रकांताची आणि छोट्या उल्केची ओळख होते ती समुद्रकिनाऱ्यावर. कातावलेल्या आईच्या बोलण्याने आणि माराने वैतागून चंद्रकांताची स्वारी जीव देण्याकरता समुद्रावर येते आणि भरतीच्या लाटांनी वेढलेल्या एका खडकावर जाऊन बसते. चंद्रकांताची ही जीव देण्याची कल्पना मला सुचली ती स्वतःवरून. लहानपणी मीही असाच रागावून सांगलीला माझ्या आजोळच्या दारात असलेल्या उघड्या विहिरीच्या काठावर आत पाय सोडून जीव देण्याच्या निर्धाराने बसलो होतो. माझ्या त्या भयंकर निश्चयाच्या मुळाशी तसेच जबरदस्त कारण होते. मामा माझ्या थोरल्या भावाला आपल्याबरोबर कोल्हापूरला घेऊन निघाले होते. त्यांनी मला न्यावे म्हणून मी रुसून आणि रडून पाहिले होते. पण त्याचा काही उपयोग होत नाही हे दिसताच मी विहिरीकडे धावत गेलो. त्या वेळी सत्याग्रह हा शब्द प्रचारात नव्हता. नाहीतर बालसत्याग्रही म्हणून शाळेतल्या मराठी तिसरीतर्फे माझा सत्कारही होऊन गेला असता.

पुढे चंद्रकांत शांतिनिकेतनात जातो आणि तिथून भाऊंना व उल्केला पत्रे पाठवतो असा कथाभाग आहे. उल्केच्या मनोविकासाच्या दृष्टीने ही पत्रे फार महत्त्वाची आहेत. या पत्रांची कल्पना मला सुचली, ती त्या वेळी मला येणाऱ्या एका अपरिचित विद्यार्थ्याच्या पत्रावरून. या पत्रामुळे चंद्रकांताच्या चित्रणातला पाल्हाळ मला टाळता आला.

अशा अनेक गोष्टी सांगता येतील. पण त्या सांगूनही 'उल्का' अशीच का

झाली याचा उलगडा मला करता येणार नाही. कादंबरी काय किंवा कुठलीही ललितकृती काय, ते काही पाकशास्त्रातल्या नियमाबरहुकूम बनवायचे पक्वान्न नाही. ते वेलीवर उमलणारे फूल आहे. जशी वेल तसे फूल.

◆

खाडिलकरांची नाटके रंजक, उद्बोधक आणि कलात्मक!

मराठी साहित्यातला एक उज्ज्वल असा कालखंड आहे. या कालखंडामध्ये अनेक साहित्याचे प्रकार बहरले, वाढले, फुलले. या सर्व प्रकारांत निबंध आणि नाटक अग्रेसर होते. या दोघांनी लोकरंजन, लोकशिक्षण आणि लोकजागृती ही कामे मोठ्या तडफेने, मोठ्या हिरिरीने केली. नाटक ज्यांनी संपन्न केलं अशा नाटककारांत किर्लोस्कर, देवल, कोल्हटकर, खाडिलकर, गडकरी, वरेरकर यांची नावे घ्यावी लागतील. मी या सर्वांत बहुमान देईन तो खाडिलकरांना. मराठी नाटक नव्या रीतीनं घडवण्यात, मराठी रंगभूमीला नव्या रीतीनं संपन्न करण्यात खाडिलकरांचा सिंहाचा वाटा आहे.

खाडिलकरांची मनःप्रवृत्तीच मूलतः नाट्याला अनुकूल होती. बी. ए. झाले न झाले तो त्यांनी 'सवाई माधवरावाचा मृत्यू' हे नाटक लिहिलं. नाटकं तरुण वयात, पंचविशीत भरपूर लोक लिहितात; पण बहुधा ती इतरांचं अनुकरण करून. खाडिलकरांच्या या नाटकामध्ये जो मोठा आवाका होता तो लक्षात घेतला म्हणजे त्यांच्या नाट्यप्रतिभेची आपणाला खरीखुरी कल्पना येते. त्यांनी विषय घेतला दुःखान्त. आपली संस्कृत नाटकांची परंपरा होती सुखान्त नाटकांची, प्रेमकथांची. विषय घेतला तो संशयानं ग्रस्त झालेल्या सवाई माधवरावांसारख्या ऐतिहासिक व्यक्तीचा, लोकांना न आवडणारा. आणि त्यामध्येही त्यांनी ज्या व्यक्तिरेखा निर्माण करण्याची इच्छा बाळगली ती शेक्सपीअरच्या 'हॅम्लेट' व 'यागो' या दोन्ही एकत्र करण्याची. हे सर्व पाहिलं की तिशीच्या आत हे ज्या तरुण नाटककारानं केलं त्याची दृष्टी किती मोठी असली पाहिजे आणि त्याच्या डोळ्यांपुढे किती विशाल

स्वप्नं त्याला दिसत असली पाहिजेत, हे आपल्या लक्षात येईल.

खाडिलकरांनी मराठी रंगभूमीला अनेक देणग्या दिल्या. त्यांपैकी सर्वांत मोठ्या दोन देणग्या मी मानतो. त्या दोन देणग्यांपैकी पहिली आशयाची आणि दुसरी आविष्काराची. मराठी नाटक बहुधा संस्कृत पद्धतीनं लिहिलं जात होतं. मूलतः ते संगीत होतं. गद्य नाटकं होती ती बहुधा अनुवादित होऊन आलेली होती. अशा वेळेला स्वतंत्र गद्य नाटकं, तीही अर्थात आपल्या देशातल्या संस्कृतीवर आधारलेली, पौराणिक, ऐतिहासिक कथांवर आधारलेली, नवा आशय घेऊन लिहिलेली नाटकं खाडिलकरांनी लिहिली.

त्यांचं दुसरं नाटक 'कांचनगडची मोहना' त्यांनी पंचविशीच्या आतच लिहिलं. पण या नाटकामध्येसुद्धा पहिले दोन अंक ज्या रीतीनं मांडले गेले आहेत, नाट्यप्रसंगांची गुंफण ज्या पद्धतीनं केली आहे ते पाहिलं की एक लक्षात येतं की, आपल्या हातातल्या कथेतलं नाट्य हेरण्यात, ते फुलवण्यात ते नाट्यप्रसंग निर्माण करण्यात, त्या प्रसंगांचा बरोबर उपयोग करून घेण्यात आणि सर्व नाटक बंदिस्त स्वरूपात कलात्मक रीतीनं मांडण्यामध्ये खाडिलकर चतुर होते. ती चतुराई त्यांच्या समकालीन नाटककारांमध्ये फारशी नव्हती. देवलच त्याला एकटे काय ते अपवाद म्हणावे लागतील.

आता खाडिलकरांनी जी थोडी नाटकं लिहिली ती निरनिराळ्या रीतीनं अभ्यास करण्यासारखी आहेत. 'कीचकवध'चा पहिला अंक पाहावा. त्या पहिल्या अंकामध्ये आपणास आढळून येईल की सैरंध्री प्रथमतः दृष्टीस पडते पहिल्या प्रवेशात. कीचक दुर्योधनाच्या दरबारात मोठा मानसन्मान मिळवून आलेला आहे. तो राजवाड्यात प्रवेश करतो आहे. अशा वेळी दासी ओवाळण्यास उभ्या आहेत. त्यात सैरंध्रीला नाइलाजानं उभं राहावं लागलं आहे. त्या वेळी ती कीचकाच्या दृष्टीस प्रथम पडते आणि त्याची पापी नजर तिच्यावर पडते. परंतु एवढा साधा उपयोग त्या प्रसंगाचा खाडिलकरांनी केलेला नाही. कीचकाला मोठा मानमरातब मिळालेला आहे- दुर्योधनाकडून. पांडवांची छत्रचामरं मिळालेली आहेत. ती छत्री त्याच्या डोक्यावर आहे, चामरं वारली जात आहेत. ती कुणाची आहेत असं तो अहंकारानं विचारतो आहे आणि तिथं धर्माला हे छत्र पांडवांचं आहे हे नाइलाजानं सांगावं लागतं. पायाच्या चढावांवर- एकावर भीम, दुसऱ्यावर अर्जुन अशी अक्षरं कोरून घेतली आहेत. त्यामुळे भीम आणि अर्जुन माझ्या टाचांखाली चिरडले जाणार आहेत आणि दुर्योधनाशी त्याचा सहकारी या नात्यानं मी वागणार आहे अशा रीतीनं सबंध नाटकाला आधारभूत असलेला अशा प्रकारचा जो संघर्ष आहे, तो त्यांनी पहिल्या प्रवेशामध्ये उभा केला आहे. मग खाडिलकरांची दृष्टी या संघर्षबिंदूवरून पुढे जाते ती थेट एखाद्या बाणासारखी. ती आपलं लक्ष वेधून घेते. ती इकडं तिकडं बिलकूल

फिरकत नाही आणि त्यामुळे त्यांच्या नाटकाला एक विलक्षण सौंदर्य येऊन जातं.

'कीचकवध', 'भाऊबंदकी', 'विद्याहरण' ही फार उत्तम अशी उदाहरणं आहेत. किंबहुना १९२० पूर्वीचं उत्तम नाटक- शेक्सपिअरच्या प्रभावाखाली वाढलेलं, पण स्वतंत्र नाटक- जर कोणी लिहिलं असेल तर ते खाडिलकरांनी. किंबहुना त्यांच्या नाटकांचा आशय आविष्कारापेक्षा मोठा आहे. ते मूलतः, स्वभावतः आदर्श बोलत आहेत. त्यामुळे त्यांच्या नाटकातल्या नायक-नायिकाही आदर्श बोलताना आढळतात. त्या उदात्त आहेत. प्रेमाकरता, ध्येयाकरता कशा ना कशाकरता ते आपल्या संकुचित कुंपणापलीकडे उडी मारताहेत. परंतु असं असलं तरी संस्कृत नाटकाला अपरिचित असलेले खलपुरुष, खलस्त्रिया खाडिलकरांनी निर्माण केल्या आहेत. 'कांचनगडची मोहना'मध्ये लक्ष्मी, 'भाऊबंदकी'मध्ये आनंदीबाई, 'सवतीमत्सर'मध्ये चैतन्य अशा व्यक्तिरेखा पाहिल्या की आपणास खाडिलकरांमधील खरा कलावंत दिसतो. खाडिलकर जरी परंपरेनं कुंठत होते तरी स्त्रिया अशा असू शकतात, त्या दुष्टपणाने वागतात, संसाराची किंबहुना राज्याची धुळधाण करू शकतात, असा सर्व तऱ्हेनं त्यांनी त्या कुशलतेनं चित्रित केल्या आहेत. त्यांच्या आदर्शाची ओळख म्हणून त्यांनी या व्यक्तिरेखा रेखाटल्या आहेत. त्या वेळी त्या वास्तवापेक्षा वेगळ्या असल्या तरी जनमनास प्रेरित करण्याची शक्ती त्यांमध्ये मोठी आहे. किंबहुना अशा व्यक्तिचित्रांची त्या वेळी आवश्यकता होती.

त्या वेळी त्यांच्या भोवताली जे वातावरण होतं ते पारतंत्र्यात सापडलेल्या भारताचं. हा भारत धडपडत होता. एकीकडे क्रांतिकारक होते, दुसरीकडे जहाल पक्षाचे नेते होते, तर तिसरीकडे नेमस्त पक्षाचे लोक होते. सर्वांची धडपड एकाच दिशेनं चाललेली होती. आणि ही जी धडपड भोवतालची चाललेली आहे, त्याला प्रेरक होणारं नाट्य खाडिलकरांनी वारंवार लिहिलं आहे. किंबहुना त्यांच्या स्वभावाचा तो एक भागच बनून गेलेला होता.

परंतु असं नाट्य लिहीत असताना, ते निर्मिताना त्यांच्यातला जो कसरत करण्याचा पिंड होता तोही जागा राही. त्यामुळे दैत्याला शोभणारं चरित्र ते निर्माण करत असत. 'कीचकवध' खाडिलकरांनी लिहिलं, त्या वेळी रंगभूमीबद्दलच्या आपल्या मनामध्ये ज्या कल्पना होत्या, त्यात हिंसा-अहिंसेचा वाद येईल असं कुणाला वाटलं नव्हतं. गांधीजी आल्यानंतर हिंसा-अहिंसेच्या वादाला तोंड फुटलं. परंतु 'कीचकवधा'मध्ये धर्म आणि भीम यांच्या संवादांतून खाडिलकरांनी हिंसेच्या मर्यादा सांगितल्या आहेत. अहिंसेचं जे वर्णन त्यांनी केलं आहे ते पाहिलं म्हणजे पुढे येणाऱ्या गांधीवादाची नांदी होती असं वाटतं. हे तत्त्वचिंतन खाडिलकरांच्या सर्व नाटकांतून चालतं. अमुकच एक नाटक त्यांना तत्त्वचिंतनास उपयोगी आहे असं नाही. हे चालत असताना ते चिंतन नाट्यप्रसंगातून चित्रित करण्याची दक्षता

विशेषतः ते आपल्या पूर्वीच्या नाटकात घेतात. काही नाटकांत ते जमलं नाही. तो परिणाम असेल, ते वैगुण्य असेल; पण खाडिलकरांनी आपल्या नाटकातून जे प्रसंग निर्माण केले आहेत त्यातून असं लक्षात येतं की, जेव्हा एखादी व्यक्ती ध्येयाच्या पाठीमागे लागते तेव्हा ती आपल्या स्वतःच्या पलीकडे जाते. कांचनगडची मोहना आपल्या पतीव्रताची सार्थता करण्याकरता युद्धामध्ये भाग घेते व मृत्युमुखी पडते. सत्त्वपरीक्षेच्या वेळीसुद्धा अन्नदान चाललं असलं तरी भुकेल्याला घास कसा घालायचा ते रोहिदास आईला सांगतो, 'आई, हे पाहा' म्हणतो आणि फेकून देतो. 'विद्याहरणा'मध्ये देवयानीवर कचाचं प्रेम आहे, पण ते प्रेम तो ज्या ध्येयाकरता आला आहे त्याच्या आड येऊ देत नाही. ज्या वेळी देवयानीचा त्याग करण्याची पाळी कचावर येते त्या वेळी तो अनमान करत नाही. ध्येय निर्माण व्हावं असा तो काळ होता. लोकजागृती हे नाटकाचं ध्येय आहे की नाही याबद्दल नंतरच्या काळात वाद झाले. आजही ते होत आहेत. परंतु एक गोष्ट लक्षात घेतली पाहिजे की खाडिलकर ज्या प्रकृतिधर्माचे होते- उदात्त, ध्येय, त्यांचा लौकिक ज्या स्वरूपाचा होता- पत्रकार असण्याचा- त्यास अनुकूल लोकजागृती व इतर आवश्यक गोष्टी, ज्या नाट्यालाही जरुरी होत्या, त्यांनी एकत्र गुंफल्या. रंजकता, उद्‌बोधकता आणि कला यांचा नकळत जो त्रिवेणी संगम झाला आहे, तो तत्कालीन नाटकांमध्ये कुठंही आपणाला आढळणार नाही.

◆

✧

अनेक पिढ्या टिकणारा लेखकच श्रेष्ठ

मी साहित्यलेखन आरंभ केलं ते टिळक युगाचा अस्त नि गांधी युगाच्या प्रारंभाच्या संधिकाळात. प्रारंभी मी कथा, कविता, लघुनिबंध असं बहुविध लेखन केलं. आरंभीच्या कथा मान्यवर लेखकांना आवडल्या. पण ती सुरुवातीची माझी कथा चांगली होती, असं मी म्हणणार नाही. त्या प्रारंभीच्या कथेपेक्षा चांगली कथा आपण लिहिली पाहिजे, यापेक्षा चांगली कादंबरी आपण लिहिली पाहिजे, असं वाटायचं. उंच उडी मारतात ना, त्याच्यासारखा मनाचा हा एक भाग असतो. त्याप्रमाणे आयुष्याच्या पूर्वार्धात मी धडपड केली अशा प्रकारची. काही शिकायचं, काही धडपडायचं, नवीन करायची धडपड करायची, मागच्यांच्या पुढे जायची धडपड करायची. काही साधली, काही नाही; हा भाग सोडून देऊ. परंतु माझ्या उतारवयामध्ये गेली १०-१५ वर्षं, विशेषतः माझ्या दृष्टीच्या दुर्बळतेमुळे, प्रकृतीच्या दुर्बळतेमुळे, अन्यही अनेक कारणं आहेत; मला वाटतं माझ्या आळसामुळेही कदाचित पुष्कळदा असेल आणि एक कारण असं आहे पुन्हा जे लिहिलं ते परत लिहायचं नाही, तसं, तेवढं, तेच ते साचेबंद लिहायचं नाही, अशा हट्टामुळे मी जे काही माझ्या मनामध्ये आहे ते सर्व काही लिहू शकलो नाही.

मी जे काही लिहिलं आहे ते त्या काळात; अर्थात अमुक एक कादंबरी लोकप्रिय झाली, अमुक एक कथा लोकप्रिय आहे, 'ययाति' लोकप्रिय आहे याला माझ्या दृष्टीनं फार अर्थ नाही. पण मी आपणाला एक सांगतो की काही लेखक, त्यांचं आयुष्य पाच-दहा वर्षांचंच असतं. एरवी तर आपलं लौकिक आयुष्य पुष्कळ असतं. त्या बिचाऱ्यांना परमेश्वर शतायुषी करो... आपली त्याबद्दल काहीच तक्रार नाही. पण त्यांचं वाङ्मयीन आयुष्य म्हणाल तर पाच-दहा वर्षांचंच. काहींचं दहा-

वीस वर्षांचं असतं, काहींचं पिढीभर तर काही दोन-तीन पिढ्या टिकतात. पण दोन-तीन पिढ्यांनंतर टिकणारा लेखक फार क्वचित. तेव्हा, माझी गणना यांपैकी कशात आहे हे मी ओळखून आहे. मी पुष्कळ लिहिलं, विविध लिहिलं हे लौकिक अर्थानं खरं आहे; परंतु मी लिहिलं त्यापैकी चांगलं किती लिहिलं? अगदी उत्कृष्ट किती लिहिलं? पन्नास वर्षांनी याची आठवण काढून लोक वाचतील आणि वाचून आनंदतील असं किती लिहिलं? मला विचारलं तर अगदी शरमेनं मान खाली घालून राहावीशी वाटते असं जरी नसलं, तरी माझ्या मनात खंत वाटते हे मी तुम्हाला सांगतो. कारण काय होतं की पहिली दहा-वीस वर्षं मी मोठ्या जिद्दीनं धडपड केली... चांगलं लिहायचं, चांगलं लिहायचं असा ध्यास असायचा. तात्यासाहेब केळकर एकदा शिरोड्यास आले होते. मला म्हणाले, 'अहो तुम्ही एवढे लिहिता, इतकं लिहिता, नाना तऱ्हेचं लिहिता, नवीन काही प्रयोग करता, शिरोड्यात तुम्हाला चार पुस्तकं तरी मिळतात का?' पुस्तकांचा प्रश्न आला म्हणून सांगतो, त्यांना मी दोनच उत्तरं दिली. एक म्हणजे लिहायला पुस्तकंच लागतात असं नाही. काही मनातूनही येतं. दुसरी गोष्ट सांगितली की मला जर पुस्तकं हवीच असतील तर माझे पुण्या-मुंबईचे मित्र पाठवतात.

शिरोड्याच्या त्या जीवनामध्ये जरी मी शाळेच्या कामाच्या व्यापाने व्यापलो असलो तरी मी जे काही बघितलं, अनुभवलं, काळजाला झालेल्या जखमा टिपण्याचा मी त्या काळी काही प्रयत्न केला, जे शब्दांकित केलं, तसे प्रयत्न पुढेही मला करता आले असते, करत राहता आले असते. पण मी विशेष असं लिहिलं ते परिपक्व झाल्यावरच, गेल्या दहा-पंधरा वर्षांमध्ये... मी सांगितलेल्या विचित्र कारणांमुळे फार मोठं काम अंगावर घेता येत नव्हतं. 'ययाति'सारखी कादंबरी मी पाच-दहा वर्षं लिहीत होतो. छोटी-छोटी कामं करण्यात माझं मन रमत नाही. कारण उंच उडी मारली आहे... पाच फूट उंच... तर पुढची उडी पाच फूट पाच इंचच जायला हवी.

मला एवढं मात्र वाटतं... माझ्या वाङ्मयाच्या अनुषंगाने आज काय लोकमत आहे ते मला माहीत नाही. उद्या काय व्हायचं आहे ते होवो, परंतु ज्या वाङ्मयानं मला आयुष्यभर धीर दिला, दिलासा दिला... एका अर्थानं मला वाङ्मयानं आईसारखं सांभाळलं... कदाचित लोकांना याची कल्पना असणार नाही. लोकांना हे कळणार नाही की खरच वाङ्मय इतकं प्रेम देऊ शकतं काय? तर देऊ शकतं हे मी आपणास सांगतो. मला जर कुणी विचारलं, तर तुम्हाला आश्चर्य वाटेल, हेमिंग्वे किंवा ऑर्थर मिलर ही माणसं मी काही पाहिली नाहीत डोळ्यांनी; परंतु मला वाटतं की हे माझे दोस्त आहेत, कुटुंबीय आहेत. त्याचं कारण असं आहे की त्यांच्या वाङ्मयाशी मी इतका समरस होऊन जातो. आपल्याकडील गडकरी, केळकर, कोल्हटकर, वरेरकर, वामनराव जोशी किंवा कुसुमाग्रज, बोरकर वगैरे ही

अलीकडची सगळी मंडळी... ही सगळी मंडळी माझ्या ओळखीची, परिचित, मी त्यांच्या बैठकीत बसलेला... ही गोष्ट वेगळी. पण मला ते परकीय वाङ्मयकार असेच वाटतात. यांच्या वैचारिक बैठकीत मी बसणारा. यांनी मला धीर दिलाय. यांनी मला जीवनाचं कोडं समजून सांगितलेलं आहे आणि त्यांनी ज्या वेळी हे समजून सांगितलं त्या वेळी असं वाटलं, त्यांनी जसं मला समजून सांगितलं तसं मला माझ्या मराठी बांधवांना ते समजून सांगायचं आहे.

मी मग त्यासाठी काही कल्पना करतो, लेखन करतो, काही आराखडा तयार करतो. ज्या वेळी ते काही... मघाशी सांगितल्याप्रमाणे सुगंध मनात भरायला लागला तेव्हा चार पानं लिहितो. मग त्या वेळी प्रकृती अडवते, दृष्टी अडवते तेव्हा निराशही होतो. तुम्ही मला विचारले आहे की, काय वाटतं तुम्हाला तुमच्या साहित्याबद्दल? वाटतं, एक मी या मराठी वाचकांचा फार ऋणी आहे. त्यांनी गेली चार तपं अखंड प्रेम केलं. त्यांच्या प्रेमावर आणि ज्या मराठीनं जुन्या काळी तुकाराम, ज्ञानेश्वर निर्माण केले; नव्या काळी आगरकर, श्रीपाद कृष्ण, गडकरी ही मंडळी निर्माण केली त्या भाषेत मी जन्मलो, त्या भाषेचं वाङ्मय मी वाचू शकलो, सारं आस्वादू शकलो आणि त्यात लिहू शकलो. अगदी खालच्या दर्जाची असेना... कविता लिहू शकलो. माझ्या एका 'अभिषेक' नावाच्या भाषण संग्रहात मी शेवटी लिहिलं आहे, 'या शारदेच्या देवालयात माझी जागा कुठं आहे ते मला माहीत आहे. ती देवालयाच्या गाभाऱ्यात नाही हे मला ठाऊक आहे'... मंदिराच्या कोपऱ्यात कुठेतरी... मंदिराचा दरवाजा असतो ना, जिथून प्रवेश करतो, तिथंच कुठंतरी कोपऱ्यात मी उभा आहे. परंतु या कोपऱ्यात का असेना, मला उभं राहायला मिळालं याचा मला मोठा आनंद आहे. मी मराठीचं फार करू शकलो नाही याची खंत आहे... पण मी उभा राहू शकलो. 'गुड बाय मिस्टर चीफ' ही कादंबरी पुष्कळांनी वाचली असेल. फार चांगली कादंबरी आहे. जो वृद्ध शिक्षक त्यात दाखवला आहे, तो आरामखुर्चीवर पहुडलेला आहे... शाळेजवळच... शाळेला जाणारी-येणारी मुलं दिसावीत असा बसलेला... त्या शाळेच्या औपचारिक जगातून तो बाहेर आलेला आहे; पण मन त्याचं त्या शाळेच्याच जगात गुंतलेलं आहे... शाळेची घंटा कानी पडावी, मुलांची किलबिल पाहावी... अशा मनःस्थितीतला तो शिक्षक... मी थोडाफार अशाच मनःस्थितीत आहे. मी 'गुडबाय मिस्टर चीफ'च्या नायकाप्रमाणे साहित्याच्या जगातून बाहेर आलेलो असलो तरी मन तिथंच गुंतलेलं आहे... तिथं मन गुंतल्यामुळेच मराठीत जे चांगलं निर्माण होत, त्याचा मला आनंद होतो. अभिमान वाटतो. जे पुष्कळसं होत नाही किंवा बेंगरूळपणानं केलं जातं, बेजबाबदारपणे केलं जातं, त्याची खंतही वाटते. खुद्द माझ्या साहित्याविषयी विचाराल तर असं आहे की, सिंहाची शिकार करायला गेलो अन् ससा घेऊन आलो काय, असं बऱ्याचदा वाटतं.

◆

ग्रंथालये समाजाच्या रक्तवाहिन्या होत

(शताब्दी उद्घाटन समारंभाचे अध्यक्षीय भाषण)

लहान थोर मित्र हो!

कुडाळ शहराच्या जीवनातील एका अत्यंत आनंदाच्या प्रसंगी मला आपण बोलावले याबद्दल आभारी आहे. तसं पाहिलं तर मी कोकणी आहे. लेखक उभा राहिलेला असतो, तो त्या मातीतूनच. मी दाजीपूर सोडल्यावर ज्या संवेदना अनुभवल्या, त्या मी सांगितल्या तर तुम्हाला कल्पना येईल. माझ्यासारख्या लेखकाच्या आयुष्याचे तीन तुकडे झाले आहेत. लहानपणाच्या स्मृती जागृत होतात. तसेच घाटावरील कृष्णेच्या तीरावरील मैलामैलाला अशा अनेक स्मृती जागृत होतात. या सर्व भूप्रदेशात मी फिरलो आहे. अनेक स्नेही सोबती मी मिळविले आहेत. आबा शिरोडकर व मी चाळीस वर्षे सख्ख्या भावासारखी काढली आहेत. तर आज मी जे चार शब्द बोलणार आहे ते बाहेरचा परका माणूस म्हणून नाही. तुम्ही-आम्ही ज्या समाजाचे घटक आहोत, त्या नात्याने मी बोलणार आहे. व्यक्तिशः संस्थेच्या दृष्टीने ही भाग्याची गोष्ट आहे, की आपल्या ग्रंथालयाने शताब्दी पूर्ण केली. अशा संस्था आपल्याकडे जगत का नाहीत? मग आपल्या समाजात कुठेतरी दोष असला पाहिजे. संस्थेच्या पाठीमागे चिकाटीने, इमानाने काम करणारी माणसे लागतात. महाराष्ट्रात अशी माणसे नाहीत. यातून एक ध्वनी निघतो. कोल्हापूरचे वाचनालय हे एक याचे उदाहरण आहे. याचे श्रेय इंग्रजांना दिले पाहिजे. त्या वेळचे पोलिटिकल एजंट वगैरे जे जे इंग्रज गृहस्थ जेथे जेथे गेले त्या त्या ठिकाणी त्यांनी आपल्या संस्कृतीची

पाळेमुळे समाजात रुजावीत यासाठी प्रयत्न केले, हे मान्य केले पाहिजे. त्यांपैकी एक गोष्ट म्हणजे लायब्ररी. ही गोष्ट साहेबाने आपल्याकडे प्रथम आणली.

शंभर वर्षांपूर्वी ही संस्था स्थापन केली गेली. त्यामागील प्रेरणा कुणातरी इंग्रज अधिकाऱ्याची होती. पूर्व काळी आपण देऊळ हे संस्कृतीचे केंद्र मानत होतो. त्या वेळची सामाजिक संस्कृती काय होती? कीर्तन, प्रवचन, पुराण ही समाजाकडे संस्कृती नेण्याची साधने होती. हे नवे शस्त्र (लायब्ररी) आपण धारदार ठेवले आहे, जिवंत ठेवले आहे, याबद्दल कुडाळच्या नागरिकांचे मी अभिनंदन करतो. हे ग्रंथालय अनेक ज्ञात व अज्ञात व्यक्तींच्या प्रयत्नांनी चालले आहे. 'पहिल्या दहा वर्षांतले कार्यकर्ते कोण' असे विचारले तर ते तुमच्या अहवालात नसेलही. अजून आपल्याला ग्रंथालये कशी सांभाळायची व ग्रंथालये या समाजाच्या रक्तवाहिन्या आहेत याची जाणीवही झालेली नाही. नवमहाराष्ट्र निर्माण झाला त्यासाठी ज्यांचे कर्तृत्व कारणीभूत झाले, त्या ज्ञात-अज्ञात व्यक्तींचे ऋण आपण मानले पाहिजे. ज्याप्रमाणे सुवासिनी दीप वाऱ्याने जाऊ नये म्हणून पदराआडून आणतात, त्याप्रमाणे संस्था जपून आणाव्या लागतात. त्याबद्दलची कृतज्ञता आपण मानायला शिकले पाहिजे. अजूनही समाजाला समजायचे आहे की सामान्य मनुष्याची शक्ती अमाप आहे. खरोखर नवा महाराष्ट्र जागृत व्हायचा आहे. तो सामान्य मनुष्याच्या शक्तीवर व भक्तीवर होईल. लहान शक्तीची लहान माणसे या संस्थेच्या कार्यासाठी वावरली आहेत. पुढील काळात ग्रंथालयाचे स्वरूप विलक्षण वाढेल. या आहे त्या वाचनालयाचा चांगल्या रीतीने विकास व्हावा. संस्थेच्या आयुष्यात किती वर्षे जगली याला महत्त्व नाही. पाश्चात्त्य राष्ट्रात याचे महत्त्व वाटत नाही. मॅकमिलन कंपनीचा इतिहास एका मोठ्या कादंबरीकाराने लिहिला आहे. तसेच पाश्चात्त्य राष्ट्रात रुजलेली लोकशाही यावरून संस्थेचे कार्य अखंड रीतीने करीत राहण्याचा जो धडा पाश्चात्त्यांकडून आपल्याला मिळाला आहे तो म्हणजे सुसंघटित रीतीने मोठ्या संस्था एका तत्त्वप्रणालीने चालल्या पाहिजेत. ही प्रेरणा या प्रसंगाने आपल्याला मिळाली पाहिजे. मी या ग्रंथालयात येऊन व्याख्यान दिल्याचे व या वाचनालयात येऊन झोपल्याचेही मला स्मरते. आपण सर्व मंडळी मला परिचित आहात. 'लहान शहराचे सौभाग्य कोणते?' असे कुणी विचारले तर मी म्हणेन, 'त्या गावची शाळा व ग्रंथालय कसे आहे ते मला सांगा. मग तो गाव कसा आहे हे मी सांगेन.' जेथे ग्रंथालये आहेत त्या जनतेमध्ये संस्कृतीचा एक थर निर्माण झाला आहे, याबद्दल शंका घेण्याचे कारण नाही. आज तरी ग्रंथालये कशी वापरली जात आहेत?

पहिली गोष्ट म्हणजे आपली ग्रंथालये आहेत ती नुसती वाचनालये राहिली आहेत. ती ग्रंथालये या अर्थाने आहेत की चांगल्या ग्रंथाकडे वाचकच येत

नाही, हात लावत नाही. नागपूरला टिपण करण्याची एक फार चांगली पद्धती आहे. ग्रंथालयात कोणता लेखक किती वाचला जातो याची नोंद ठेवण्याची पद्धत असली पाहिजे. सुट्टीत येणाऱ्या मुलांनी कादंबऱ्या वाचल्या म्हणजे ग्रंथालयाचे कार्य झाले असे म्हणता येणार नाही. इंग्लंडमध्ये मजूरदेखील ग्रंथ वाचतो; केवळ बौद्धिक व्यवसायावर जगणारा मनुष्य नव्हे. श्रमजीवी वर्गाकरिता काही माला तयार केल्या आहेत. या माला मी स्वतः वाचल्या आहेत. आमच्याकडे टिप्पणीवजा साहित्यावर लिहिलेल्या पुस्तकासारखी ती पुस्तके नाहीत. मजूर स्वतः वाचू शकतो व पुस्तके विकत घेऊ शकतो. ग्रंथालय केवळ करमणुकीची जागा व वेळ काढण्याची जागा हे न मानता, ते एक सांस्कृतिक केंद्र आहे ही गोष्ट लक्षात घेतली पाहिजे. समाजात असा वर्ग निर्माण होत आहे की जो ग्रंथापेक्षा वर्तमानपत्रासाठी हपापलेला असतो. त्याला मी असंस्कृत म्हणतो. मनाची विशिष्ट तयारी ग्रंथच करू शकतात. आपल्याकडे जे सुशिक्षित मनुष्य निर्माण होत आहेत त्यांचे कुठल्याही शाखेमध्ये सखोल वाचन नसते. तो असंस्कृतच असतो व त्यामुळे फार घोटाळेच निर्माण होतात.

आमच्या भोवतालच्या जीवनाबद्दल आम्ही बधिर राहतो. मुंबईला एखादा कारकून केवळ पत्र वाचून आंतरराष्ट्रीय चर्चा करतो; पण भोवतालच्या जीवनाबद्दल तो खोल चर्चा व चिंतन करू शकतो का? नाही असेच मी म्हणेन. आजचा वाचक पूर्वीपेक्षा चिंतनाला कमी पडत आहे. रहस्यकथांच्या वाचनाबद्दल माझे मत काहीही असो, पण आमचे वाचक हे वाचन म्हणून रहस्यकथा वाचतात. कोल्हापूरच्या ग्रंथालय परिषदेत मी म्हटले, 'ग्रंथ वाचायला सुलभ करून देणे एवढेच ग्रंथालयाचे कार्य नसून, चांगले व वाईट काय ते ठरवून लोकांपर्यंत पोचविण्याचा काही प्रयत्न झाला पाहिजे. डॉक्टर, वकील यांचा साहित्याचा व्यासंग कमी झाला आहे. एके काळी वकील लेखक होते. सध्याच्या काळी लेखक वा वाचक या नात्याने साहित्यात रमणारे वकील थोडेच. माझ्या मते ग्रंथालयाला सुरेख इमारत, विपुल ग्रंथ हवेत. घराला ज्याप्रमाणे सुंदर इमारत, भोवताली बाग वगैरे गोष्टी असल्या तरी त्या घरातील माणसेच अबोल असली तर? तसेच ग्रंथालयात जे मोठे आत्मे आहेत, त्यांचाच समाजाशी संबंध येत नसेल तर? हरिभाऊ, तुकाराम, निबंधमालाकार, ज्ञानेश्वर यांनी महाराष्ट्रात गेल्या आठशे वर्षांत बुद्धिमत्ता निर्माण केली. तुम्ही-आम्ही माणसे गुडघाभर पाण्यात रमणारी माणसे आहोत. कोलंबसप्रमाणे तशा साहित्यिकाला निरनिराळी भूमी दिसत असते. अकटोपासून विकटोपर्यंत जीवनाचा असा विचार कुणी करतच नाही! ही जी मोठी माणसे असतात, त्यांची क्ष-किरणासारखी दृष्टी असते. बँकबुकाची शक्ती ही आपली शक्ती झालेली आहे. आपण खातो-पितो,

मुले होतात; परंतु मनुष्याच्या ठिकाणी आहे त्यापेक्षा निराळे काही निर्माण करण्याची शक्ती आहे. माणसाची स्वप्ने अशीच राहत नाहीत. चिपळूणकर, आगरकर, हरिभाऊ यांची स्वप्ने पाहा! मानवाची प्रगती ही एक स्वप्नांची मालिका आहे. सत्यसृष्टीत उतरल्यावर त्या स्वप्नांचे पंख तुटून पडतात व काटे तेवढे राहतात. ही स्वप्ने या जगाच्या रंगभूमीवर तुम्हा-आम्हाला पाहायला लावणारे हे ग्रंथ आहेत. प्रामाणिकपणे त्या ग्रंथांशी समरस होण्याची ताकद आपल्या अंगी असली पाहिजे. जी चांगली पुस्तके आहेत ती वाचकापर्यंत नेऊन पोचविणे, हे कार्य आपल्याकडे केले जात नाही. ग्राम, जिल्हा, तालुका वाचनालये होत आहेत. ग्रंथालये परिषदा भरत आहेत. हे सर्व झाल्यामुळे आपल्याला शिक्षण मिळाले का? ग्रंथालयाचा उपयोग आपण कोणत्या रीतीने करणार आहोत याचा विचार करण्याची पाळी महाराष्ट्रावर आली आहे. अनुदानाबद्दल सरकारचे अभिनंदन. खेड्या-पाड्यापर्यंत ग्रंथालये झाली आहेत. या ग्रंथालयातील कार्यकर्ते वर्षअखेर मुंबई-पुण्याला जातात व गबाळ्यातील पुस्तके खरेदी करतात. कोणती चांगली पुस्तके आहेत, हे आमच्या गावीच नसते. आता मुले वाचायला लागली आहेत. हल्ली मुलांना जे अन्न खायला मिळते त्यापेक्षाही वाचनाच्या रूपाने त्यांच्या मनाला जे अन्न खायला मिळते, ते अतिशय भयंकर आहे. मग बेशिस्तीचा प्रश्न उपस्थित होतो. आता एकभाषिक राज्य झाले आहे. खालचे जे समाजाचे थर आहेत, त्यांच्यापर्यंत ज्ञान नेण्यासाठी सरकारला अविरत प्रयत्न करावे लागतील. समाजावर जे संस्कार घडणार आहेत, ते ग्रंथातील उत्तम विचाराद्वारा आपणाला नेले पाहिजेत. आपल्याकडे जी पुस्तके आहेत, त्यांतील उत्कृष्ट पुस्तके कोणती; त्याचे मुले, स्त्री, पुरुष यांच्याप्रमाणे वर्गीकरण करूनही बरेच कार्य होऊ शकेल. ग्रंथालय म्हणजे दगडी देवाची मूर्ती राहून बिलकूल अर्थ नाही. ग्रंथालये म्हणजे समाजातील उत्कृष्ट विचार. तो आपला एक जामदारखाना आहे. इतर ग्रंथकारांना समाजाला देण्याची जी एक ताकद आहे ती पेलण्याची आपली ताकद आहे का?

बौद्धिक व्यवसाय करणाऱ्यांना चार भाषा शिकाव्या लागतात, म्हणून त्यांनी तक्रार करू नये. मातृभाषेचा उत्तम अभ्यास करणे हे आमचे कर्तव्य आहे. निरनिराळ्या कारणांनी इंग्रजीची कत्तल झाली आहे. आता लुळे-पांगळे इंग्रजी शिकवावे लागणार आहे. 'आंधळे दळते कुत्रे पीठ खाते' ही दशा बदलली पाहिजे. इंग्रजी, मराठी, संस्कृत आम्ही पूर्वीपासून शिकत होतो. संस्कृत शिकविले जात असे, त्या वेळचे लेखक पाहा. १९४० पूर्वीचे लेखक व १९४० नंतरचे लेखक प्रतिभासंपन्न असूनही त्यांचे लेखन अशुद्ध असते. त्यांचा संस्कृतचा आधारच तुटला आहे. आम्हाला वाल्मिकीचा व तुकारामाचा

आधार आहे. स्त्री दोन घरची असते. सासरची व माहेरची. तसेच भाषेबद्दल! जगातील ज्या मोठमोठ्या प्रतिभावंतांनी जे जीवनदर्शन घेतले आहे, त्याचा मेळ घालण्याची जबाबदारी आपली आहे. परंतु आज आपली परंपरा काय याची चर्चाच होऊ शकत नाही. सत्यकथेतील गंगाधर गाडगीळ यांचा लेख उदाहरण म्हणून सांगता येईल. हे अर्थशास्त्राचे प्राध्यापक आहेत, पण या प्रतिभावंत लेखकाला संस्कृत साहित्य ठाऊक नाही. रानडेंपासून विनोबांपर्यंत साऱ्यांना आज जगाच्या अर्थशास्त्राशी आपले जीवन सुसंगत करून दाखविले पाहिजे. आपले वैगुण्य कशामध्ये आहे हे आपल्याला कळले पाहिजे. कृष्णामाईचे पोट फाडून पाणी आणण्यास त्या काळी लोक नाखूश असत. जुन्यातले कुठले दूर फेकायचे व नवे काय घ्यायचे याचा विचार आपण करू शकत नाही. प्रामाणिक सनातनी फार बरा. पण दांभिकता ही जी वृत्ती आहे ती नको आहे. आज आपल्यापुढे ज्या समस्या आहेत, त्यासाठी ग्रंथालये केवळ इतरच नव्हेत तर इंग्रजी ग्रंथांनी समृद्ध असली पाहिजेत, असे माझे म्हणणे आहे. आज अधिभौतिक संस्कृतीत आपण जगतो आहोत, पण आताची आपल्या राष्ट्राची जी धडपड आहे ती ऐहिकतेसाठी आहे. मला दुपारी जेवायला मिळाले नाही, तर मी आत्म्याची काळजी करणार नाही. भाकरीविरहित आत्म्याचा विचार करणारे महात्मे मला विचारात घ्यायचे नाहीत. जेथे ऐहिक संपन्नता आली तेथे काय घडले आहे? तेथील तत्त्वचिंतक कोणत्या प्रकारची पुस्तके लिहितात? म्हणून मी म्हणतो की वाचकांना इंग्रजी चांगल्या रीतीने वाचता आले पाहिजे. काही इंग्रजी पुस्तके वाचल्याशिवाय विनोबाही अपूर्ण आहेत. हे औद्योगीकरण शतपटींनी वाढणार आहे. म्हणून यानंतर येणाऱ्या समाजाचा विचार करण्याऐवजी दहा हजार वर्षांपूर्वीच्या समाजाचा विचार करून चालणार नाही. अभ्यासाची वृत्ती जेव्हा समाजात रूढ होईल- मूठभर का लोक असेनात- त्या वेळी ग्रंथालयांचा खरा उपयोग होईल. नदीचे पाणी राष्ट्र संपन्न करण्यासाठी कसे वापरावे, हे आपण आता शिकत आहोत. ग्रंथ हे त्या त्या काळाला जो नवा नागरिक लागतो त्याला प्रेरणा देणारे असतात.

ग्रंथाच्या चार पातळ्या आहेत. पहिली पातळी रंजनाची- हा गुण खरोखर काही फार मोठा नव्हे. गंभीर साहित्यातही रंजकता हा फार मोठा गुण आहे. विनोबांनी जे काही कार्य केले ते लेखणीद्वाराच केले आहे. दुसरी पातळी भावनांची- ज्याप्रमाणे पाण्याची वाफ होते त्याप्रमाणे मनाची, विचारांची, भावनांची वाफ ही कसोटी ज्यापाशी नाही तो ललित लेखक नव्हे. तिसरी पातळी सामाजिक पातळी- ललित व शास्त्रीय लेखनात पडलेले सामाजिकतेचे प्रतिबिंब महत्त्वाचे असते. शरच्चंद्र, हरिभाऊ हे असेच कादंबरीकार आहेत.

त्यांची योग्यता अजून आपणाला कळलेली नाही. सामाजिकतेची कसोटी हरिभाऊंच्या कादंबरीत वरच्या पातळीवरून मिळते. शरच्चंद्र हे काव्यात्म. हरिभाऊंची यमू शरच्चंद्रामध्ये तुम्हाला मिळणार नाही. शरच्चंद्रांचे नाटकी कारुण्य हरिभाऊंपुढे फिके वाटते. आपल्या मराठीच्या ज्ञानेश्वरापासून तत्त्वचिंतकाचा पिंड झाला आहे. आपण सामाजिकतेने आंधळे होऊन जातो. अनेक पुस्तके त्यातील सामाजिक आशयामुळे अप्रतिम ठरली आहेत. स्मृतिचित्रे न वाचलेल्या मुली एस. एस. सी. होता उपयोगी नाही. मोठी व महत्त्वाची चौथी पातळी- जीवनभाष्याची पातळी. प्रत्येक मोठा लेखक हा जीवनाचा भाष्यकार आहे. भाष्यकार म्हणून जो लेखक होतो तो जर समाजाकडून मानला गेला नाही तर आपली मोठी हानी होईल. तेच तर ग्रंथालयांचे महत्त्वाचे कार्य आहे. खरी टीका काळाला धरून येत नाही. ती त्रिकालाबाधित आहे. सज्जनाला पायाखाली तुडविले जाते तेव्हा जी अस्वस्थता निर्माण होते, त्याचे पडसाद तुकारामाच्या टीकेत उठलेले आपणाला आढळतात. आगरकरांना हवे असलेले अजून तीन चतुर्थांश व्हायचे राहिलेले आहे. अलीकडच्या एका मोठ्या लेखकाने म्हटले आहे, 'चिपळुणकरांची शैली बाळबोध आहे. बालांना शोभणारी आहे.' सुबोधता अवघड असते.

या चार पातळ्यांकडे ग्रंथालयाने जरूर लक्ष दिले पाहिजे. जे ग्रंथ या कसोटीला उतरत नसतील, त्यांना बाहेरची वाट दाखविण्यास काही हरकत नाही. बाहेरची ग्रंथालये ही शाळेतील ग्रंथालयांची मोठी आवृत्ती आहे. ज्या मुलांना अपुरे वाचावे लागले आहे, तो सर्वसामान्य नागरिक बनणार आहे. त्याचे बाबतीत ग्रंथालयांची कर्तव्ये आहेत. सर्व साहित्यप्रेमी, रसिक, शिक्षक यांनी चर्चा करून वाङ्मयाची आवड उत्पन्न केली पाहिजे. पाश्चात्त्य देशांतील मजूर शेक्सपिअरवर चर्चा करतात. जर पाश्चात्त्य राष्ट्रांना आम्हाला आव्हान द्यायचे आहे, तर हे न करून चालणार नाही. इंग्रजी राज्य आल्यावर ज्या नवीन गोष्टी आल्या, त्यावर काहीशी कलमे साहेब लोकांनी केली हे खरे असले तरी, आपल्याला ती वाढविली पाहिजेत.

ग्रंथालयाची चळवळ सुरू होण्याची वेळ आता आली आहे. आपण वास्तवतेला पारखे झालो आहोत. आपण एका बलाढ्य साम्राज्यसत्तेशी लढा दिला हे खरे, पण समाजाचा तोल राहिलेला नाही. आपण अगदी जुन्याला तरी चिकटून राहतो वा अगदी नवा अमेरिकन माल व्ही. पी.ने घेतो. जसे लेखक पाहिजेत तसेच वाचकही आपल्याला पाहिजेत. जी रसिकता अल्पस्वल्प प्रमाणात सापडते ती वाढविण्याचे कार्य ग्रंथालयाचे आहे. शेवटची पातळी ही फार कठीण गोष्ट आहे. आपण रसिकतेने वाचायला लागलो तर एकेका लेखकाची किती ताकद आहे हे आपल्याला कळू लागते. मी एके ठिकाणी म्हटले आहे

की शेक्सपिअरने जीवन संपूर्ण जाणले होते, गांधींना ते अपूर्णच ठाऊक होते.

या सर्वांपलीकडे जाण्याची जी साहित्यिकाची शक्ती आहे, ती तुम्हा-आम्हाला एकत्र आणणारी शक्ती आहे. शेक्सपिअर व ज्ञानेश्वर हे जर आपण प्रामाणिकपणे अभ्यासले तर आपल्याला कळेल की जीवनातील अगदी खालच्या थरापर्यंत ते पोचलेले होते. शेक्सपिअर व ज्ञानेश्वर हे सामान्य मनुष्याला कळू शकतील तेव्हाच समाजाने सांस्कृतिक पातळी गाठली, असे म्हणता येईल. मराठीत दर दशकाला जे लेखक निर्माण होतात, ते ते त्या काळची प्रतिबिंबे निर्माण करून दाखवितात.

पण जोपर्यंत गावातील साहित्यप्रेमी मंडळी एकत्र येत नाहीत, तोपर्यंत ग्रंथालयाचे कार्य अर्धेच झाले असे होईल. ग्रंथालये 'कुणीतरी यावे काहीतरी वाचावे' अशी असतील तर त्यांना सांस्कृतिक मंदिरे म्हणता येणार नाहीत. खरी धर्मावर श्रद्धा अत्यंत विरळ झाली आहे. नवीन श्रद्धा निर्माण झाली नाही. देशभक्ती हा शब्द जुन्या अर्थाने आज वापरता येणार नाही. आपल्याला अस्सल अशी एक श्रद्धा पाहिजे, जी काहीही मागत नाही, देऊ इच्छिते. चुकवायचे कसे हा आपल्यातील पहिला पंथ आहे. ही आपल्यातील फार मोठी उणीव आहे. लोकशाहीकरता आपल्याला नागरिक निर्माण करायचा आहे. ती लोकशाही आपल्याकडून कोणत्या प्रकारचा नागरिक मागत आहे, ती मागणी पूर्ण करण्याचे कार्य ग्रंथालये करू शकतील.

येती पाच-दहा वर्षे ग्रंथालयासंबंधी ही धडपड आपल्याला करावी लागेल. समाजाच्या समस्या- पहिल्या जुन्या श्रद्धा जाणे, नव्या निर्माण न होणे. दुसरी- संस्कृतीचा खालचा थर निर्माण करणारे चित्रपट. वीतभर ज्ञानाचा प्रसार करून आपणाला काय मिळणार? ज्ञान पाण्याप्रमाणे अंतरंगापर्यंत झिरपत गेले पाहिजे. ज्ञान पचविले जात नाही. नवसाक्षरांकरिता शेकडो पुस्तके निर्माण करावी लागतील. ती पुस्तके त्यांच्यापर्यंत पोचतील, वाचली जातील हे पाहणे त्या ग्रंथालयांचे, त्या नागरिकांचे काम आहे. ते काम करण्याची शक्ती आपल्या वाचनालयाला लाभो. या बाबतीत काय करावे हे ग्रंथालय परिषदही ठरवू शकली नाही. ही गोष्ट आपण ध्यानात घ्यावी. न वाचता येणारा हा खालचा समाज ज्ञानासाठी आसुसलेला आहे. त्याच्याकडे आपण काही नेलेच नाही. आपण कधी रसिकतेने त्यांना काही सांगितले आहे का? काही काही गोष्टी कधी जुन्या होत नसतात. कुठल्याही काळातील एक दशांश वाङ्मय त्या काळातच नाहीसे होते. काही ग्रंथांचे अंतरंग कधीच जुने होत नाही. आपल्याला समाजाच्या खालच्या थरापर्यंत जायचे आहे.

आपल्याकडे विदर्भातील कितीसे साहित्यिक वाचले गेले आहेत? कितीही लहान ग्रंथालय असो, त्यातर्फे दर महिन्याला जाणत्या वक्त्याचे एक व्याख्यान

जरी झाले तरी मोठे कार्य होईल. वक्त्यांनी श्रोत्यांची काळजी करू नये. काळ बदललेला आहे. उलट अशा गोष्टीच्या द्वाराच जे विचारमंथन हवे आहे ते मिळेल. सुशिक्षितापेक्षा आज सुसंस्कृत माणसाची जास्त जरुरी आहे. संस्कृती जर आपल्याला एकेरी न ठेवता दुहेरी करायची असेल तर ग्रंथालयांनी आपली दृष्टी विकसित करून पाहिले पाहिजे. वाङ्मयाची अभिरुची निर्माण करणे, वाङ्मयाबद्दल प्रेम निर्माण करणे ही कर्तव्ये पाळून महाराष्ट्रातील हे एक आदर्श वाचनालय व्हावे. मला तसे ऐकायला मिळो. कुडाळातील जी हौशी मंडळी आहेत, त्यांनी हा प्रयत्न जरूर करून पाहावा अशी माझी त्यांना नम्र विनंती आहे. या रीतीने एक संस्कृतीचा, संवर्धनाचा मार्ग आपण अवलंबावा.

शताब्दी समारोपाचे अध्यक्षीय भाषण

वाचनालयाचे एक शतक संपले. दुसरे जोमाने सुरू केले पाहिजे असा निश्चय तुम्ही केला. मुलामुलींच्या सुप्त गुणांना उत्तेजन मिळाले. या छोट्या शहरी मला येता आले, याचा मला आनंद वाटतो. मोठ्या शहरातील गोष्ट वेगळी असते. मोठ्या शहराच्या मानाने साधने मर्यादित असून हा उत्सव आपण प्रेमाने व उत्साहाने साजरा केला, याबद्दल मी तुमचे अभिनंदन करतो.

ज्या वेळी लग्न होऊन कन्यादानाचे वेळी मुलगी सासरी जात असते, तेव्हा आई जे सांगते तेच सर्व जण पिढ्यान्‌पिढ्या सांगत असतात. एक शतकापूर्वीचे कुडाळ कसे असेल याची आज कोणाला कल्पना नाही. २०६० साली तर आम्ही कुठे असणार आहोत? परंतु ही दुःख करण्यासारखी गोष्ट नाही. आपण जीवनवेलीवर फुललेली पुष्पे आहोत. जी ही मोठी माणसे होऊन गेली त्यांच्या पायधुळीचीही योग्यता आपल्याला नाही. पहिला माधवराव शिवाजींच्या खालोखालचा महापुरुष; महाराष्ट्राला अजून आपली ही मोठी माणसे ओळखता येत नाहीत. मराठी बाणा, मराठी मन यांचे जे अत्युच्च शिखर आहे त्याचा कणा येथे आहे. गोविंदराव सरदेसाई यांच्या चरित्रांचा अभ्यास आपण केला पाहिजे. महाराष्ट्र इतर बाबतीत कदाचित दुर्दैवी असेल आणि महाराष्ट्राला वेळ वाईट आहे अशा वेळी जीवनाला कलाटणी देणारी व्यक्ती निर्माण होते व काळाला आव्हान देते. व्यवस्था करणे हा मराठी रक्ताचा गुण आहे, असे मला अजूनही वाटत नाही. येथील पर्वतात जे गुण-दोष आहेत, ते आमच्यात आले असतील कदाचित. आम्ही जसे आहोत त्यात काही वैशिष्ट्य आहेत, गुण आहेत. त्याचे परीक्षण आपण केले पाहिजे. डॉ. केतकर यांच्यासारखा प्रचंड प्रज्ञेचा पुरुष; पण त्यांच्या आयुष्यात झालेली थट्टा जाणूनबुजून करण्यापेक्षा अज्ञानानेच ती अधिक झाली आहे. मल्याळमने, हिंदीने केलेले पाहून त्यांनी ज्ञानकोशाच्या दिशेने पाऊल टाकले आहे. अजूनही मराठीच्या ज्ञानकोशाचा

आदर्श इतर भाषांत मानला जातो. मात्र आपण म्हणत नाही की केतकरांचा ज्ञानकोश अद्ययावत करू या. सरकारला करायचे असेल तर करू द्या, ही आपली वृत्ती आहे. कुठे तरी निष्ठा पाहिजे, तेज पाहिजे, ही जाणीव या प्रसंगाच्या निमित्ताने आपण ठेवली पाहिजे.

पुन्हा महाराष्ट्राला नवे आव्हान सांस्कृतिक बाबतीत आले आहे असे मला वाटते. राजकारण सत्ता गाजविते म्हणून त्याला किंमत. पण समाजाला जीवनाची प्रेरणा केवळ राजकारण देत नाही. आज समाजाचे जीवन मरगळल्यासारखे झाले आहे. प्रेरणा नाही. प्रेरणेत आतून उचंबळून आल्यासारखी स्थिती होते. प्रेरणा ही उसळून येणाऱ्या गंगेसारखी आहे. ती आपल्या समाजात आहे काय हे आपण पाहिले पाहिजे. आतापर्यंत काळाच्या बरोबर आपण वाटचाल करीत आलो आहोत. गेले शतक दुहेरी अर्थाने आपल्या पदरात पडले आहे. त्या वेळच्या जीवनात आपल्याला काय कमी होतं याची जाणीव झालेली होती. ती जाणीव जास्त तरल करण्याची आज गरज आहे.

विज्ञानाची खरी गरज अजून आमच्या समाजात निर्माण झालेली नाही. यंत्रावर प्रेम करणे अजून आपल्याला समजलेले नाही. भारतीय मनामध्ये विज्ञानाबद्दल अस्सल प्रेम निर्माण झालेले नाही. इथली परंपरा, भावना, विचारदृष्टी यांचा विचार करून आम्ही काही करतो का? यंत्राच्या बाबतीत अनुभव प्रतिबिंबित झाले पाहिजेत. दुसऱ्याचा पैसा उसना आणून मिरवण्यासारखा या देशातील विज्ञानाचा प्रकार आहे. चित्रपट हे एकमेव करमणुकीचे साधन मानले जाते; पण त्यासाठी लागणारा कच्चा माल तयार करण्यासाठी आम्ही काय खटपट केली? माझे म्हणणे चित्रपट ही उत्कृष्ट कला आहे. आजच्या चित्रपटातील सीता पाहा. खरोखर या चित्रपटकारांना रामायण, महाभारताबद्दल किंमत आहे असे नाही. वाङ्मयीन, शैक्षणिक, शास्त्रीय बाबतीत आम्ही या चाळीस वर्षांत काय केले?

आमचे नवकथाकार म्हणतील, आमचे विश्लेषणाचे तंत्र काढून पुढे गेलो आहोत. मराठी कथा गेल्या वीस वर्षांत एका अर्थाने प्रगत झाली आहे हे खरे. मानवी मन अत्यंत चांगल्या रीतीने उलगडून दाखविण्याची क्रिया घडली आहे. बारीक गोष्टी होण्याला स्थूल गोष्टी प्रथम व्हाव्या लागतात. समाजाला ईर्षा येईल, काही करावेसे वाटेल असे वाङ्मय पाहण्यासाठी चाळीस वर्षांपूर्वीचे वाङ्मय पाहा. साने गुरुजी काही हरिभाऊ आपटे नव्हेत. पण कुमारांना त्यांनी एक प्रेरणाजीवन दिले, हे कबूल केले पाहिजे. टीकाकारांना साने गुरुजींनी काय केले हे कळले नाही, असे मी आपल्याला सांगतो. लहान मुलांच्या मनाला आवाहन करण्याचे सामर्थ्य त्यांच्या कथांमध्ये आहे. आजचे लेखक म्हणतात, 'कला ही असामाजिक असते.' असामाजिक या शब्दाचा अर्थ काय आहे हे

मला काही कळले नाही. कलेमध्ये ती प्रचारक होण्याचा एक धोका संभवतो. याला आपण काही कलात्मक वाङ्मय म्हणत नाही. आजचा खरा विषय मोठ्या मुलींची लग्ने होत नाहीत, हा आहे. असे असताही 'शारदा' आजही पाहा. आपण तद्रूप होऊ शकतो. हा कलेचा विजय आहे. कला नसली म्हणजे ते वाङ्मयही नसावे. राजकारणाच्या तत्त्वांचा पुरस्कार हाच वाङ्मयाचा विषय असावा असे आज काहींना वाटते. सरकार आज मदत देणार आहे, त्यामुळे नकळत सरकारला आपण विकून घेऊ, अशी साहित्यिकाला भीती वाटत आहे. विकल्यावर त्यांच्यातील दिव्य अंश तत्काळ नष्ट होतो. कलावंताने समाजालाही विकून घेता नये. त्यांना आपण प्रिय व्हावे म्हणून का आपण विकून घ्यावे?

राजकारणातील मतप्रणाली जशीच्या तशी वाङ्मयात येणार नाही; परंतु अमुक एका विचारसरणीला बांधून घेणे हे साहित्यिकांचे काम नाही. वेळ आली म्हणजे साहित्यिकांच्या हाती किती शस्त्रे असतात, हे शिवरामपंत परांजपे यांच्या उदाहरणावरून समजते. हरिभाऊंच्या वेळचा समाज अंधरूढींच्या आहारी गेला होता. त्यांनी एका शंकर मामंजींच्या रूढीला बळी पडलेल्या मुलीचे वकीलपत्र घेतले; परंतु वकीलपत्र घेऊनही लेखकाला वरच्या पातळीवर जावे लागते व जीवनाकडे तटस्थतेने पाहावे लागते. गेल्या चाळीस वर्षांत सर्वच प्रकारचे लोक आम्हाला दुय्यम प्रकारचे मिळाले. माझीही गणना त्यांतच होते. पण त्याचा नीट विचार करण्याची वेळ महाराष्ट्रात आली आहे. एक नवी कोरी पाटी आपल्याला मिळाली आहे. अशा वेळेला कितीही चांगले बोललो तरी आरोग्य कसे सांभाळावे, हा खरा प्रश्न आहे. इतर प्रांतांची स्थिती याहूनही वाईट आहे असे मी ऐकतो.

आज खरी गरज विज्ञानाची आवड निर्माण होण्याची आहे. मुलांना धोंड्यापासून जिज्ञासा वाटली पाहिजे. महाराष्ट्रामध्ये बुद्धी आहे, पण सध्या आहे काय की इतिहास काळापासून आपण पेशातच अधिक गुंतून बसलो आहोत. एक तर वारीचा पेशा, एक शेतीचा पेशा, एक कारकुनीचा पेशा. गुजराथी मुले किती चटचट धंद्याचा पेशा उचलतात. आपण विज्ञानाला सामोरे गेले पाहिजे. आपल्याकडे बुद्धी असली तर कदाचित जास्ती असण्याचा संभव आहे; पण वाडवडिलोपार्जित जे पाट आहेत ते आता उपयोगी पडणार नाहीत.

ज्यांनी गेली ६० वर्षे पाहिली त्यांना वाटते की आपण स्थित्यंतरामागून स्थित्यंतरे पाहिली. बदलत्या जीवनाबरोबर आपणाला परिपूर्णतेने धावता आलेले नाही. संयुक्त महाराष्ट्र म्हणजे संपन्न नव्हे, समृद्ध नव्हे. प्रसंगी युद्ध नसले तरी वीरत्वाची जरूरही लागते. वीरत्वाची जोपासना मराराष्ट्राने सोडण्याची जरुरी नाही. युद्ध म्हणजे बोलून चालून दुःखाच्या खाया असतात. परंतु महाराष्ट्राचा परंपरागत धर्म त्याने विसरता कामा नये. मुलांना नाविक दल, सैन्यात जाऊ द्या.

परंपरागत क्रियेची जोपासना बाळगणारे लोक, म.म. पां. वा. काणे यांच्यासारखे लोक महाराष्ट्राला हवे आहेत. त्यांच्या पोटात अल्सरसारखे दुखणे असल्यामुळे एवीतेवी तर झोप येत नाही म्हणून रात्रीच्या वेळाचा त्यांनी अभ्यासाकडे उपयोग केला, ही महाराष्ट्र मनाची खूण आहे. त्रासदायक गोष्टींना त्यांनी शक्तीचे स्वरूप दिले. विद्वान, वेडी माणसे आम्हाला पाहिजेतच. आज बंगालीतील मध्यम दर्जाच्या कादंबऱ्या इंग्रजीत भाषांतरित होत आहेत, पण मराठीत कुणी करायची भाषांतरे?

परंतु केवळ परंपरा बाळगून सर्वसामान्य महाराष्ट्राचा विकास होईल असे नाही. विज्ञानाचा शेतीच्या दृष्टीने कसा विचार करायचा? अन्य देशात काय घडले आहे? नवीन प्रकारच्या समस्या निर्माण होण्याचा हा काळ आहे. आज खेड्यातील माणसे शहराकडे धाव घेत आहेत. आपण त्यांना थोपवू शकत नाही. म्हणून विज्ञान खेड्याकडे आले पाहिजे, त्यांचे पुनरुज्जीवन झाले पाहिजे. नेहरूंचे उद्योगीकरणाचे धोरण केवळ अर्थशास्त्र आहे. आज पश्चिमेच्या उद्योगीकरणाचे तोटे उद्या मात्र आपल्याला भोगावे लागतील. मुंबईमध्ये एक दुर्गुणांचे Under World तयार झाले आहे. मुंग्यांप्रमाणे माणसे राहायला लागली आहेत. माझा एक साधा सवाल आहे, 'कुटुंबजीवन जगणारे किती लोक मुंबईत राहतात?' मग ती माणसे बहिर्मुख होतात. मग ती बाहेरच्या गोष्टींत आनंद मानतात. हे येथेच थांबत नाही. शहरे उद्ध्वस्त करावीत असे मी म्हणणार नाही. ती मर्यादित केली पाहिजेत. प्रश्न असा आहे की, मनुष्य हा यंत्र होतो आहे. एका अवाढव्य यंत्रातील एक चक्र फिरत राहते. मुंबईत पहाटेपासून सुरू होणारे जीवन याची कल्पना देते.

समाजाने असामान्य माणसाचा विचार करू नये. तो धूमकेतूसारखा आहे. प्रश्न आहे सामान्यांचा. शहरे वाढतात हा एक मोठा धोका आहे. विनोबा सांगतात त्या पद्धतीने खेडी पुनर्वसित होऊ शकणार नाहीत. यंत्राने मनुष्याला खाल्ले तर अघटित होऊ शकणार नाही पण मनुष्याने यंत्राला खाल्ले तर? यंत्र व मानव यांचे संबंध समतोलतेने राखले गेले पाहिजेत. 'A man in the gray flannel snit' ही अमेरिकन कादंबरी वाचताना, घर बांधताना काय कष्ट पडतात हा आशय समजतो. हिंदुस्थानातच आपण आहोत असे वाटते. ही दुःखे कमी होत नाहीत. एक मोठे परिवर्तन झाल्याचा भास होतो. जुनी समस्या सोडविताना आपण नवीन समस्यांचा पुरस्कार करतो. आज पाश्चात्त्य पद्धतीने आपली मुळी धड लागत नाही. दुसऱ्या बाजूने जुन्या पद्धतीनेही जगू शकत नाही. जुन्या चाकोरीतून नव्या चाकोरीत पडणे आम्हाला अवघड गेले. सर्व आपोआप होईल, अशी या देशातील मनोवृत्ती आहे. सर्वांनी सुखी असावे अशी इच्छा या जगात करायची आहे. दुःखही असले पाहिजे, पण ते दूर करण्यासाठी आपण धडपडले पाहिजे.

महाराष्ट्राने आपल्या जीवनातील चाकोऱ्या बदलून घेतल्या पाहिजेत. यंत्रयुग हे नकळत अर्थयुगाचे पोषक आहे. यंत्र हे आम्हा साहित्यिकांना काही पोषक नाही. अर्थयुगाच्या काही मोक्याच्या ठिकाणी आम्ही महाराष्ट्रीय कधीच उभे राहिलो नाही. जी महाराष्ट्रीय बुद्धी जुन्या काळी संस्कृत विद्येत चालली, ती बुद्धी विज्ञानामध्ये कशी समृद्ध होईल, या दृष्टीने विज्ञानाचा उपयोग करता आला पाहिजे. नोकरी, नोकरी हा घोष आज जो समाजाने घेतला आहे, त्याने काही होणार नाही. सिंधी माणसाने कधी भीक मागलेली मी कोल्हापुरात काही पाहिली नाही. ती वृत्ती मोलाची आहे. आर्थिक प्रश्न उलगडता उलगडता सामाजिक व सांस्कृतिक गुंतागुंत निर्माण होत आहे. जो जो शहरे निर्माण होतात तो तो आपुलकी तुटली जाते. पश्चिमेकडे अनंत उपाय सुरू झाले आहेत. ऐहिकतेतून जर ही वृत्ती निर्माण होणार असेल तर मनुष्य हा दोन्ही बाजूंनी वाढायला पाहिजे. नीती-अनीतीची चिरंतन नियम-मूल्ये जर तुडविली जाणार असतील तर शरीर दुःखी झालेले मला आवडेल. ही एक प्रकारची आत्महत्याच ठरेल. इंग्रजांकडून अनेक गोष्टी घेताना आपण सारासार विचार केला नाही. आजचा हिंदी मनुष्य बाह्यतः साहेब, अंतरंगाने चित्रविचित्र आहे. आपण कुठेतरी काहीतरी आणून चिकटवितो. समाजातील आजच्या स्थितीत श्रीमंत आहेत ते अधिक श्रीमंत होताहेत, गरीब आहेत ते अधिक गरीब होताहेत. फोंड्याच्या बाजारातील माणसे व मुंबईतील माणसे ही दोन लोकांतील माणसे असावीत असे वाटते. तुम्ही-आम्ही नव्वद टक्के माणसे ही समाजातील खरी माणसे आहोत. अनुकरण जरूर गुणांमध्ये करू या. कचाच्या बुद्धीने आपण पाश्चात्त्यांकडे जाऊ या व विद्या आणू या.

आपल्या देशालाही एक जुनी संस्कृती आहे. ही संस्कृती रामायण-महाभारत काळापासून चालत आली आहे. रामाने सीतेचा त्याग केला यामध्ये मोठे तत्त्व आहे. रामाने हे किती दुःखाने केले आहे हे कळण्यासाठी साहित्यच उपयोगी पडते. सीतेवरील प्रेम भवभूतीने विलक्षण काव्यात्मक रीतीने वर्णन केले आहे. मानवाच्या आत्म्याच्या धडपडीचे हे चित्रण आहे. मानवाचे जे चिरंतन संबंध आहेत ते दाखविण्याचा साहित्य प्रयत्न करते. साहित्यिक हा शरीराचे तत्त्वज्ञानच सांगण्यासाठी जन्माला येत नसतो; तो आत्म्याचे तत्त्वज्ञानही सांगत असतो. मानवाची मानवावरील अंतिम श्रद्धा ही या जीवनाचे सार आहे. दुर्दैव काय झाले की, अंधश्रद्धांनी आमच्या मानवी मूल्यांना वाळवीप्रमाणे खाऊन टाकले आहे. आता आपणाला नव्या श्रद्धा निर्माण करायच्या आहेत. ही भूमिका पार पाडायला महाराष्ट्र समर्थ आहे. कुठल्याही लौकिक लोभाच्या पायी आत्मा न गमावणारी माणसे या महाराष्ट्रात आहेत.

◆

अविस्मरणीयता हा लघुकथेचा सुगंध!

दर वर्षी दिवाळी अंकांचे गठ्ठे प्रत्येकासमोर येऊन पडतात. शिक्षण प्रसार झालेला आहे, साक्षर वर्ग वाढला आहे, करमणुकीची साधने आता नाना प्रकारची निर्माण होत आहेत. त्यामुळे कथा वाङ्मय मोठ्या प्रमाणावर निर्माण होणे ही स्वाभाविक गोष्ट आहे. पण खरोखरच या कथा चांगल्या असतात का? या कथांपैकी ज्यांना चांगलं वाङ्मय म्हणता येईल, उत्कृष्ट कथा म्हणता येईल, दीर्घ काळ ज्या गोष्टी लोकांच्या आठवणीत राहतील असं काही वाङ्मय यातून हाताला लागतं का? हा विचार वाचकाला करायचा असेल तर वाचकांना कथेची काही कसोटी तयार करणं आवश्यक आहे. माझ्या मताप्रमाणे कथेची कसोटी जी मानतो, ती तुम्हाला सांगणार आहे. ती कसोटी बरोबरच असेल असं नाही आणि माणसाच्या, वाङ्मयाच्या कसोट्या सर्व आयुष्यभर एकाच प्रकारच्या असतात असं कुणी मानण्याचं कारण नाही. मी स्वतः थोड्याफार कथा पूर्वी लिहिल्या आहेत. लहानपणी अरबी भाषेतील सुरस व चमत्कारिक गोष्टी, इसापनीतीच्या गोष्टी वाचल्या आहेत. तरुणपणी इंग्रजी गोष्टी वाचल्या आहेत. समकालीनांच्या गोष्टी मी मोठ्या आवडीनं वाचलेल्या आहेत. आज अर्थात नव्या पिढीच्या गोष्टीही मी आवडीनं वाचतो. प्रत्येक पिढीत प्रतिभासंपन्न कथाकार जन्माला येतात. चांगल्या कथा लिहितात. तथापि मराठी कथा आज जी विकसित झालेली आहे- गेल्या तीस-चाळीस वर्षांमध्ये- आणि आज ज्या लघुकथेचा आपण विचार करतो तिची काही गमकं, काही लक्षणं आता निश्चित करणं आवश्यक आहे. मला अशी काही लक्षणं कथेची वाटतात, ती मी आज तुम्हाला विस्तारानं सांगणार आहे.

मला जर असं विचारलं की, हरिभाऊ आपटेंची कोणती गोष्ट तुम्हाला

आवडते? चार-पाच गोष्टींची नावे मी सांगू शकेन. माझ्या लहानपणी 'काळ तर मोठा कठीण आला' नावाची गोष्ट आवडायची. अजूनही आवडते. मी वाचूनही दाखवू शकेन. तरुणपणी मी रहस्यकथा वाचत असे. 'मृगाचा पाऊस' कथा मला आवडायची. पहिल्या कथेत- 'काळ तर मोठा कठीण आला'मधील कथानकात मोठं नाट्य आहे. संकटात सापडलेला शेतकरी, त्याचा गुरे विकण्याचा प्रसंग इत्यादी. कुसुमाग्रजांच्या कथेमधलं नाट्य तसं पाहिलं तर भव्य नाही; परंतु कुसुमाग्रजांनी जी कथेमागची व्यथा मांडली आहे, त्यात गरीब शेतकऱ्याचं जे मन आहे, त्या मनाचे सर्व पापुद्रे इकडे तिकडे सगळीकडे आहेत. त्यामुळे या कथेतून जो एक काव्यात्मक आनंद मिळतो तो हरिभाऊंच्या कथेतून मिळत नाही. हरिभाऊंची कथा घटना सांगते, प्रसंग सांगते, त्या प्रसंगाचं दुःख आपल्याला सांगते; पण कुसुमाग्रजांच्या कथेमध्ये जी एकात्मता आहे, काव्यात्मकता आहे, जो एक प्रकारचा तोल आहे त्या कथेचा, त्यामुळे ज्या सौंदर्याची आपणाला जाणीव होते ती हरिभाऊंच्या कथेतून मिळत नाही. मला जर कोणी उत्कृष्ट कथेचं, लघुकथेचं लक्षण विचारलं तर मी असं सांगू शकेन की, केवळ घटनेकडे लक्ष देणारी- कितीही महत्त्वाची ती घटना असेल- पाल्हाळानं वर्णन करणारी कथा असेल, ती मनाचं वर्णन करणारी असेल, व्यर्थ नसेल पण लघुकथेचं सौंदर्य आपणाला तीत प्रतीत होणार नाही.

लघुकथेच्या सौंदर्याला आवश्यक अशा दोन गोष्टी आहेत- त्यांतील एक म्हणजे एकात्मता, त्या कथेतली घटना... ती कितीही लहान असो, त्या कथेतील प्रमुख व्यक्तीचं मन आणि त्या कथेतलं सर्व वातावरण या सर्व गोष्टी जेव्हा एकरूप होतात, तेव्हा एकात्मता साधते. त्या एकात्मतेतून जो एक प्रकारचा पिंड येतो, डौल येतो, तो डौल फार महत्त्वाचा आहे. अर्थात डौल हा नाना प्रकारच्या, प्रकृतीच्या वाङ्मय प्रकाराला आवश्यक आहे. पण लघुकथेचं तसं पाहिलं तर तिचं जवळचं नातं काव्याचं आहे. काव्याशी तिचं नातं असल्यामुळे लघुकथा एका बाजूनं काव्यात्म असते असे मी म्हणतो. ती काव्यात्मकता वेगळ्या प्रकारची नाही. या प्रकारच्या काव्यामध्ये अथवा काव्यात्मकतेमध्ये जो अलंकरण विन्यास आहे, कल्पनाविलास आहे तो गडकऱ्यांच्या नाटकात आढळतो, सुधाकराच्या वक्तव्यात आढळतो. अशा प्रकारच्या कल्पनाविलासाची आपल्या काव्यात पूर्वीपासूनची परंपरा आहे. ती त्याला महनीयता देते. स्वतः मी कथांमध्ये अशी काव्यात्मकता असावी असं मानत असल्यानं, पण अशा काव्यात्मकतेची जाण त्या वेळी माझ्यात न आल्यानं, माझ्या पहिल्या दहा वर्षांच्या कथांमध्ये पुष्कळ अलंकारिक असलेल्या पण काव्यात्मक नसलेल्या आढळतात.

पण ज्या वेळी मी रवींद्रांच्या कथा वाचत गेलो, त्या वेळी खरी काव्यात्मकता काय असते याची मला पूर्ण जाण आली. आणि त्यामुळे लघुकथेला आवश्यक

असणाऱ्या गुणांचं दर्शन आपल्याला घडायचं असेल तर रवींद्रनाथांची 'काबुलीवाला' व 'पोस्टमास्तर' या दोन कथांचा जरी आपण अभ्यास केला तरी आपल्याला हव्या असलेल्या गोष्टी त्यात मिळू शकतील. त्या दोन्ही गोष्टी अशा आहेत की त्या सामान्य माणसांच्या आहेत. त्यातल्या लहान लहान भावनांची कदर या जगात होत नाही. पण रवींद्रनाथांनी ज्या गोष्टी मांडल्या आहेत त्यांचं पृथक्करण करणं जिवावर येतं. बऱ्याचदा आपण गुलाबाचं एक फूल घेतलं आणि म्हटलं की या गुलाबाच्या फुलाचा रंग वेगळा कसा आहे ते पाहू या, याचा गंध कसा निराळा आहे ते पाहू या आणि आपण पाकळ्या पाकळ्या काढून पाहायला लागलो तर काहीच आपल्या हाताला लागणार नाही. तसं अशा कथांचं पृथक्करण करणं योग्य नाही. परंतु काही वेळेला आपल्याला जे म्हणायचं आहे ते सांगण्याकरता अशा पृथक्करणाची गरज पडते. 'काबुलीवाला' या कथेत असंच आपणास आढळून येईल. ही कथा त्यांनी काव्यात्मकतेच्या पातळीवरून पुढे संस्कारक्षमतेच्या पातळीवरून पुढे नेली आहे. ज्या वेळी मिनी आणि काबुलीवाला यांच्यामध्ये प्रेम निर्माण होतं, पुढं ते वाढत जातं. दरम्यान तो तुरुंगात जातो. पाच-सात वर्षांनी तो तुरुंगातून परत येतो. या कथेत रवींद्रनाथांनी मधली आठ वर्ष एका वाक्यात कशी घालून टाकली आहेत ते आणि कथेला एकात्मता कशी आणली आहे ते पाहण्यासारखं आहे.

लघुकथा दीर्घ काळाचं अंतरसुद्धा पचवू शकते. पण ज्या वेळी लेखक लघुकथेत कलात्मकतेनं ते अंतर नाहीसं करतो आणि भावनांचे धागे जोडून घेतो तेव्हा ते घडत जातं. परंतु रहमान जेव्हा परत येतो तेव्हा मिनी वधूवेशात असते. त्याच्याशी बोलू शकत नाही आणि ती बोलू शकत नसली तरी मिनीच्या बापाच्या अंतःकरणामध्ये रहमानची ती कथा ऐकून... रहमान मिनीवर माया का करायला लागला, कोणत्या भावनेनं त्याला या लहान मुलीचं आकर्षण वाटायला लागलं, तिकडे घरी राहिलेल्या आपल्या मुलीची आठवण त्याला कशी येत असेल... त्या मुलीचं स्मरण होऊन तो या मिनीवर कसं प्रेम माया करतो... त्या ठिकाणी आपल्या लक्षात येतं की, आपण एका लघुकथेशी अथवा लहानशा मुलीशी वा पठाणाशीही संबद्ध नसतो, तर जगातल्या एका विशाल भूतलावर आपण पोहोचलेलो आहे. जिथं बापाचं हृदय बापाला ओळखतं... हा कलकत्त्याचा मध्यम वर्गाचा कादंबरीकार असलेला मिनीचा बाप... आणि तो पठाण. जो पर्वतश्रेणीतलं आपलं घर सोडून भटकत कलकत्त्याला आलेला, अन् अपराधी ठरून तुरुंगात जाऊन आलेला रहमान... ही दोन हृदयं कुठंतरी एक आहेत. मानवता एक आहे. एकमेकांचं दुःख जाणू शकतो इतके आपण एकमेकांच्या जवळ आहोत. भिन्नता ही सगळी पहिल्यांदा होती. तो पठाण, हा मध्यम वर्गातला बंगाली बाबू, त्यांच्यातली भिन्नता नाहीशी झालेली आहे. अवघ्या पाच-सात पानांत आपणास हा चमत्कार दिसून येतो. त्याचं

खरं कारण हे आहे की रवींद्रनाथांनी त्या काव्यात्मक, एकात्मकतेच्या अशा प्रकारच्या वाटांनी जाऊन एका अंतर्मुख अशा सृष्टीकडे आपणास नेलं आहे.

मराठी कथेत अशी काव्यात्मकता आज पुष्कळ कथांत पाहण्यास मिळते. विशेषतः १९४०-४२ नंतर जी कथा आली... पहिल्यांदा य. गो. जोशी, वामनराव चोरघडे, कुसुमावती देशपांडे यांनी वळण लावलं या कथेला; नंतर येणाऱ्या कथाकारांनी कथेत काव्यात्मकता चांगली हाताळली. काव्यात्मकता सूक्ष्मतेकडे आली आहे. परंतु आजची मराठी कथा पुष्कळशी वाचायला मिळते तिच्यामध्ये एकात्मतेचं भान राखलेलं आढळत नाही. ती कहाणीवजा, केवळ रंजन करण्याच्या हेतूनं लिहिलेली, ज्याच्या मागं जीवनचिंतन नाही, खोलपणा नाही... आत्ता मी 'काबुलीवाला'मध्ये जी अंतर्मुखता सांगितली ती लघुकथेत असायला हवी. लघुकथा ही काव्य असायला हवी. उत्कृष्ट काव्य आपण विसरू शकत नाही. ते मनाला असं भिडून राहतं. केवड्याचं कणीस आपण ठेवलेलं असतं... आपल्या कपड्यांमध्ये. कणीस काढून घेतलं तरी त्या कपड्याला केवड्याचा वास, सुगंध येत राहतो. त्याप्रमाणे कथेला घडवायला हवं. कथेचं हे लक्षण असतं की वाचल्यावर आपण विसरू शकत नाही. तिचा सुगंध कुठंतरी मनात तरळत राहतो. आता हा सुगंध मनात तरळत ठेवण्याची जी शक्ती आहे... ती एकात्मकता, काव्यात्मकता, संस्कारशीलता या गुणांना अंतर्मुखतेची जोड मिळते. या लहानशा सुंदरशा वाङ्मय प्रकाराला कथालेखक साऱ्या विश्वाचा आधार करवू पाहतो, त्या वेळी हे घडतं. हा आधार रवींद्रांनी काही कथांमध्ये चांगल्या प्रकारे पकडला आहे. हा आपल्याला मोपांसाच्या कथात आढळतो. चेकॉव्हच्या अनेक कथांत हा आढळेल. असे लेखक हेच खरे कथाकार आपण मानले पाहिजेत आणि त्यांच्या कथांच्या अभ्यासातूनच उत्कृष्ट कथा कशा असतात, हे शिकत गेलं पाहिजे.

चेकॉव्हचं नाव मी आत्ता घेतलं, त्याचं खरं कारण माझ्या स्वतःच्या कथालेखनाच्या बाबतीतही त्याचं गुरुत्व मला फार उपयोगी पडलं आहे. मी कथा लिहू लागलो १९२५-२६ मध्ये. कथा वाचलेल्यांत हरिभाऊ आपटे, गुर्जर आणि तत्कालीन लेखकही आहेत. त्यामुळे स्वाभाविकच माझी कथा पाल्हाळीक, अलंकारप्रचुर, भाषेनं सजलेली आणि एखाद्या सामाजिक विषयाचं प्रतिपादन करणारी अशी होती. लघुकथेला जिचा भार सहन होत नाही अशा गोष्टी माझ्या कथेत होत्या. परंतु हळूहळू माझ्या वाचनात पाश्चात्त्य लेखक यायला लागले. पहिल्यांदा ओ हेन्री आला. त्याची 'नाताळची भेट' ही कथा त्या काळात गाजलेली. पण ती कथा नुसती चमत्कृतीवर उभारलेली असल्यामुळे मला ती तितकीशी आवडली नाही. नंतर मोपांसा मिळाला. मोपांसाचा फायदा मला एवढा झाला की कथा सुटसुटीत कशी मांडावी आणि एका व्यक्तीचं मन कसं सांगावं या बाबतीतले धडे मी मोपांसाकडून

घेतले. शेवटी चेकॉव्ह जेव्हा माझ्या हाती लागला त्या वेळी काही तरी अद्भुत आपणाला सापडलं असं मला वाटलं. एखाद्या घोड्यावर प्रेम करणाऱ्या मालकाचं मनसुद्धा चेकॉव्हनं अशा रीतीनं सांगितलं आहे की, एखाद्या राजानं आपल्या एकुलत्या एक पुत्राच्या मृत्यूकरताही असा शोक केला नाही.

तेव्हा लघुकथेला दुसरं काही लागत नाही. एक संवेदनाशील मन लागतं. अतिशय उत्कटतेनं आस्वाद घेणारं मन लागतं आणि ते अतिशय थोडक्या शब्दांत व्यक्त करण्याची शक्ती लागते. या दोन गोष्टी लघुकथेच्या प्रमुख घटक आहेत, हे मी पहिल्यांदा चेकॉव्हपासून शिकलो. त्याची 'डार्लिंग' ही गोष्ट, त्याची 'ग्रासहॉपर' ही गोष्ट... त्याच्या कोणत्याही गोष्टी घेतल्या तरी सामान्य मनुष्य, सामान्य मानव, त्याचं सामान्य मन, त्याच्या जीवनातल्या सामान्य घटना... त्याला कोणत्याही प्रकारचा मेलोड्रामा, कृत्रिम नाट्य आणि अन्य काही- ज्या प्रकारचं लेखन पूर्वीचे लेखक करत होते ते- लागत नाही याची जाणीव मला चेकॉव्हनी दिली. ती जाणीव मला मिळाल्यानंतर 'मूक प्रेम', 'तिचे डोळे', 'ऊन' इत्यादी अनेक गोष्टी मी त्या काळात लिहिल्या. संपूर्णपणे चेकॉव्हला पचवणं माझ्यासारख्या सामान्य लेखकाला कठीण होतं, ते मी करू शकलो नाही. मला अजूनही असं वाटतं की मराठी लघुकथेच्या भावी उत्कर्षाला चेकॉव्हचा अजूनही उपयोग होण्यासारखा आहे आणि म्हणून चेकॉव्हवर माझ्या भाषणात मी अधिक जोर दिला.

(आकाशवाणी पुणे यांच्या सौजन्याने)

◆

मुलांची मने घडविणारे शिक्षण खरे!

लोकमान्य टिळकांना आपण एक राजकारणी म्हणूनच आज ओळखत असलो तरी प्रथम शिक्षक म्हणूनच त्यांनी आपल्या सार्वजनिक जीवनाला सुरुवात केली. लोकमान्यांनी प्रथम शिक्षकाचा पेशा पत्करला. त्यानंतर त्यांनी वर्तमानपत्रही चालवायला घेतले आणि त्यातून ते प्रथम महाराष्ट्राचे आणि नंतर साऱ्या भारताचे पुढारी झाले. १८७८ च्या सप्टेंबरातल्या एका पावसाळी रात्री डेक्कन कॉलेजपासून सहा मैल दूर पुण्यातील चिपळूणकरांच्या घरी बारा-एक पर्यंत टिळक-आगरकर देशाच्या भवितव्याबाबत चर्चा करत बसले होते.

चिपळूणकरांनी सरकारी नोकरी सोडून न्यू इंग्लिश हायस्कूलसारखी खासगी शाळा काढली आणि त्यांना नंतर टिळक-आगरकर येऊन मिळाले. त्यांचे मित्र मोठमोठ्या हुद्द्यांवर होते. पण हे मोठमोठे हुद्दे चिपळूणकरांना आकर्षून घेऊ शकत नव्हते. सरकारी शाळाही अनेक होत्या. पण तरीही या मंडळींनी खासगी शाळा काढण्याचे साहस जाणूनबुजून पत्करले होते. कारण सरकारी शाळा ही सरकारी पद्धतीने चालणारी. मुलांतून कारकून- अधिकारी निर्माण करण्यापुरतीच त्या शिक्षणाची धाव! पण मुलांची मने घडविणारे, मने फुलवणारे शिक्षण चिपळूणकर, टिळक, आगरकर यांना द्यायचे होते. देशभक्तीला, समाजसेवेला पोषक ठरणारे असे बीज त्यांना उगवत्या पिढ्यात रुजवायचे होते आणि म्हणून त्यांनी नवीन शाळा काढली. त्यात त्यांना अनेक अडचणी आल्या, पण ध्येयवादी मनुष्य कधीही दबून जात नाही. सर्व अडचणींना त्यांनी नेहमी धैर्याने तोंड दिले. त्यांनी आपल्या डोक्यावरून शाळेचे सामानही वाहिले. वर्ग स्वतः सारवले. टिळक-आगरकर हे राष्ट्रातले मोठे व्युत्पन्न महापुरुष, पण १०-१० वर्षे शाळेत शिकवण्याचे काम त्यांनी केले.

चिपळूणकरांचे पहिले जिवंत संस्कार हरिभाऊ आपट्यांवर झाले. त्यांनी दिलेले हे संस्कार समाजात रुजवण्याची प्रतिज्ञा हरिभाऊंनी केलेली होती. ही प्रतिज्ञा त्यांनी आपल्या ऐतिहासिक, सामाजिक कादंबऱ्या, निबंध यांतून पुरी करण्याचा प्रयत्न केलेला आहे आणि त्यातूनच त्यांनी एक नवी परंपरा घालून दिली. वि. का. राजवाडे, शिवरामपंत परांजपे अशी नररत्ने न्यू इंग्लिश हायस्कूलमधून निर्माण झाली. पुढल्या काळातही देशाला मार्ग दाखवू शकणारी अशी अनेक कर्तबगार, ध्येयप्रवण माणसे, मोठमोठे नेते, विद्वान, प्राध्यापक, समाजसेवक त्या शाळेतून पुढे आले.

शिक्षण हे प्रेरक हवे. समाजाच्या गरजा ओळखून संस्कार देणारे हवे. त्यात एकप्रकारचा द्रष्टेपणा हवा. हा द्रष्टेपणा जिवंत शिक्षणातूनच प्राप्त होतो. प्रसिद्ध क्रांतिकारक मॅझिनी म्हणतो, 'जिथे द्रष्टा नसतो, ते राष्ट्र मृत होते!' चाकोरीच्या शिक्षणातून द्रष्टा निर्माण होत नाही. त्यातून मुलांची मने घडविली जात नाहीत; मारली जातात. मुलांच्या मनात देशाप्रती श्रद्धा फुलवणे हे मोठे काम आहे. समाजातली गुलामगिरी घालवणे, हेही एक मोठे काम आहे. ते आपले एक मोठे कर्तव्यच आहे.

एका विशिष्ट ध्येयाने प्रेरित होऊन त्या वेळच्या अनेक ध्येयवादी माणसांनी जाणूनबुजून शिक्षकाचा हलाखीचा पेशा पत्करला. मुलांवर नवीन संस्कार घडवण्यासाठी कष्टाने, त्यागाने शिक्षणाचे लोण खेड्यापाड्यात पोहोचवण्यासाठी त्यांनी शाळा काढल्या. आज विद्येचे बाह्य स्वरूप बदललेले असले तरी अंतःस्वरूप बदललेले नाही. मुलांचे मन घडवणे, त्याला सुभग आकार देणे, हे शिक्षणाचे अंतःस्वरूप आहे. देशप्रेमाची ज्योत मुलांच्या मनात सतत तेवत ठेवावी लागते. शिक्षकाचे काम आईसारखे आहे. आईची माया शिक्षकात असायला हवी. मुलांना आईचे प्रेम देऊन त्यांना शिकवणाऱ्या खऱ्याखुऱ्या जातिवंत शिक्षकाचे अलीकडले तेजस्वी उदाहरण म्हणजे साने गुरुजींचे. अमळनेर येथील वसतिगृहात ते मुलांची आई होऊन राहिले. त्यांचे सर्व काही त्यांनी केले.

चिनी आक्रमणाच्या संकटाची जाणीव होताच कुसुमाग्रजांसारख्या संवेदनशील कवीच्या प्रतिभेतून 'रक्त आपुल्या प्रिय आईचे शुभ्र हिमावर ओघळते' अशासारख्या प्रेरक, जिवंत ओळी उत्स्फूर्ततेने निर्माण झाल्या. अशा थोर कवींच्या कवितांचा चातुर्याने उपयोग करून मुलात देशभक्तीचे स्फुल्लिंग पेटते ठेवणे हे शिक्षकाचे काम आहे. आज चीन अगदी उशालगत येऊन बसला आहे. अशा वेळी स्वातंत्र्यरक्षणाचे उज्ज्वल ध्येय विद्यार्थ्यांसमोर ठेवणारे शिक्षक हवे आहेत. हेच शिक्षक साने गुरुजींची परंपरा चालवणारे ठरतील.

◆

साहित्यिकांनी आव्हाने स्वीकारावीत

ललित पारितोषिक समितीचे अध्यक्ष माननीय श्री. वैराळे, मान्यवर साहित्यिक श्री. राजेंद्रसिंह बेदी आणि मित्रहो! आतापर्यंत सर्व पारितोषिकांचा उल्लेख झाला; पण एकाचा उल्लेख व्हायचा राहिला आहे; तो मी करतो. ते पारितोषिक मला मिळाले आहे; आणि ते म्हणजे अशा या अभूतपूर्व समारंभाचे अध्यक्षस्थान! ते मला मिळाले आहे आणि त्याचा मी आधीच स्वीकार केला आहे हे आपल्याला सांगण्याची जरुरी नाही.

या पारितोषिक समितीची जी कल्पना आपल्याला सविस्तर सांगण्यात आली आहे, त्यावरून त्याचे महत्त्व आपल्या लक्षात येईल. माझ्या दृष्टीने एका गोष्टीस महत्त्व आहे आणि ते म्हणजे लोकांच्या प्रेरणेने जी गोष्ट घडते, मग ती कितीही लहान प्रमाणात असो, तिचे महत्त्व फार मोठे असते. कारण तीमध्ये लोकांची प्रेरणा जिवंत राहते. सरकारी पारितोषिके अनेक वर्षे दिली जात होती, स्वीकारली जात होती. त्या रकमाही मोठ्या होत्या. ललित पारितोषिक समिती एवढ्या रकमा देऊ शकली नाही. सरकारी पारितोषिके यापुढेही सरकारने द्यावीत, मिळावीत. कारण साहित्यिकांना जेवढे मिळेल तेवढे बरेच आहे. जुने वैर- लक्ष्मी आणि सरस्वतीचे- संपलेले नाही. अशा स्थितीमध्ये सरकारी पारितोषिके कायम राहूनही प्रकाशकांनी, वाचकांनी अशा प्रकारच्या योजनेचा पुरस्कार करणे, ही अत्यंत आवश्यक अशी गोष्ट होती व ग्रंथप्रेम व ग्रंथप्रसार यांना वाहिलेल्या मासिकाने ही योजना हाती घेतली याबद्दल मी त्या मासिकाच्या समितीचे मनःपूर्वक अभिनंदन करतो. श्री. वैराळे यांनी सांगितल्याप्रमाणे ही योजना कायम राहिली पाहिजे. परदेशांमधील अशा पारितोषिकांसंबंधी आपण वाचतो. हे पुलित्झर आहे, हे क्रिलटिक अॅवॉर्ड आहे, हे हॉथॉर्न प्राइझ आहे;

परंतु आपल्याकडे अशी पद्धत पडली नाही. बक्षीस लावण्याने काही चांगले ग्रंथ निर्माण होत नाहीत. राजवाडे यांनी आपल्या पद्धतीने म्हटले होते की, 'चुटक्या वाजवून पोरे निर्माण होत नाहीत.' हे जे पारितोषिके मिळालेले ग्रंथ आहेत ते काही पारितोषिकांसाठी लिहिलेले नाहीत. ग्रंथकर्त्यांना, लेखकांना जे आपापल्या परीने भावले, बोचले ते त्यांनी या ललितकृतींच्या द्वारे व्यक्त केले आहे. त्या अभिव्यक्तीचे हे कौतुक आहे. आणि म्हणून अशा प्रकारच्या पारितोषिकांचा पुरस्कार आपण निःसंदिग्धपणे केला पाहिजे. अमुक एका विषयावर अशा प्रकारचे ग्रंथ आले तर त्याला अशा प्रकारचे पारितोषिक मिळेल, अशा प्रकारची पारितोषिके लावू नयेत. तो टेंडर मागवण्याचा प्रकार होतो. ही पारितोषिके मात्र जरूर दिली जावीत. कारण या पारितोषिकांपाठीमागे प्रतिभावान विचारवंतांनी आपले कैक वर्षांचे श्रम खर्ची घातलेले असतात. काही नवे करण्याचा प्रयत्न केलेला असतो आणि त्यांचा सत्कार जर जनतेकडून झाला तर तो सर्वांना हवा असतो. जनतेला मी अधिक किंमत देतो. जनतेमध्ये अर्थात तुम्ही-आम्ही, सर्व लोकांची मते चांगल्या तऱ्हेने व्यक्त होतात. ललित पारितोषिक समितीचा पहिल्या वर्षाचा अनुभव काय आहे हे मला माहिती नाही. अशा प्रकारचे काम दिलजमाईने चालणे कठीण जाते असे आपण म्हणतो; परंतु आपण आरंभशूरत्व टाळले पाहिजे. या संबंधात अशी एक निश्चित योजना करावी की जीमध्ये अशा प्रकारची माणसे- ते लेखक असोत, प्रकाशक असोत, रसिक असोत- या सर्व प्रकारच्या माणसांना भाग घेता येईल. एक एक रुपया जमवून वर्षाला दहा हजार रुपये महाराष्ट्रात गोळा करता येतील. तेव्हा यंदाचा सर्व अनुभव लक्षात घेऊन या समितीने जी काही पुनर्रचना करायची असेल ती करावी आणि ग्रंथप्रेमी अशी मंडळी जी महाराष्ट्रात विखुरली असतील, त्या सर्वांचा या समितीने उपयोग करावा. त्याने फार मोठे काम होण्याचा संभव आहे.

आता जी पारितोषिके दिली जात आहेत ती पाहता, परीक्षक समिती आणि वाचकांनी नमूद केलेली मते यांच्यामध्ये फार अंतर पडले आहे असे दिसते. जी पाच पुस्तके निवडण्यात आली आहेत, त्यांतील एकच पुस्तक परीक्षक समिती व वाचक या दोन्हींमध्ये समान आहे. बाकीची चार भिन्न आहेत. अर्थात या संबंधाने मी एवढेच म्हणू शकेन की, वाचकालाही वाङ्मयाच्या व्यवहारात स्थान आहे आणि ही दोन्ही मते निरनिराळ्या दृष्टिकोनातून बरोबर आहेत. दोन्ही दृष्टिकोन एक असू शकणार नाहीत हे आपण लक्षात घेतले पाहिजे. आगगाडीला इंजिन असते आणि पाठीमागे गार्डाचा डबा असतो. त्याप्रमाणे परीक्षक समिती हे इंजिन असू शकेल आणि सामान्य वाचकांचा हा गार्डाचा डबा पाठीमागे असू शकेल. वाचकांनी जी मते दिली व त्या मतांमध्ये अधिक अशा संख्येने जी पुस्तके निवडून आली,

ती सर्वसामान्य रसिकतेला काय आवडेल, त्यांच्या कोणत्या भुका असतात, त्या कोणत्या प्रकारांनी तृप्त झालेल्या आहेत, हे दर्शवणारी आहेत. तेथे सर्वसामान्य वाङ्मय उभे आहे हे आपण मानले पाहिजे. परीक्षकांनी जी मते व्यक्त केली आहेत त्यालाही काही अर्थ आहे. त्यांना जी आवडली आहेत त्यांच्यामध्ये प्रयोगशीलतेला अर्थ असेल, नवीन काही करण्याचा प्रयत्न केला आहे या गोष्टीला किंमत दिली असेल. आपण या दोन मतांमध्ये कायमचा विरोध आहे असे मानण्याचे कारण नाही. कारण विद्वान माणसे, पंडित माणसे, नव्या वाङ्मयाचा अभ्यास करणारी माणसे ही पुढे जाणारी असतात. त्यांना मागे ओढणे चूक आहे. त्याप्रमाणेच सर्वसामान्य समाज ज्या ठिकाणी उभा आहे, सर्वसामान्य रसिकता ज्या ठिकाणी उभी आहे, त्या रसिकतेकडे संपूर्ण दुर्लक्ष करून आम्ही हे जे पुढे जाणारे लोक आहोत, तेच फार महत्त्वाचे लोक आहोत असे मानणेही तेवढेच चूक आहे. तसे करणे म्हणजे इंजिनाने मागचे डबे मागे टाकून एकट्याने पुढे जाण्यासारखे आहे. ते वाङ्मयामध्ये घडता उपयोगी नाही.

नवे-जुने हे वाङ्मयात असायचेच. सोराब-रुस्तुम आहे, शिवाजी-संभाजीचे भांडण आहे; हे सतत चालले आहे. परंतु त्याच्या संबंधाने आपण अभिनिवेशाने कोणतेही एक मत धरणे योग्य नाही. कारण खरी कसोटी पुढे व्हायची आहे. आज ज्या पुस्तकांना पारितोषिके मिळाली आहेत, त्यांची किंमत पंचवीस वर्षांनी ठरणार आहे. ती आज ठरणार नाही. आपण विचार करतो तो वर्तमानकाळाच्या दृष्टीने! तुम्हा-आम्हाला या ग्रंथांचा उपयोग किती आहे, त्यांच्यामुळे आपले मन किती विकसित झाले आहे, या दृष्टीने आपण त्यांच्याकडे पाहतो. अभिरुचीच्या कसोट्या लावायच्या झाल्या तर त्या फार निराळ्या ठरतात.

याचे एक साधेसे उदाहरण मी आपल्याला देतो, म्हणजे मी काय म्हणतो आहे हे आपल्या लक्षात येईल. प्राचार्य आसोलकर हे दोन-तीन वर्षांपूर्वी राजाराम कॉलेजात होते. त्यांनी मला हे उदाहरण सांगितले. ते इंग्लंडला गेले होते, त्या वेळी आपल्याकडील एक कादंबरीकार तेथे गेले होते. त्यांची इंग्रजीत भाषांतर झालेली अर्धवट कादंबरी होती. प्राचार्य आसोलकरांना त्या कादंबरीकाराने असे सांगितले की, फॉर्स्टर जर ही कादंबरी वाचतील तर मला बरे वाटेल. फॉर्स्टरचे मत काय आहे ते कळेल. त्याप्रमाणे श्री. आसोलकरांनी ती फॉर्स्टर यांचेकडे पोहोचती केली. त्यांनी वाचण्याचे कबूल केले. त्यांनी ती वाचली. वाचल्यानंतर त्यांनी ती परत देताना सांगितले की, तुमची मराठी कादंबरी अशी जर असेल तर ते ठीक आहे. म्हणजे वाईट म्हणायचे नाही म्हणून ते गप्प बसले. त्याबरोबर श्री. आसोलकरांना मोठे दुःख झाले. मराठी वाङ्मयाला थोडेसे नाक मुरडले गेले- इंग्रजी वाङ्मयातील एका मनुष्याकडून- म्हणून त्यांनी काय केले की, त्यांच्यापाशी 'सुदाम्याचे पोहे' हे

पुस्तक होते. त्यातील 'चोरांचे संमेलन' या मुष्टीचे भाषांतर त्यांनी केले आणि अगदी प्रथम संस्करण झाल्यावर ते फॉर्स्टरला नेऊन दिले. आणि 'परवा तुम्हाला दिलेली अर्धवट कादंबरी होती, ती तुम्हाला आवडली नाही; परंतु ही मराठीतील काही निराळी चीज म्हणून मी आपल्याला देतो, ही पाहा वाचून!' असे सांगितले. ती फॉर्स्टरनी वाचल्यानंतर त्यांनी सांगितले की 'He is a genius! He belongs to the world!' 'हा मराठी ग्रंथकार नाही. हा जगाचा ग्रंथकार आहे.' पन्नास-साठ वर्षांपूर्वी लिहिली गेलेली 'चोरांचे संमेलन' ही मुष्टी होती, ती या अलीकडच्या काळात फॉर्स्टरसारख्या परदेशातील माणसांना मोहात टाकू शकते. 'He belongs to the world!' असे त्या एका मुष्टीवरून, त्या विनोदी लेखावरून त्या ग्रंथकर्त्याविषयी फॉर्स्टर मत व्यक्त करतात- आणि आधुनिक काळातील- गेल्या दहा-अकरा वर्षांत लिहिले गेलेले भाषांतर त्यांना आवडत नाही. याच्याशी काळाचा काहीही संबंध नाही. हा नवा लेखक आहे, तो जुना लेखक आहे; किंवा अमुक तंत्र आहे किंवा तमुक तंत्र आहे याचा येथे काही उपयोग होत नाही हे आपल्या लक्षात येऊ शकेल. ही गोष्ट सांगण्याचा, ही आठवण सांगण्याचा माझा हेतू हा आहे की चांगले, वाईट, बरे हे जे आपण बोलतो आहोत, हे आपल्या वर्तमानकाळाच्या हिशेबात पूर्णपणे बदलते आहे आणि त्या हिशेबातच आपल्याला विचार केला पाहिजे.

जे वाङ्मय आज निर्माण केले जाते, त्यामधील जे चांगले वाङ्मय आपण म्हणतो ती एक चैत्रपालवी आहे असे आपण समजू. त्याची पानगळ पुढे यायची; पण पालवीला जरी पानगळ यायची असली तरी पालवी ज्या वेळेला झाडावर मोहरते, त्या वेळी ती सुंदर दिसते. त्या आम्रवृक्षावर ज्या वेळेला पालवी येते, त्या वेळेला त्याचे चित्र काढणे किती सुरेख असते हे तुम्ही-आम्ही जाणू शकतो. तेव्हा आजचे वाङ्मय हे पुढे टिकणार आहे की नाही हे जरी आपण सांगू शकत नसलो, तरी त्या त्या काळातील, त्या त्या वर्षातील असे चांगले म्हणून जे वाङ्मय आहे, ते लोकांपर्यंत पोहोचवण्याची आपली जबाबदारी आहे. ही जबाबदारी योग्य रीतीने पार पडते आहे काय?

खरोखर महाराष्ट्रात साहित्यप्रेम पुष्कळ आहे असे आपण म्हणतो, पण ते खरोखर किती आहे? मघाशी राजेंद्रसिंहजी सांगत होते की, उर्दूमध्ये हजाराची एक आवृत्ती पाच वर्षे खपत नाही. तर त्या दृष्टीने आम्ही मराठी लेखक भाग्यवान आहोत खरे, परंतु मराठीमध्ये ज्या प्रकारची पुस्तकांची चर्चा व्हायला पाहिजे, खप व्हायला पाहिजे- नुसता खप म्हणजे लेखकांना व प्रकाशकांना पैसे मिळावेत या दृष्टीने मी बोलत नाही- मराठी समाजाच्या आत्म्यापर्यंत हे वाङ्मय जायला पाहिजे, हा खरा प्रश्न येथे आहे. ते जाते आहे काय? आम्ही म्हणतो की दोन हजारांची आवृत्ती काढली, तीन हजारांची आवृत्ती काढली; पण हे वाङ्मय कोठे घुटमळते? मी

आपल्याला सांगू शकतो- मी मुंबई-पुण्यासारख्या मोठ्या शहरातही राहत नाही व अगदी खेड्यातही राहत नाही. मध्यवर्ती राहतो- अनुभवाच्या दृष्टीने मी तुम्हाला सांगतो की आपले सर्व साहित्य काही ठरावीक वर्तुळात घोटाळते. त्याच्या पलीकडे त्याने पाऊल टाकलेले नाही. खरे साहित्यप्रेम निर्माण झालेले नाही.

मला पदोपदी भीती वाटत आली आहे की साक्षरता झपाट्याने येते आहे; पण त्या साक्षरतेला साहित्यप्रेमाची जोड न मिळाल्यामुळे संस्कृतीकडे जायला जो एक मध्ये पूल तयार व्हावयास पाहिजे आह, तो होत नाही! समाजामध्ये ज्याची आज अत्यंत आवश्यकता आहे तो पूलच तयार होत नाही. साक्षर झालेली माणसे खेड्यापाड्यात काय वाचत आहेत याचा आपण विचार केला तर आपणाला असे आढळून येईल की, आपले मराठीतील जुने वाङ्मय ती वाचत आहेत असेही नाही. नवे वाचत आहेत असेही नाही. जे पुस्तक हाती लागेल ते वाचले जाते; किंबहुना जे मासिक हाताला लागेल ते वाचले जाते- ज्या मासिकावर त्यातल्या त्यात उत्तान चित्र असेल ते अधिक वाचले जाते. बस स्टॅण्डवर किंवा एस.टी. स्टॅण्डवर कोणत्या प्रकारची मासिके किती खपतात याची जर चौकशी केली तर आपल्याला हे आढळून येईल. मला वाटते, मागे ठोमरे मला म्हणाले होते की अमके मासिक तुम्हा-आम्हाला ठाऊक नसले तरी ते भरपूर खपते, त्याचे अंक अगदी भराभर खपत असतात. मी दोष कोणालाही देत नाही.

मी एवढेच म्हणतो की समाज साक्षर व्हायला लागला आहे आणि साक्षरता ही आपल्या एकंदर समाजाच्या परिवर्तनाचे शस्त्र आहे असे आपण मानत आलो आहोत. हे शस्त्र गंजू देता उपयोगी नाही, ही पहिली गोष्ट आहे. या शस्त्राचा वापर फार चांगल्या रीतीने झाला पाहिजे आणि तो वापर जर चांगल्या रीतीने व्हायचा असेल तर मी असे निश्चितपणाने म्हणेन की, मराठीतील चांगले साहित्य या नवीन साक्षर लोकांपर्यंत जाऊन पोहोचले पाहिजे. त्यांना ते समजत नाही असे आपण म्हणतो याला काहीही अर्थ नाही. रसिकता ही आपल्याला वाटते तितकी काही अगदी विशिष्ट लोकांना दिलेली देणगी नसते. त्यांनाही समजते. तुम्ही-आम्ही अगदी त्याचा कीस काढून ज्या पद्धतीने बोलतो त्या पद्धतीने नसेल समजत; पण ते समजण्याची त्यांची पात्रता आहे. तेथपर्यंत ही पुस्तके पोहोचत नाहीत असे मी आपणाला सांगतो. ही पुस्तके पोहोचण्याची जी क्रिया आहे, ती आपल्याला कशी निर्माण करायची, हा प्रश्न आहे.

ग्रंथप्रसार केंद्र खेडोपाडी जात आहे. त्या खेड्यापाड्यांचा या दृष्टीने काही उपयोग होईल ही गोष्टही खरी आहे; परंतु मला स्वतःला या ठिकाणी जे बोलायचे आहे ते या दृष्टीने की, साहित्य ही एक शक्ती आहे असे आपण मानत असलो तरी त्या साहित्यशक्तीचा आपण खरोखर उपयोग करून घेतो काय? एकीकडून नदी

वाहत जावी व दुसरीकडून कालवे नाहीत, पाट काढलेले नाहीत आणि त्याच्यामध्ये दुसरीकडे जमीन तशीच बरड पडलेली असावी, त्याच्यामध्ये पिके उगवू नयेत अशी स्थिती आहे. मला वाटते एका बाजूला मराठीमध्ये चांगली पुस्तके प्रत्येक शाखेमध्ये निर्माण होत आहेत आणि ती तुम्हा-आम्हा सुशिक्षित लोकांच्या आसपास घुटमळत आहेत. त्याच्यापुढे ती पाऊलच टाकत नाहीत.

मला मुद्दाम आपणाला हे सांगायचे आहे की, तुम्ही-आम्ही सर्व साहित्यप्रेमी लोकांनी एक गोष्ट लक्षात ठेवली पाहिजे की आज मानवी आत्म्याला जागृती आणणाऱ्या ज्या काही गोष्टी विसाव्या शतकामध्ये, यांत्रिक युगामध्ये आपल्याजवळ आहेत, त्यांतील साहित्य ही एक प्रमुख गोष्ट आहे. ते कोणत्याही प्रकारचे साहित्य असो. त्या साहित्यामध्ये निरनिराळ्या प्रकारचे मतभेद आहेत. त्यामध्ये मी शिरणार नाही; परंतु साहित्य हे आत्म्याला आवाहन करू शकते, हा त्यामध्ये खरा भाग आहे. आणि ते आवाहन करू शकते, ज्ञान देऊ शकते, चैतन्य निर्माण करू शकते, ही जी त्याची एक शक्ती आहे, त्या शक्तीचा परिपूर्णतेने उपयोग करता आला पाहिजे. केवळ प्राथमिक शाळा झाल्या आणि साक्षरता वाढली याच्यावर जर आपण समाधान मानून बसू, तर आपल्याला जी नवीन संस्कृती निर्माण करायची आहे ती निर्माण होणार नाही. त्या नवीन संस्कृतीच्या मधील दुवा साहित्य, साहित्याचे डोळसपणे केलेले वाचन आहे आणि त्या दुव्याकडे आपण जरूर लक्ष दिले पाहिजे.

आज ज्या पुस्तकांना पारितोषिके मिळाली आहेत- त्यांतील दोन पुस्तकांचा मी मुद्दाम उल्लेख करतो. ती ललित नसूनही मी त्यांचा उल्लेख करतो- ती म्हणजे 'युद्धनेतृत्व' आणि 'हेगेल' ही होत. विद्यापीठामध्ये मातृभाषा आली पाहिजे अशी आपण धडपड करतो पण विद्यापीठामध्ये मातृभाषा यायला पाहिजे असेल तर मातृभाषेतून निरनिराळ्या शास्त्रांचे अध्ययन करण्याच्या दृष्टीने आपली तयारी आहे की नाही, हा खरा प्रश्न आहे. या दोन्ही पुस्तकांचे मला कौतुक वाटते ते या दृष्टीने. तसे पाहिले तर आपण ज्ञान-विज्ञानाच्या बाबतीत पाश्चिमात्य देशांपेक्षा खरोखर मागासलेले आहोत हे कबूल केले पाहिजे. आपल्याकडे जे काही वाङ्मय निर्माण होते त्याचा बराचसा भाग ललित असतो. तो किती दर्जाचा असतो किंवा कलेच्या दृष्टीने किती महत्त्वाचा असतो किंवा अन्य दृष्टीने त्याला काही महत्त्व आहे की नाही हा प्रश्न आपण सोडून देऊ; पण ज्याला ललितेतर म्हणता येईल, समाजाच्या ज्ञानामध्ये ते भर घालू शकेल, समाजातील वाचकांना जे अधिक अंतर्मुख करू शकेल, अशा प्रकारचे वैचारिक वाङ्मय आपल्याकडे लिहिले जात नाही. एक गोष्ट मात्र लक्षात ठेवली पाहिजे की, अव्वल इंग्रजीमध्ये पहिल्यांदा या प्रकारचा प्रयत्न फार मोठ्या अहमहमिकेने झाला आहे.

माझे लहानपण मला आठवते. त्या वेळेला आमच्या घरात कोठून पुस्तके आली होती हे मला आठवत नाही. त्या वेळी 'दाभोळकर ग्रंथमाला' या नावाची ग्रंथमाला निघत असे आणि केवळ बालबुद्धीने मी त्याची पाने चाळायला लागलो. स्पेन्सर, मिल्ल ही नावे मला प्रथम त्यात मिळाली. त्याच्यामध्ये समाजशास्त्रावर निबंध होते, भाषांतरे होती. त्या वेळेला धडपड झाली ती जे ज्ञान आपल्याकडे नाही आणि जे पाश्चिमात्य देशात आहे ते आपल्याकडे आणण्यासाठी! त्याच्यापुढची कामे करणे हे आजच्या पिढीला अत्यंत आवश्यक आहे. स्वातंत्र्य मिळाल्यामुळे आपण निरनिराळ्या भूमिकांवर येऊन उभे राहिलो आहोत. जगाच्या बरोबरीला जायची आपली इच्छा आहे, ईर्ष्या आहे. पण ती पार पाडायची असेल तर आपल्याला उभे राहिले पाहिजे आणि विद्येची उपासना केली पाहिजे. ती उपासना जर आपण केली नाही तर मला वाटते की आपण नेहमीच पश्चिमेच्या पाठीमागे राहू.

मी बेडेकर व गोखले या दोन्ही लेखकांचे मनःपूर्वक अभिनंदन करतो. कारण त्यांनी केलेले हे काम किती कठीण आहे याची मला कल्पना आहे. अशा प्रकारची पुस्तकेही फारशी खपत नाहीत. त्यांचे चीज होण्याचा फारसा संभवही नसतो. केवळ विद्याप्रेमाने व आपल्या मातृभाषेमध्ये हे ज्ञान आले पाहिजे या एका इच्छेने आणि आग्रहाने माणसे कामाला लागतात, त्याच वेळेला भाषेचा उद्धार होण्याची जास्त शक्यता असते. आज आपल्याला याचीच फार जरुरी आहे. जर मातृभाषेत जास्तीत जास्त लोकांना विद्यापीठीय शिक्षण द्यायचे असेल तर आमच्यामधील सर्व ग्रंथकर्त्यांनी आवडीच्या विषयावर रचना करण्याचे कंकण बांधले पाहिजे, कंबर कसली पाहिजे. हे करणे अत्यंत आवश्यक आहे.

ललित वाङ्मयाविषयी बोलायचे झाले तर मी आपणाला एवढेच सांगू शकेन की, ज्या पुस्तकांना पारितोषिके दिली आहेत ती पुस्तके किंवा वाचकांनी ज्यांची शिफारस केली होती ती पुस्तके, ही आपापल्या परींनी निरनिराळ्या गुणांनी युक्त असलेली पुस्तके आहेत. त्यांच्याशी तुलना करून हे पुस्तक चांगले की ते पुस्तक चांगले आहे असे म्हणून आपण याचा निकाल लावू शकणार नाही. हा आवडीनिवडीचा भाग आहे. प्रत्येकाच्या संस्काराप्रमाणे, आवडीनिवडीप्रमाणे त्याच्या काही वाचनाच्या तऱ्हा ठरलेल्या असतात. त्याप्रमाणे ही मते दिली जातात. त्यामुळे अमुक एकाला कमी मते मिळाली व एकाला जास्त मिळाली याचे सुखदुःख कोणी मानू नये. मूळ प्रश्न असा आहे की मराठी वाङ्मय या पुस्तकांनी समृद्ध केले आहे की नाही? मराठी मनांच्या भावना, मराठी माणसांची सुखदुःखे यामध्ये व्यक्त झाली आहेत की नाहीत आणि आजच्या काळाला अनुरूप अशा प्रकारांनी लेखनाचा नवीन तऱ्हेने आविष्कार करण्याचा प्रयत्न केला आहे की नाही? मी आपणाला सांगू शकेन की निश्चितपणे हे झाले आहे. ज्या पुस्तकांना पारितोषिके मिळाली आहेत त्यांच्यामध्ये

ही धडपड आहे. त्यामुळे वाचकांची मते आणि परीक्षकांची मते यांच्यामध्ये भिन्नता असली तरी त्यामुळे घाबरून जाण्याचे कारण नाही. कारण भिन्नता ही राहणारच हे आपण मानले पाहिजे. कारण आज खरोखर ही अशी पारितोषिके दिली गेली आहेत. म्हणून जर आत्मचरित्र लिहायचे झाले तर लिहिता येईल की समारंभ झाला होता, मी त्यामध्ये 'ज्ञानेश्वरां'ना एक बक्षीस देऊन चुकलो; पण हे जे मतभेद आहेत- आपले वाङ्मयीन- त्यांचा कोणत्याही प्रकारचा उल्लेख मी अधिक करणार नाही. कारण हा चर्चेचा विषय नाही. त्याच्या पलीकडे जाऊन मला एवढेच म्हणायचे आहे की नवीन साहित्यिक असोत, जुने साहित्यिक असोत, या सर्वांची धडपड आहे. ते सर्व शिकण्याचा प्रयत्न करीत आहेत. ते काय, तर मी आपणाला एवढेच सांगेन की मराठीतील जे चांगले ललित साहित्य आह- जुने-नवे सर्व- यांनी एक मोठी धडपड केली आहे. निरनिराळ्या रीतीने, सामान्य वाचकाला आपल्या दैनंदिन जीवनामधून एका वरच्या पातळीवर आणण्याची आपापल्या काळामध्ये धडपड केली आहे. ते वाङ्मय शुद्ध कलात्मक प्रेरणेतून निर्माण झालेले असेल, कधी कलात्मक प्रेरणेला सामाजिकतेची जोड मिळाली असेल, क्वचित आणखी अन्य काही प्रेरणा त्याच्यामध्ये मिसळल्या असतील. त्या त्या पुस्तकांची चर्चा करावी, परंतु एक गोष्ट लक्षात घेतली पाहिजे की हे जे ललित वाङ्मय आहे, त्या ललित वाङ्मयाने अर्थातच आपल्या जीवनाला गेली शंभर वर्षे फार मोठ्या प्रमाणावर साथ केली आहे. हरिभाऊ आपटे यांच्या 'पण लक्षात कोण घेतो?' या कादंबरीपर्यंत आपल्याला आढळून येईल की त्या त्या वेळची सामाजाची जी मूक दुःखे होती, ती व्यक्त करण्याचा प्रयत्न कादंबरीने व नाटकांनी आपापल्या परीने केला आहे.

मघा श्री. वैराळे यांनी संस्कारांचा प्रश्न काढला म्हणून मी आपल्याला सांगतो की, ज्या वेळेला मी स्वतःविषयी विचार करतो की माझे मन घडवले कुणी? लहानपणी मी काय काय वाचले? माझी ही मते आली कोठून? माझे साधारणतः शिक्षण पूर्ण होईपर्यंत सतरा-अठरा वर्षांपर्यंतचे जेवढे मला आठवते ते असे की, 'शारदा' नाटक, 'सुदाम्याचे पोहे', 'आगरकरांचे निबंध', 'पण लक्षात कोण घेतो?' ही कादंबरी- यांनी मला अस्वस्थ केले आहे. शारदा नाटकाची टीकाकाराच्या भूमिकेवरून चर्चा करायची असेल तर मी करू शकेन; पण त्या काळामध्ये त्यातले काही मला कळत होते असे मी समजत नाही. परंतु एक होत होते की शारदा नाटक बघताना जे दुःख होत होते, त्या दुःखाने मन हलल्यानंतर मी विचार करीत होतो की हे काय घडते आहे? याचे एक उदाहरण मी आपल्याला सांगतो. आपल्याला कदाचित ते बालिश वाटेल, पण ते मुद्दाम सांगण्यासारखे आहे. या शारदा नाटकाने माझ्यासारख्याच्या मनावर इतका परिणाम झाला होता की, लहान मुलींची लग्नं

म्हाताऱ्याशी लावणं ही फार वाईट गोष्ट आहे एवढे कळत होते. कदाचित माझ्यासारख्यांची परीक्षा व्हायची असेल म्हणून म्हणा, त्या वेळी असे घडले की मी माध्यमिक शाळेत होतो आणि आमच्या एका शिक्षकाने त्याच्या बावन्न-त्रेपन्नाव्या वर्षी बारा-तेरा वर्षांच्या मुलीशी लग्न केले. शिक्षकाने लग्न केल्यानंतर करायचे काय? शेवटी असे ठरवले की, हा विषय डिबेटिंग सोसायटीमध्ये आणला पाहिजे. कारण बाकीचे काही करता येणे शक्य नव्हते. आणि मग त्या शिक्षकांना अध्यक्ष म्हणून बोलावले. ते भाषण मी लिहून नेले होते. त्याचे शेवटी असे झाले की सभा मोडली. ते शिक्षक रागावले आणि मधल्यामध्ये निघून गेले. त्या वेळेला आमचे वयही बारा-तेरा-चौदा वर्षांचे होते. शारदेचे, इंदिराकाकूंचे व कांचनभटाचे स्वभावरेखन कसे आहे आणि शारदा नाटकामध्ये कल्पकता कोणत्या प्रकारची आहे, देवलांची भाषा कशी आहे या चर्चा नव्हत्या. परंतु त्या संगमेश्वराच्या देवळापाशी बसले असताना त्यामधील जे दुःख देवल यांना जाणवले होते ते आमच्या हृदयाला भिडले होते. असे लग्न सांगलीमध्ये होते असे कळल्यानंतर त्यांनी त्या मुलीचे पहिले पद 'तू टाक चिरून ही मान' हे लिहिले. ज्याच्यामधून हे संपूर्ण शारदा नाटक फुलत गेले. ते दुःख कोठून तरी आमच्या बालमनापर्यंत येऊन पोहोचले होते. ही गोष्ट अतिशय गैर आहे. एवढी लहान मुलगी व एवढा म्हातारा यांचे लग्न ही वाईट गोष्ट आहे एवढे मनाला पटत होते. शेवटी आपल्या मुलीला विकणारा तो कांचनभट वेडा होऊन 'घट तीन घनाने भरले' असे म्हणत मडके घेऊन येतो त्या वेळेला वाटत असे की, बरे झाले! एकंदरीत न्याय मिळाला.

तेव्हा खरी वस्तुस्थिती ही आहे की, ललित वाङ्‌मय जे तुमच्या आमच्या अंतःकरणापर्यंत जाऊन पोहोचते, ते कलात्मक असायला पाहिजे. त्याच्या पाठीमागे जीवनाची एक व्यापक समज असायला हवी. ललित वाङ्‌मय हे मर्यादित अशा प्रकारचे राहू शकत नाही. तर ते भोवतालच्या संपूर्ण जीवनाचा कळत नकळत विचार करायला लावते. 'पण लक्षात कोण घेतो?'मधील यमूचा प्रश्न किंवा शारदेचा प्रश्न हे आज आपल्याला अगदी क्षुल्लक वाटतात. जवळजवळ ते ऐतिहासिक झाले आहेत. परंतु एवढे जरी असले तरी त्या प्रश्नाने एकंदर स्त्रीजीवनाविषयी आमच्या पिढीला विचार करायला लावले. हे दुःख समाजात घडू देता उपयोगी नाही, असे आम्हाला वाटायला लावले.

वस्तुस्थिती अशी आहे की मानवी जीवन हे दोन पातळींवर आपण नेहमी जगत असतो. एक असते सामान्य दैनंदिन जीवनाची पातळी- जी केशवसुतांनी वर्णन केली आहे : 'खा, पी, निजून फिरून ऊठ!' शरीराने तुम्ही-आम्ही जगत असतो. आपण खातो, पितो, मजा करतो, हसतो, खेळतो, रडतो; परंतु जीवनाचा गंभीर अर्थ जाणण्याची आपली इच्छा नसते. परंतु आपण स्वतःशी आपल्या

कुटुंबीयांशी, देशाशी, मानवतेशी आणि प्रत्यक्ष ईश्वराशी कोणकोणत्या मार्गांनी जोडले गेलो आहोत आणि या सृष्टीमध्ये आपले संबंध कोणत्या प्रकारचे आहेत याची आपल्याला जाणीव असावी लागते. या जाणिवेच्या पातळीवर मनुष्य येऊ शकत नाही. सामान्य मनुष्य येणार नाही हे उघडच आहे. या दैनंदिन चक्रामध्ये तो रमलेला असतो. त्याचे दुःखही मर्यादित व क्षुद्र असते. या मर्यादिततेतून आणि या क्षुद्रतेतून सामान्य माणसाला वर काढून त्याला एक पलीकडचे दर्शन द्यायचे असते. त्याचे या जगाशी जे अतूट नाते आहे ते त्याला दाखवायचे असते. ते दाखवण्याला ललित कृती नेहमी उपयोगी पडत असतात. हे मी जे सर्व बोलतो आहे ते चांगल्या कलात्मक, परिणामकारक अशा ललित कृतींविषयी बोलतो आहे. अन्य कृतींना हे लागू नाही. चांगले नाटक म्हणा किंवा चांगली कादंबरी म्हणा, आपल्या मराठीतील अशी पुस्तके मला काढून दाखवता येतील की, त्या काळात चर्चिले गेलेले विषय आता मागे पडले असूनसुद्धा ती कादंबरी किंवा ते नाटक तुम्हाला आजही आकृष्ट करू शकते. चांगल्या रीतीने मनावर परिणाम करू शकते. आणि म्हणून जाता जाता मी महाराष्ट्र शासनाला एक अत्यंत नम्रपणे सूचना करू इच्छितो :

हरिभाऊंची जन्मशताब्दी झाली, सरकारने अनुदान दिले. कादंबऱ्यांच्या आवृत्या निघाल्या. कोठपर्यंत त्या जाऊन पोहोचल्या? क्वचित काही माध्यमिक शाळांपर्यंत त्या जाऊन पोहोचल्या असतील. माध्यमिक शाळांनी त्या मुलांकडून वाचून घेतल्या काय? घेतलेल्या नाहीत हे मी आपल्याला सांगतो. लायब्ररीला अनुदान मिळते. पैसे भरपूर मिळतात म्हणून मोठे सेट्स वगैरे घेतले गेले असतील; परंतु त्याच्याही पलीकडे हरिभाऊंची कादंबरी जायला पाहिजे होती.

खेडीपाडी आता पूर्वीची राहिलेली नाहीत. तिथे ट्रॅक्टर आला आहे, को-ऑपरेटिव्ह बँकेशी त्यांचा संबंध आलेला आहे. अशा तऱ्हेने ती माणसे व्यवहारामध्ये निरनिराळ्या रीतीने वावरायला लागली आहेत, शहाणी होत आहेत. साहित्याचे जे सुसंस्कार त्यांच्यापर्यंत जाऊन भिडायला पाहिजेत, ते मात्र भिडत नाहीत. हे जे आर्थिक, सामाजिक व्यवहार झालेले आहेत ते चालू देत खुशाल. त्याबद्दल तुमचे-आमचे काही म्हणणे नाही. समाजातील आर्थिक आणि सामाजिक व्यवहार जर न्यायावर अधिष्ठित व्हायला पाहिजे असतील, समतेवर अधिष्ठित व्हायला पाहिजे असतील, जर हे व्यवहार प्रामाणिकपणाने व्हायला पाहिजे असतील, तर माणसाचे मन हे सुसंस्कृत बनवायला पाहिजे. या खेड्यापाड्यापर्यंत उन्नती, साक्षरता येऊनही लोक सुसंस्कृत बनणार नाहीत. माझ्या समजुतीप्रमाणे त्यासाठी चांगले साहित्य पाहिजे. त्या चांगल्या साहित्याची गोडी लागायला पाहिजे. इंग्रजी राज्य येण्यापूर्वी आपल्यामध्ये ही गोडी होती. ज्यांना पूर्वीच्या कीर्तनांची, प्रवचनांची कल्पना आहे

आणि पुराणिक, प्रवचनकार, कीर्तनकार किती समर्थ लोक होते याची जाणीव आहे त्यांना ही गोष्ट पटेल. त्या वेळी संस्कृती मर्यादित होती; पण ती खरी संस्कृती होती. ज्ञानदेव असो, तुकाराम असो, तो खालच्या समाजापर्यंत पोहोचवला जात असे. पुस्तके वाचली जात नव्हती; तरी महाभारत-रामायणाच्या कथा असोत, संतांचे अभंग असोत, ही सर्व वाणी समाजाच्या तळापर्यंत, खेड्यापाड्यांपर्यंत जाऊन संस्कार करत होती. अर्थात आता त्या तऱ्हेने आपला निभाव लागणार नाही. त्या सर्व गोष्टी आता जुन्या होऊन गेल्या आहेत. म्हणून माझे म्हणणे असे आहे की, ज्या नवीन मार्गाने आपण चाललो आहोत त्या शिक्षणप्रसाराच्या मार्गातील एक पुढचा टप्पा म्हणजे समाजातील सर्व खालच्या थरापर्यंत साहित्याबद्दल प्रेम निर्माण करणे.

लोक ललित वाङ्मय वाचतात; पण त्यांच्यापर्यंत पुस्तके पोहोचविणे हा महत्त्वाचा भाग आहे; आणि म्हणून मी महाराष्ट्र शासनाला अशी सूचना करीन की, 'निबंधमाले'पासून आधुनिक मराठी वाङ्मयाचा खरा जन्म झाला. आता १९७४ साली- अवघ्या सात वर्षांनी- 'निबंधमाले'ची जन्मशताब्दी येईल. या जन्मशताब्दीच्या वेळेपर्यंत गेल्या शंभर वर्षांत महाराष्ट्रात झालेल्या सर्व क्षेत्रांतील, अमुक एक क्षेत्र असे मी सांगत नाही, परंतु शंभर, दोनशे-अडीचशे निवडक पुस्तके अशी निवडली पाहिजेत, जी पुस्तके संस्कारक्षम आहेत, कलागुणांनी युक्त आहेत, ज्यांच्यामध्ये वाङ्मयीन गुण आहेत, सर्व दृष्टींनी चांगली टिकलेली आहेत, अशी पुस्तके सरकारने स्वतः काढून जर ती स्वस्त किमतीमध्ये दिली आणि अशा पुस्तकांची लायब्ररी करण्याची संधी गोरगरिबांपर्यंत जाऊन पोहोचवली, तर ती एक उत्तम गोष्ट होईल. असे अत्यंत निवडक वाङ्मय- मग ती लक्ष्मीबाईंची स्मृतिचित्रे असोत, देवलांचे नाटक असो किंवा आणखी काही असा- हे सर्व स्वस्त किमतीमध्ये सर्व समाजापर्यंत पोहोचले पाहिजे. साहित्याची गोडी लावणे ही मोठी क्रिया आहे आणि या क्रियेमध्ये वास्तविक शिक्षक हा खरा भागीदार व्हायला पाहिजे.

एका काळात खेड्यापाड्यात शाळा नव्हत्या. तो काळ मी पाहिला आहे; परंतु आज खेडोपाडी शाळा झाल्या आहेत. माध्यमिक शाळा झालेल्या आहेत; परंतु तेथील स्थिती मी वर्णन करू नये आणि आपण ऐकू नये अशी आहे. अकरावी, नववी, दहावीमध्ये जे विद्यार्थी आहेत त्यांना रामायण, महाभारत या कथासुद्धा सांगता येत नाहीत. शिक्षणप्रसार होत आहे, परंतु त्या मुलांची मने आतून घडवली गेली पाहिजेत. त्यांच्यावर संस्कार व्हायला पाहिजेत. त्यांना जे ज्ञान असायला पाहिजे ते परंपरेचे, संस्कृतीचे. त्याबद्दल आपल्याकडे फार मोठी उदासीनता आहे. हे दुवे जुळले गेले नाहीत. हे सर्व जर जुळवायचे असतील तर शिक्षणाच्या जवळच साहित्य येऊ शकते आणि म्हणूनच अशी ही दोनशे-अडीचशे-तीनशे पुस्तके अशी

असली पाहिजेत की, दोन हजारांचे जरी खेडे असले तरी तेथे ती पुस्तके दिसली पाहिजेत. ती वाचली जावीत, शिक्षकांकडून वाचली जावीत, शिक्षकांनी अर्थात ती वाचून मुलांना गोडी लावावी, ही अर्थात आमची अपेक्षा आहे. हे घडले पाहिजे. हे जर घडले नाही तर काय घडेल? तुम्ही-आम्ही शहरी लोक वाङ्मयाची चर्चा करत राहू. तुम्ही-आम्ही वाङ्मयप्रसार अमुक पद्धतीने, तमुक पद्धतीने करावा असे म्हणत राहू; परंतु हा जो मोठा समाज आहे, ज्याच्यातून पूर्वीच्या संस्कृतीचा वारसा हळूहळू लुप्त होत चालला आहे आणि नवीन संस्कृतीचा वारसा ज्याला मिळाला नाही असा जो समाज आहे, तो समाज अधांतरी लटकत राहील. पुस्तके विज्ञानाची असोत, ललित वाङ्मयाची असोत, वैचारिक गोष्टींची असोत; ती त्यांच्यापर्यंत जाऊन त्यांना वाचनाची गोडी लागली पाहिजे तरच अपेक्षित कायापालट होऊ शकेल. आज हे सर्व वरून, डोक्यावरून गेल्यासारखे होते. वाङ्मयविषयक चर्चा या तुम्हा-आम्हा मूठभर लोकांच्या चर्चा होतात. ते यातील सत्त्व आहे, तो सुगंध आहे असे मी म्हणतो.

ह्या शंभर वर्षांमध्ये आपल्या या पुष्पवाटिकेमध्ये फुले फुलत आली आहेत. या मराठी वाङ्मयातील जे अत्तर आता अगदी काढून ठेवले आहे, ते अत्तर तुम्हा-आम्हा मर्यादित समाजापर्यंत ठेवण्यात अर्थ नाही. ते खालच्या समाजापर्यंत गेले पाहिजे.

त्याचबरोबर मला आपल्याला एक गोष्ट सांगायची आहे की, आजचे जे साहित्यिक आहेत- सगळे साहित्यिक- मी त्यात नवीन-जुने असा भेद कधी करीत नाही. कारण मला हे पक्के ठाऊक आहे की आजची जी सून आहे ती उद्याची सासू आहे. तेव्हा आजचा जो नवा साहित्यिक आहे त्याला उद्या जुने व्हायचे आहे. त्याला उद्या नव्याकडून शिव्या खाल्ल्याच पाहिजेत. त्याबद्दलची काही तक्रार नाही. तेव्हा हा नुसता रहाटगाडग्याचा खेळ आहे; परंतु आम्ही जे नवे-जुने साहित्यिक आहोत त्या सर्वांनी एक विचार केला पाहिजे की खरोखर जो नवीन समाज घडायला लागला आहे, जे नवीन आले आहे- यात अनेक चांगल्या गोष्टीही आल्या आहेत, काही वाईट गोष्टीही आल्या आहेत, काही पुराचे पाणी आले आहे- हे सर्व जीवन पचवण्याला जे सामर्थ्य लागते ते आम्ही आपल्या अंगात बाणवले आहे काय? की आम्ही कोठून तरी एका बाजूने फोटो घेऊन जेवढे सुरेख दिसेल तेवढे दाखवावे? मला स्वतःला वाटते की हे सामर्थ्य ललित लेखकाला पैदा करावे लागेल. शहरी लेखक निराळे, आदर्शवादी लेखक निराळे, वास्तववादी लेखक निराळे, अमुक निराळे, तमुक निराळे असे तुकडे किंवा कंपार्टमेंट्स पाडून आपले काम भागणार नाही. हा जो सगळा समाज आहे- ज्या समाजाचे जीवन झपाट्याने बदलते आहे, जुनी मूल्ये ढासळत आहेत- समाज गोंधळलेला आहे, भांबावलेला आहे. काही

ठिकाणी निराश झालेला आहे. हे सर्व खरे आहे; परंतु हे खरे असले तरी याचे नुसते तुकडे तुकडे करून काम भागणार नाही. भग्न मनःस्थितीचे, निराश मनःस्थितीचे चित्रण करता येते, हे मला ठाऊक आहे पण हे चित्रण केले म्हणून ते समाजाचे चित्रण होत नाही. हे फार झाले तर व्यक्तीचे चित्रण होऊ शकेल. हा जो संपूर्ण समाजपुरुष जीवन कंठतो आहे, त्याच्याच मनाचे चित्रण करण्यासाठी जो एक आवाका पाहिजे, तो आम्ही पैदा केला आहे काय? स्वातंत्र्यपूर्व काळात एक प्रकारच्या स्वप्नरंजनाच्या काळात आम्ही राहिलो. ते आवश्यक होते एक प्रकारे; परंतु त्यानंतर त्यामधील काही स्वप्ने भंग झाल्यानंतर पुन्हा एका खऱ्याखुऱ्या दृष्टीने, वास्तवाच्या दृष्टीने जीवनाकडे पाहण्यास कितीसे शिकलो आहोत?

जीवन हे केवळ निराशावादी असू शकत नाही. पूर्ण आशावादीही असू शकत नाही. जीवनान्ती संघर्ष आहे याची जाणीव जर ललित वाङ्मय आपल्या वाचकांना देऊ शकत नसेल, तर ते ललित वाङ्मय कोठे ना कोठे उणे आहे. तेवढ्या वेळेपुरते तुम्हा-आम्हाला रंजवू शकेल. तेवढ्यापुरते ते आपल्या कोट्यांनी व कल्पनांनी गुदगुल्या करू शकेल; परंतु त्याच्या पलीकडे त्याची उडी जाऊ शकणार नाही. जीवनातील जे अंतिम सत्य आहे, जीवनाच्या अगदी खालच्या स्तरातील गोष्टी आहेत तेथपर्यंत जाऊन त्या गोष्टीची जाणीव वाचकांना निर्माण करून देणे ही जी ताकद आहे, ती जुन्या-नव्या मराठी लेखकांनी फार मोठ्या प्रमाणात कमावली नाही. ती कमावणे जरूर आहे. जीवनाचे विलक्षण स्वरूप एका बाजूने रम्य आहे दुसऱ्या बाजूने भीषण आहे, हे मी जाणतो. ते एका बाजूने आशावादी आहे तर दुसऱ्या बाजूने निराशावादी आहे; पण त्याचे असे सुटे सुटे भाग करून आणि केवळ तेवढ्या वेळेपुरते वाचकांना रंजवायचे असे ठरवून त्याचे स्वरूप आपण रेखाटू शकणार नाही. प्रचंड वादळ झालेल्या समुद्राचे चित्र जसे रेखाटावे लागते, तशा प्रकारचे हे चित्र आहे. याचा आवाका आमच्या लेखकांना यायला पाहिजे. आपल्याकडे प्रतिभा निश्चित आहे हे मी आपल्याला सांगतो; आणि ती अमुक पिढीला दिली होती आणि अमुक पिढीला नाही असे काही नाही. प्रत्येक पिढीत प्रतिभावान लेखक जन्माला येतात. प्रत्येक पिढीला, अर्थात ते काही ना काही धडपड करून पुढे येण्याचा प्रयत्न करतात, परंतु कोठेतरी तो तुकड्यातुकड्यांनी जगतो आणि हे सर्व तुकडे एकत्र करून संपूर्ण चित्र, मोठे चित्र डोळ्यांपुढे उभे करणे ही गोष्ट आपल्या लेखकांना अजुनी फार कठीण वाटते. याचा अर्थ लेखकाने केवळ सामाजिक लिहावे, अमुक लिहावे, तमुक लिहावे हे सांगण्यासाठी मी आपल्याला सांगत नाही. लेखक समाज सोडून कोठे पळून जाऊ शकत नाही. अगदी आपल्याकडे स्वतःच्या मनाचे चित्रण करायचे झाले तरी त्यात बाहेरच्या गोष्टी प्रवेश करू शकतात.

त्याचप्रमाणे आपण हेही लक्षात ठेवले पाहिजे की केवळ लोकांना आवडते म्हणून गुन्हेगारांच्या गोष्टी, कामुकतेच्या गोष्टी- मग ती नाटके असोत, कादंबऱ्या असोत, चित्रपट असोत- हे द्यायला लागले तर त्याला काही अर्थ नाही. खरा ललित लेखक कोण? तर गुन्हेगारीच्या गोष्टींमधूनही मानवी मनाची बैठक तुम्हाआम्हाला सांगू शकतो तो खरा ललित लेखक! 'मॅकबेथ'ची गोष्ट एरवी काय आहे? गुन्हेगारीची गोष्ट आहे! 'हॅम्लेट'ची गोष्ट एरवी काय आहे? हॅम्लेटच्या आईच्या व्यभिचाराची गोष्ट आहे! पण 'हॅम्लेट' हे व्यभिचाराचे नाटक नाही, की 'मॅकबेथ' हे चोर-दरोडेखोराचे नाटक नाही, हे लक्षात ठेवले पाहिजे. तर मानवी मनातील अत्यंत गंभीर अशा विचारांचे चित्रण शेक्सपिअरने ज्या पातळीवर जाऊन केले आहे ती पातळी गाठता येणे, हा खरा ललित लेखकाचा विजय आहे. ही पातळी आपण कितपत गाठू शकलो हे आपण पाहिले पाहिजे, अंतर्मुख होऊन पाहिले पाहिजे.

केवळ ज्यांना प्रतिभा लाभत असते अशी दहा, वीस, पंचवीस माणसे असतात. प्रतिभा ब्रह्मदेव उधळत नाही. ज्यांना हे देणे मिळालेले असते अशी फार थोडी माणसे असतात! त्यांनी जर जीवनाचा आवाका लक्षात घेतला नाही तर सारे फुकट आहे! सत्तेचाळीसनंतर गेल्या वीस वर्षांत जे घडले आहे ते टॉलस्टॉयसारख्या कादंबरीकारालाही गोंधळात टाकल्याशिवाय राहणार नाही. म्हणून या गोष्टीचा आवाका उचलण्याची ताकद आपण निर्माण केली पाहिजे. ही ताकद जर आपण निर्माण करू शकलो तर मराठी वाङ्मय आणखी पुढे पाऊल टाकील असे मी म्हणू शकेन. याचा अर्थ त्याने आतापर्यंत प्रगती केली नाही असा नाही. किंवा आता मी जे बोललो त्याचा अर्थ कोणत्याही एका पिढीला दोष देणे व दुसऱ्या पिढीची स्तुती करणे असा नाही. प्रत्येक पिढीने आपले कार्य यथाशक्ती केले असेल. त्याचे जे मोजमाप व्हायचे असेल ते पुढच्या काळात होईलच.

म्हणून मराठी लेखकांना मला एवढेच सांगायचे आहे की, तुम्ही आपल्या प्रतिभेचे पंख पसरा. केवळ शहरात राहता म्हणून शहरी लिहून व ग्रामीण भागात राहता म्हणून ग्रामीण लिहून त्यांचे साचे बनत जातात. तेच तेच पुढे लिहिले जाते. वाचकालाही त्याचा कंटाळा येतो आणि जे आपल्याला पाहिजे असते त्या जीवनाच्या तळाशी जाण्याची ताकद वाचकांपर्यंत पोहोचू शकत नाही. ही सामाजिक, मनाच्या तळाशी जाण्याची ताकद- जी एके काळी हरिभाऊंनी दाखविली ती- पुन्हा निर्माण झाली पाहिजे. प्रश्न फार बदलले आहेत. मी हे मान्य करतो की हरिभाऊंच्या वेळेपेक्षा आजच्या लेखकांचे काम मोठे कठीण आहे. जीवन गुंतागुंतीचे झाले आहे, फार संमिश्र आहे. सर्व प्रश्नांचे आकलन होणे हे काही सोपे नाही; परंतु जीवन हे नेहमीच नवी-नवी आवाहने देत जात असते आणि कोणत्याही क्षेत्रात- मग ते राजकारणातील क्षेत्र असो, समाजकारणाचे क्षेत्र असो, साहित्याचे असो- नवीन

आव्हाने स्वीकारणारी माणसे ज्या समाजात निर्माण होतात, त्यांचा समाज नेहमी प्रगत होत जात असतो. साहित्यामध्ये नवीन आव्हाने आली आहेत हे मला नवीन लेखकांना सांगायचे आहे. संपूर्ण जीवनच झपाट्याने बदलते आहे. नवीन आव्हाने आपण स्वीकारली पाहिजेत. भांबावलेल्या समाजाला पुढचा मार्ग दाखवण्याचे हरिभाऊंनी जे काम केले, ते काम करण्याची ताकद या पिढीमध्ये निश्चित आहे. ती ताकद या पिढीच्या अंगी निर्माण व्हावी अशी मी इच्छा व्यक्त करतो आणि आज या निमित्ताने श्री. राजेंद्रसिंहजी बेदी यांच्यासारख्या मान्यवर साहित्यिकांना आपण येथे बोलावले व भाषाभगिनी एकत्र येण्याची एक संधी आपण निर्माण करून दिली, याबद्दल आपले सर्वांचे मनःपूर्वक अभिनंदन करतो. कारण मी आपल्याला एक सांगतो की, देशातील भावनिक ऐक्य राहणार असेल तर ते साहित्य राखू शकेल, कला राखू शकेल. राजकारणापाशी कात्री असते; परंतु कला, साहित्य यांच्याजवळ सुई-दोरा असू शकेल. तेव्हा हे अशा प्रकारचे जे प्रसंग आहेत, हे पुण्या-मुंबईमध्ये जास्त घडण्याचा संभव आहे; ते आपण अवश्य घडवावेत. आज ही योजकता दाखविली गेली याबद्दल आपले आभार मानतो. मला अध्यक्षपद दिल्याबद्दल सर्वांचा मी ॠणी आहे, असे सांगून मी माझे भाषण पुरे करतो.

◆

साहित्यातूनच भावनिक ऐक्य शक्य!

माझे पहिले वाङ्मयीन गुरू

हा घरचाच सत्कार आहे म्हणून मी यास मान्यता दिली. ज्या साहित्यिकांनी मला घडवले त्यांची कृतज्ञतापूर्वक आठवण या प्रसंगी ठेवणे मी माझे कर्तव्य समजतो. सांगलीस शिकत असताना मॅट्रिक झाल्यावर मला पोस्टात चिकटवण्याचा माझ्या नातेवाइकांचा विचार होता. तो योग्यही होता; कारण आई व धाकटा भाऊ माझ्यावर अवलंबून होते. पण मॅट्रिकच्या परीक्षेत मी आठवा आल्यामुळे पुढील शिक्षणासाठी मला पुण्यास पाठवण्यात आले. सांगलीचे सुप्रसिद्ध नाटककार कै. देवल माझ्या वडिलांचे स्नेही होते. ते आमच्या घरी येत असत. लहानपणापासून वाचनाचा मला नाद होता. कॉलेजमध्ये जाण्यापूर्वी कोल्हटकरांची बहुतेक नाटके मी वाचली होती. गडकऱ्यांनी 'प्रेमसंन्यास' नाटक कोल्हटकरांच्या 'मतिविकार' नाटकावरून लिहिले आहे असे मी म्हणत असे. मी पुण्यास गेलो तेव्हा सांगलीचे नाटककार श्री. बन्याबापू कमतनूरकर हेही पुण्यात शिक्षण घेत होते. त्यांचा व गडकऱ्यांचा चांगला स्नेह होता. मी करत असलेली 'प्रेमसंन्यास' नाटकावरील टीका त्यांनी गडकऱ्यांच्या कानावर घातली. तेव्हा गडकरी म्हणाले, 'त्या खांडेकराला माझ्याकडे एकदा घेऊन या.'

कमतनूरकरांनी तो निरोप मला सांगितला. गडकऱ्यांकडे जायचे या विचाराने मला जरा धास्ती वाटली. तेथे गेल्यावर ते मला बोलतील अशी शंका येत होती, तथापि एक दिवस कमतनूरकरांच्या बरोबर मी गडकऱ्यांकडे गेलो. गडकरी माडीवर राहत असत. माडीवर जाण्याचा जिना मोडकळीस आलेला होता. गडकरी रस्त्याच्या बाजूस असलेल्या खिडकीजवळ बसत असत. कमतनूरकरांनी 'हाच तो खांडेकर'

अशी माझी ओळख करून दिली. माझ्या अपेक्षेप्रमाणे गडकरी रागावले नाहीत. मी खरोखरीच कोल्हटकरांची नाटके वाचली आहेत काय याची त्यांनी चाचपणी घेतली. 'काही लिहितोस काय?' असे विचारले. 'लिहिले असलेस तर घेऊन ये' असेही म्हणाले.

अजून जपून ठेवलेले पुस्तक

त्यानंतर गडकऱ्यांकडे मी वरचेवर जाऊ लागलो. त्यांना माझ्या कविता व इतर लेखन दाखवले. त्यांनी ते वाचून 'बरे लिहितोस' असे सांगितले आणि म्हणाले, 'हे सर्व साहित्य जाळून टाक. प्रसिद्ध करू नकोस.' मला त्या वेळी त्यांचा हा उपदेश कसासाच वाटला; पण आज तो फार मोलाचा वाटतो. त्या वेळी मी प्रसिद्धीच्या मागे लागलो असतो तर आजचे यश मिळवता आले असते की नाही याबद्दल मी साशंक आहे. गडकऱ्यांनी कोणती पुस्तके वाचावीत यासंबंधी मार्गदर्शन केले. 'शेरेडीनची नाटके वाच' असे त्यांनी सांगितल्यावर बुकसेलर्सकडे जाऊन त्या नाटकाचा शोध घेऊ लागलो. अखेर एक नाटक सापडले. त्याची किंमत होती एक रुपया चौदा आणे. तेवढे पैसे मजजवळ नव्हते. अखेर खानावळीत रात्रीचा चार-सहा दिवस खाडा करून मी ते पुस्तक विकत घेतले. वाचले. समजले नाही तेथे गडकऱ्यांकडून समजावून घेतले. आजही हे नाटक मी जपून ठेवले आहे. गडकरी एक दिवस मला कोल्हटकरांचे 'प्रेमशोधन' नाटक पाहण्यास घेऊन गेले. माझ्या शेजारी बसून नाटकाचे रसग्रहण कसे करावे हे त्यांनी मला शिकविले, हे मी माझे थोर भाग्य समजतो. एक दिवस ते मला गंधर्व नाटक मंडळीत घेऊन गेले. बालगंधर्वांनी आमचे स्वागत केले व 'हे कोण' म्हणून गडकऱ्यांना विचारले. गडकरी म्हणाले, 'सांगलीचे खांडेकर. कोल्हटकरांचे भावी वारस!' गडकऱ्यांनी हे विधान कोणत्या अर्थी केले कुणास ठाऊक! त्यांना अफाट बोलायचा छंद होता. पण त्या काळचे लोक तरुणांना प्रोत्साहन देत. जरा गुण आढळला की त्यास खतपाणी करीत. त्यामुळे नव्या पिढीत आणि जुन्या पिढीत एक जिव्हाळ्याचा सांधा होता, तो आता आढळत नाही.

दत्तकविधान

फर्ग्युसन कॉलेजमध्ये मी नेहमी प्रथम श्रेणीने पास होत असे. गडकऱ्यांच्या सहवासामुळे माझा वाचनाचा नाद वाढला होता. अशात एक दिवस मला माझ्या चुलत्यांना दत्तक देण्यात येणार आहे, ताबडतोब निघून ये, अशी तार आली. माझे चुलते अर्धांगाने फार आजारी होते. तथापि माझ्या दत्तक विधानानंतर ते वीस वर्षे जगले. मला गावी बोलावल्याची तार मी गडकऱ्यांना नेऊन दाखवली. तेव्हा ते

म्हणाले, 'या दत्तकविधानाने तुझे बरेवाईट होणार आहे की तुझ्या चुलत्याचे?' दत्तक गेल्यामुळे मला शिरोड्यासारख्या खेडेगावात राहावे लागले. तेथील शाळेची जबाबदारी मुख्यतः माझ्यावर पडल्यामुळे इतर ठिकाणी बोलावणी आली असताही मला कोठे जाता आले नाही. शिरोड्यात मी घरोघरी गेलो आणि माणसे जनावरासारखी कशी राहतात, हे प्रत्यक्ष पाहिले. मूर्तिमंत दारिद्र्य पाहून माझ्या मनाची कालवाकालव झाली. माझ्या लेखणीला विषय मिळाला. त्या वेळी उमटलेले ठसे आजही किंचितसुद्धा कमी झालेले नाहीत.

कोल्हटकरांची भेट

मी श्रीपाद कृष्ण कोल्हटकरांना गुरू मानत असलो तरी त्यांची माझी भेट फार उशिरा झाली. तत्पूर्वी त्यांचा माझा पत्रव्यवहार वीस वर्षे सुरू होता. माझे कसलेही लिखाण प्रसिद्ध होवो, कोल्हटकर ते वाचत व आपले मत आणि मार्गदर्शन मला कळवत. 'तोतयाचे बंड' नाटकावरील कोल्हटकरांची सविस्तर टीका ज्यांनी वाचली असेल त्यांना त्यांच्या चिकित्सक दृष्टीचा परिचय असेल. कोल्हटकरांचे माझ्यावर हे फार मोठे ऋण आहे. त्या वेळी मी कविता, विनोदी लेख, टीका यांसारखे लेखन करीत असे. साहित्यातील माझे निश्चित क्षेत्र कोणते हे मला समजले नव्हते. त्याच सुमारास 'नवयुग' या त्या वेळच्या प्रसिद्ध मासिकात माझी एक गोष्ट प्रसिद्ध झाली. कोल्हटकरांना ती फार आवडली व त्यांनी मला लिहिले, 'तुम्ही कथाच लिहीत चला.' माझे क्षेत्र मला कळले. त्यानंतर 'रत्नाकर' मासिकात माझी 'आंधळ्याची भाऊबीज' ही गोष्ट प्रसिद्ध झाली. ती सर्व वाचकांना आवडली. नामवंत साहित्यिकांपासून सामान्य वाचकांपर्यंत अनेकांची पत्रे मला आली. कोल्हटकरांप्रमाणेच तात्यासाहेब केळकरांचेही मार्गदर्शन मला लाभले. कोल्हटकरच एक दिवस मला तात्यांच्या घरी घेऊन गेले. कोल्हटकरांचा टांगा दिसताच केळकर खाली आले व कोल्हटकरांचा होल्डॉल त्यांनी स्वतः उचलला. पुढे मी केळकरांकडेच पुण्यास उतरत असे. एक दिवस केळकरांनी मला विचारले, 'सावंतवाडीच्या 'वैनतेया'चे अग्रलेख कोण लिहितो?' मी म्हणालो, 'शिरोडकर आणि केव्हा केव्हा मी.' केळकरांनी टेबलाच्या ड्रावरमधून मी लिहिलेल्या एका अग्रलेखाचे कात्रण मला दाखवले आणि ते म्हणाले, 'तुम्ही फार छान लिहिता.' असे उत्तेजन त्या काळचे थोर साहित्यिक देत असत. वामन मल्हार जोशी, मामा वरेरकर, परांजपे इत्यादिकांनी माझी धाटणी घडवली आहे. माधवराव पटवर्धन म्हणायचे, 'खांडेकर गद्य किती काव्यमय लिहितात, पण त्यांना काव्य करणे जमत नाही.' हे अगदी खरे आहे. सुरवातीस मी काही कविता केल्या; पण पुढे काव्याच्या वाटेस गेलो नाही.

योगायोग

माझ्या जीवनात योगायोग फार आले. गडकऱ्यांची भेट, दत्तकविधान या योगायोगांप्रमाणेच चित्रपट लेखक होण्याचा योगायोग आला. श्री. बाबूराव पेंढारकर आणि विनायक यांच्या आग्रहामुळेच मी या क्षेत्राकडे वळलो. त्यांच्यामुळेच मी कोल्हापुरात आलो आणि आता स्थायिक झालो. चित्रपट लेखनात मी कधीच रमलो नाही. विनायकरावांसारखा रसिक, मर्मज्ञ नि चोखंदळ दिग्दर्शक लाभला म्हणून माझ्या कथा गाजल्या. विनायकांच्या निधनानंतर मी स्टुडिओकडे फारसा फिरकलो नाही. मला या मोहमयी सृष्टीचा कधीच मोह वाटला नाही. कधी काळी आपली कथा रुपेरी पडद्यावर येईल अशी मला कल्पनाच नव्हती. पण माझ्या आयुष्यात योगायोगामुळे जे अनेक योग आले त्यांतलाच तो एक होता.

वाचकांचे प्रेम

माझ्या लेखनावर वाचकांनी आत्यंतिक प्रेम केले. केवळ मराठीच नव्हे तर अन्य भारतीय भाषकांनीही! माझी 'अश्रू' कादंबरी प्रसिद्ध झाल्यावर माझ्या प्रकाशकांना एक शिक्षक रस्त्यात भेटले आणि म्हणाले, 'आमच्या दुःखांना वाचा फोडणारी कादंबरी तुम्ही प्रसिद्ध केलीत, धन्यवाद!' अशी शिफारसपत्रे ऐकली म्हणजे गहिवरून येते. तमीळ भाषेत माझ्या कादंबऱ्यांची भाषांतरे झाली आहेत. ती तिकडे कमालीची लोकप्रिय आहेत. माझ्या कादंबऱ्या वाचून एका तमीळ कॉलेज कन्येने 'माय डिअर फादर' म्हणून मला पत्रे लिहिली व आपल्या जीवनात मार्गदर्शन करावे अशी अपेक्षा व्यक्त केली. दुसरा एक तमीळ तरुण लग्न झाल्यावर पत्नीला माझ्या पाया पडण्यासाठी घेऊन आला. ही दृश्ये पाहिली म्हणजे साहित्यच भावनिक ऐक्य निर्माण करू शकेल, असा विश्वास निर्माण होतो. साहित्याची अशी देवघेव झाली तर आमचे भाषिक वाद मिटू शकतील. माझे साहित्य वाचून येणारी वाचकांची मते वाचली म्हणजे जगण्यास अर्थ आहे, असे वाटू लागते. सरकारने माझा सत्कार केला न केला मला सुखदुःख नव्हते; पण वाचक व तेही सर्वस्वी अपरिचित असे जेव्हा दुवा देतात, तेव्हा मन उचंबळून येते. बालपणापासून मी अपमृत्यूच्या तडाख्यामधून वाचत आलो आहे. फुरसेही चावले. मी एकाहत्तराव्या वर्षात पदार्पण केले यापेक्षा अनेक वाचकांचे निरपेक्ष प्रेम मी संपादन करू शकलो याचा मला आनंद होतो.

मराठी लेखकास नोबेल पारितोषिक मिळावे

मानवी जीवनाला प्रेरक नि मार्गदर्शक अशी साहित्यनिर्मिती झाली पाहिजे. समाजासाठी आपण लिहितो ही जाणीव साहित्यिकांनी सतत ठेवली पाहिजे. केवळ

स्वप्नरंजन आणि विकृतिदर्शन म्हणजे कला नव्हे, हे सांगण्याची वेळ आज आली आहे. मानवाच्या पहिल्या अवस्थेत धर्माचे जे स्थान होते, तेच आजच्या प्रगत जगात साहित्याचे आहे. अमेरिकेत सुबत्ता असूनही सुख नाही. म्हणून 'बीटल्स' निर्माण होऊ लागले आहेत. पोटाचा प्रश्न सुटला तरी सुख मिळाले नाही, हे काय दर्शवते? साहित्यच असमाधानी मानवाला दिलासा देईल. नोबेल पारितोषिक मी फार मोलाचे मानत नाही. तथापि रवींद्रनाथांच्या नंतर ते एखाद्या मराठी लेखकाला मिळो, अशी आशा व्यक्त करून मी भाषण संपवितो.

◆

सामान्यांच्या रक्तात बुद्धिवाद भिनावा

प्रश्न १ : 'मध्यम वर्ग' हा शब्द सांस्कृतिक अर्थानेच आपण वापरता का? हा मध्यम वर्ग आर्थिकदृष्ट्याही मध्यम वर्ग आहे का? या वर्गात आपण कोणत्या जातींचा समावेश करता?

उत्तर : 'मध्यम वर्ग' ही संज्ञा इंग्रजी अंमल सुरू झाल्यावरच आपल्याकडे रूढ झाली. ती मूलतः परकीय आहे; पण वर्णभेद व जातिभेद यांचे प्रस्थ जसजसे कमी होऊ लागले, तसतशी ही संज्ञा आपल्या अंगवळणी पडत गेली. वरिष्ठ वर्ग हा जसा सत्ता आणि संपत्ती यांचा द्योतक, कनिष्ठ वर्ग हा जसा गरिबी आणि काबाडकष्ट यांचा निदर्शक, तसा मध्यम वर्ग हा संस्कृती व सुधारणा यांचा वाहक अशी समाजाची स्थूल विभागणी १९२० पर्यंत होत राहिली.

या मध्यम वर्गात पांढरपेशा जातींचा भरणा भरपूर होता. १९२० नंतर काही प्रमाणात व १९४७ नंतर मोठ्या प्रमाणात या बाबतीत बदल झाले- आता तर ते अधिक वेगाने होत आहेत. मध्यम वर्गाचा सांस्कृतिक प्रगतीशी निकट संबंध असतो हे खरे, पण आर्थिक दृष्ट्याही ही संज्ञा अर्थपूर्ण आहे. त्यातला 'मध्यम' हा शब्द विशिष्ट आर्थिक मर्यादेचा दर्शक आहे. हा वर्ग संपन्न नसला तरी थोडाफार सुखवस्तू अथवा सुस्थिर असतो. ज्याला भविष्याची काळजी असली तरी उद्याची चिंता नसते तो मध्यम वर्ग होय, असे सद्यःस्थितीत त्याचे वर्णन करता येईल.

प्रश्न २ : मध्यम वर्ग उदासीन आहे असे म्हणत असताना आपण मध्यम वर्गाकडून ज्या अपेक्षा करता, त्या प्रकारच्या अपेक्षा पाश्चात्त्य समाज एखाद्या विशिष्ट वर्गाकडून करतो का?

उत्तर : पाश्चात्त्य समाजातील अंतर्बाह्य परिवर्तनात मध्यम वर्गाने मोलाची

कामगिरी बजावली आहे. पण ती मुख्यत: अठराव्या-एकोणिसाव्या शतकात. सर्व ऐहिक बाबतीत आपण पन्नास-पाऊणशे वर्षांनी पाश्चात्त्य देशांच्या मागे आहोत. त्यांच्या आणि आपल्या सामाजिक, आर्थिक आणि सांस्कृतिक जीवनातील अंतर नाहीसे होईपर्यंत आपल्याकडील मध्यम वर्गाला उदासीन होऊन चालणार नाही. लोकशिक्षण व लोकजागृती ही दोन्ही कामे या वर्गाइतक्या यशस्वितेने दुसऱ्या कुठल्याही वर्गाला करता येणार नाहीत.

प्रश्न ३ : बौद्धिक श्रेष्ठता आज या समाजात राहिली आहे का?

उत्तर : आजच्या भारतीय मध्यम वर्गाचे दोन स्पष्ट विभाग पडले आहेत- वरिष्ठ मध्यम वर्ग आणि कनिष्ठ मध्यम वर्ग. वरिष्ठ मध्यम वर्गात बौद्धिक श्रेष्ठता भरपूर आहे; पण या वर्गाचा मोहरा वैयक्तिक मोठेपणाकडे व सुखसंपत्ती संपादनाकडे फार मोठ्या प्रमाणात वळला आहे. कनिष्ठ मध्यम वर्गातल्या बुद्धिवंतांना आपल्या कर्तव्याची जाणीव आहे; पण दैनंदिन जीवनाच्या आणि आर्थिक ओढग्रस्तीच्या चक्रात सापडल्यामुळे तो अगतिक, निराश व म्हणून उदासीन बनत चालला आहे.

मुख्य गोष्ट म्हणजे या दोन्ही वर्गांत आता केवळ पांढरपेशांचा भरणा नाही. नवधनिक आणि नवशिक्षित फार मोठ्या संख्येने या दोन वर्गांत दाखल होत आहेत. पण सामाजिक व आर्थिक समतेची आच आणि ती साकार व्हावी म्हणून करावे लागणारे निरलस व निरपेक्ष प्रयत्न यांची बीजे या नव्या मध्यमवर्गीयांच्या अंतःकरणात रुजलेली नाहीत. त्यामुळे सामाजिक परिवर्तनाबाबत भरीव असे काही त्यातल्या फार थोड्या लोकांच्या हातून घडत असलेले दिसते!

मध्यम वर्गाचे मुख्य काम समाजाची बौद्धिक, वैचारिक, भावनिक आणि नैतिक उंची वाढवणे, हे आहे. काळाची आव्हाने स्वीकारणे, भोवतालच्या जडतेत चैतन्य आणणे आणि जनमानसाला संभ्रमाच्या धुक्यातून खऱ्याखुऱ्या संक्रमणाचा मार्ग दाखविणे, हे मध्यम वर्गाचे कार्य आहे. टिळक-आगरकर आणि फुले- आंबेडकर यांच्या काळी ते उत्तम रीतीने झाले; पण १९४७ नंतर या वर्गाच्या अंतःप्रेरणा कोमेजू लागल्या. दिव्याने काजळी धरली.

प्रश्न ४ : गांधीहत्येनंतर महाराष्ट्रात जाळपोळी झाल्या; त्या जाळपोळी मध्यम वर्गीयांच्या उदासीनतेस कारण आहेत का?

उत्तर : गांधीहत्येनंतरची परिस्थिती मध्यम वर्गाच्या उदासीनतेचे एक दुय्यम कारण असू शकेल. वस्तुस्थिती अशी आहे की, परंपरागत कनिष्ठ मध्यम वर्गाला पूर्ववत सांस्कृतिक पुढारीपण करण्याला जशी मनाची उभारी नाही, तशी फारशी सवड-संधीही नाही. घरच्या भाकरी भाजायला जिथे फुरसत नाही, तिथे लष्कराच्या भाकरी कोण बडवत बसणार? वाढत्या महागाईशी झगडताना, आपल्या मर्यादित मिळकतीचा सांस्कृतिक पातळीशी मेळ घालताना, छुप्या जातीयतेला तोंड देताना

आणि पिढ्यान्पिढ्या काबाडकष्टांची सवय नसल्यामुळे निर्माण झालेले अगतिकतेचे सावट दूर करताना त्याच्या नाकीनऊ येत राहतात. त्याला फरफटत पुढे नेणारी औद्योगिक संस्कृती अजून त्याच्या पचनी पडायची आहे. त्यामुळे धडपडीपेक्षा कुरकुरीतच त्याचे चित्त गुंतले आहे. गोमाशांनी गांजलेल्या घोड्याच्या ठिकाणी धावण्याची उमेद कुठून येणार? तुलनेने नवा मध्यम वर्ग उत्साहाने प्रेरित झाला आहे; पण सत्ता-संपत्तीची चव चाखण्यात गुंग होऊन गेल्यामुळे सामाजिक क्रांतीच्या दृष्टीने तोही बराचसा निष्क्रिय आहे.

प्रश्न ५ : उदासीनतेस कूळकायदा कारण आहे का?

उत्तर : या उदासीनतेचे खापर कूळकायद्याच्या माथी फोडण्यात अर्थ नाही. 'बोलाची कढी' म्हणून भुरके मारण्यापलीकडे ज्यांचे या कायद्याशी सोयरसुतक नव्हते त्या सर्वांना- जुन्या आणि नव्या, कनिष्ठ आणि वरिष्ठ मध्यमवर्गीयांनी- त्याची चाहूल लागताच अज्ञान मुलाची अगर दुसरी कुठली तरी ढाल पुढे करून स्वार्थसंरक्षण केले. कूळकायद्यानंतर झालेल्या नोकरनाम्यांचा अभ्यास आणि आकडेवारी, पुस्तकी अर्थशास्त्र व समाजशास्त्र यांची तोंडे सहज बंद करू शकेल!

प्रश्न ६ : मध्यम वर्गाची उदासीनता म्हणजे आपणाला नेमके काय म्हणायचे आहे? मध्यम वर्ग आज समाजाच्या बाबतीतली कोणती कर्तव्ये पार पाडत नाही?

उत्तर : एकोणिसाव्या शतकात परंपरागत कनिष्ठ मध्यम वर्गाने काळाची पावले ओळखताना खळखळ केली; पण लवकरच ती कोणत्या दिशेने पडत आहेत ते त्याने ताडले. पण १९४७ नंतर त्याला हे जमले नाही. गाडी पुनःपुन्हा रूळ बदलत होती; पांडित्याची जागा तंत्रज्ञान घेत होते; ज्ञान आणि त्याग यांना सत्तेचे व संपत्तीचे शह-काटशह बसत होते. या स्थित्यंतराबरोबर हा वर्ग धावू शकला नाही.

प्रश्न ७ : उदासीनतेस आर्थिक कारणे आहेत का?

उत्तर : जुन्या कनिष्ठ मध्यम वर्गाच्या उदासीनतेच्या मुळाशी आर्थिक कुचंबणा हे एक प्रमुख कारण आहे. मात्र नव्या कनिष्ठ मध्यमवर्गात- हा वर्ग पूर येणाऱ्या नदीसारखा प्रतिदिवशी मोठा होत आहे- सामाजिक पोटतिडीक अजून निर्माण झालेली नाही! जीवनाचे वास्तव स्वरूप समजावून सांगणारे आणि सुसंस्कार करणारे शिक्षण व सामाजिक मूल्यांची कदर करायला लावणारे भावनिक वळण यांच्या अभावी या वर्गाकडून सध्या तरी मोठ्या अपेक्षा करता येत नाहीत.

प्रश्न ८ : मध्यमवर्गीय माणूस साधारणपणे काँग्रेसविरोधी पक्षात असतो. काँग्रेसचे वा स्पष्ट बोलायचे झाल्यास महाराष्ट्र काँग्रेसचे राजकारण या उदासीनतेस जबाबदार आहे का?

उत्तर : स्वातंत्र्योत्तर काळातले दुबळे राजकारण, स्वप्नाळू समाजकारण, परावलंबी अन्नधोरण, प्रवाहपतित शिक्षण, पुस्तकी अर्थकारण आणि निष्ठाहीन निधर्मीकरण इत्यादी गोष्टी या उदासीनतेच्या मुळाशी आहेत. या सर्वांचा उगम पक्ष आणि पंथ यांच्यापेक्षा पिढ्यान्‌पिढ्या पुष्ट होत गेलेल्या आत्मकेंद्रित, अव्यवहारी, विज्ञानविमुख आणि शब्दप्रामाण्यवादी भारतीय मनोवृत्तीत आहे. या मनोवृत्तीत आमूलाग्र बदल घडवून आणणे हे वर्तमानकाळाचे खरेखुरे आव्हान आहे.

प्रश्न ९ : मध्यम वर्ग स्वातंत्र्योत्तर काळातील लोकशाही समाजजीवनाशी मिळते घेऊ शकला आहे की नाही?

उत्तर : आपल्या लोकशाहीचा मुखवटा जगातल्या कुठल्याही लोकशाहीच्या तोंडवळ्याइतकाच सुंदर आहे. पण या मुखवट्याच्या आत जागृत दैवत नाही! खरी लोकशाही पचनी पडायला सामान्य माणसाच्या रक्तात जो बुद्धिवाद भिनावा लागतो, विज्ञानाच्या उपासनेची आणि समाजासाठी करायच्या समर्पणाची जी तपश्चर्या प्राप्त करावी लागते, तिचे राजकीय स्वातंत्र्याच्या आनंदीआनंदात आम्हाला विस्मरण झाले. या तपश्चर्येच्या मार्गाकडे समाज अजूनही फारसा वळलेला नाही!

प्रश्न १० : उदासीनतेस कारणे ही अंतर्गत की बाह्य?

उत्तर : मध्यम वर्गाच्या आजच्या उदासीनतेची कारणे जशी बाह्य तशीच अंतर्गत आहेत. त्यांचे विवेचन वर आले आहे.

प्रश्न ११ : ही उदासीनता कशी जाईल?

उत्तर : ही उदासीनता दूर कशी होईल हा एका प्रबंधाचा विषय आहे. पीएच.डी.च्या आशेने कुणी तो लिहिला तरी तो पुष्कळसा पुस्तकीच होण्याचा संभव आहे. सामाजिक, आर्थिक आणि सांस्कृतिक दृष्टींनी या राष्ट्राचा पुनर्जन्म अजून व्हायचा आहे. त्यासाठी विसाव्या शतकातील सर्व हलाहले पचवून पुढे जाणारे फुले-टिळक आणि आगरकर-आंबेडकर आम्हाला हवे आहेत! असे नेते महाकवीसारखे असतात. 'वृत्तदर्पण' आणि 'अलंकारमंजिरी' वाचून लोकप्रिय पद्यकार तयार होईल; पण महाकवी हा जन्माला यावा लागतो! अशा प्रभावी नव्या नेत्यांचा भारताच्या क्षितिजावर उदय होईपर्यंत नव्या-जुन्या मध्यमवर्गीयांनी- वरिष्ठ आणि कनिष्ठ या दोन्ही विभागांतील दोन्ही प्रकारच्या मध्यमवर्गीयांनी आपली सशांची बिळे सोडून बाहेर पडण्याचे धैर्य दाखविले, राष्ट्रहितापुढे व्यक्तिहित आणि जातिहित दुय्यम मानण्याचे वळण प्रामाणिकपणे स्वतःला लावून घेतले, जुने भेदभाव विसरून वैचारिकदृष्ट्या बलिष्ठ आणि एकसंध असा नवा मध्यम वर्ग निर्माण केला, तर उज्ज्वल भविष्याच्या रोखाने वाटचाल करणे त्यांना अवघड जाणार नाही.

◆

✧

विश्वाचा वेध घेणारे साहित्य अभिजात!

प्रत्येक पिढीचं बरचसं वाङ्मय तिच्यापुरतंच मर्यादित असतं. परवा एका भाषणात मी म्हणालो होतो-

'माझ्या साहित्यात कोणते गुणदोष आहेत आणि त्याची खरी किंमत काय आहे ते कळायला माझ्या मृत्यूनंतर पन्नास वर्षे जावी लागतील. मात्र हा खल करण्याची पाळी बहुधा येणार नाही, कारण तोपर्यंत माझं सारं लेखन विस्मृतीच्या उदरात गडप होऊन जाईल!'

माझ्या या उद्‌गारांच्या मागे जसा अहंकार नव्हता, तसा विनयही नव्हता. स्वतःच्या लेखनाविषयी माझी जी समजूत आहे, तिला अनुसरून मी हे बोललो.

लेखक हा मोठा आत्मवंचक प्राणी आहे. अनेकदा त्याला असं वाटतं की आपलं लेखन फार सुरेख आहे, ते दीर्घ काल टिकणारं आहे! निर्मितीचा आनंद- मग ती निर्मिती कोणत्याही पातळीवरली असो- विलक्षण असतो. हा आनंद लेखकानं भोगलेला असतो. त्याच्या स्मृतिसुगंधामुळे त्या निर्मितीबद्दल त्याला एक प्रकारची अपूर्वाई वाटू लागते. आपण काहीतरी अजोड, अद्‌भुत, अक्षर, अमर असं निर्माण केलं आहे, या गोड भ्रमात तो वावरत राहतो.

अक्षर वाङ्मय, अभिजात वाङ्मय असे शब्दप्रयोग वारंवार आपण वापरतो, पण गतकाळातील बड्या बड्या साहित्यिकांचं मूल्यमापन वर्तमानकाल कसे करत आहे हे पाहिलं म्हणजे चटकन एक गोष्ट लक्षात येते ती ही, की ज्यांना आपण मोठे लेखक मानतो, त्यांचं साहित्यसुद्धा एक पिढी उलटली, तत्कालीन अभिरुची बदलली, परिस्थिती सर्वस्वी पालटली म्हणजे फिकं पडतं, कोमेजून जातं. आपण निर्माल्य ज्याप्रमाणं तुळशीवृंदावनात टाकतो, त्याप्रमाणं ग्रंथालयातल्या कपाटात

एक काळ गाजविणाऱ्या लेखकांची पुस्तकं बंदिस्त होऊन पडतात.

श्रीपाद कृष्ण हे गडकऱ्यांचे लेखनगुरू. शिष्याला गुरूंविषयी फार आदर. 'तात्या ती तलवार एक तुमची, बाकी विळे, कोयते!' हे गडकऱ्यांचे कोल्हटकरांविषयीचे उद्‌गार प्रसिद्धच आहेत.

कोल्हटकरांची लेखणी ही तेवढी तलवार, इतरांच्या लेखण्या या विळे, कोयते ही गडकऱ्यांची श्रद्धा. पण या श्रद्धेच्या पोटी त्यांनी वर्तवलेलं भविष्य भविष्यकाळानं खरं ठरवलं नाही. अजून गडकरी आवडीनं वाचले जातात, उत्साहानं अभ्यासले जातात. उलट हे श्रीपाद कृष्णांच्या जन्मशताब्दीचं वर्ष असूनही त्यांच्या कर्तृत्वाविषयी साहित्याच्या क्षेत्रात फारसं कुतूहल आढळत नाही. ते जवळजवळ विसरले गेले आहेत. त्यांचं यथार्थ पुनर्मूल्यमापन करण्याची आवश्यकतसुद्धा अभ्यासकांना भासत नाही.

असं का व्हावं हा खरा प्रश्न आहे. असामान्य कल्पकता, असीम भावगर्भता आणि अपूर्व चिंतनशीलता इत्यादिकांचा सुरेख संगम झाल्याशिवाय स्वतःची पिढी गाजवणारं ललित वाङ्‌मय पुढंही आकर्षक राहील, हे संभवत नाही. नकळत ते निःसत्त्व होत जातं.

या संदर्भात मराठीपुरतंच बोलायचं तर काही प्रमाणात हरिभाऊ व गडकरी या दोनच ललित लेखकांच्या ठिकाणी पन्नास वर्षांनंतर रसिक मनाला आकृष्ट करण्याचं सामर्थ्य राहिलं आहे, असं दिसून येईल. या दोघांचं सारं वाङ्‌मय आजच्या वाचकाला आवडतं, असा मात्र याचा अर्थ नाही.

हरिभाऊंच्या निम्म्याशिम्म्या कादंबऱ्या आजच्या वाचकाला सपक वाटणं स्वाभाविक आहे. गडकऱ्यांच्या लिखाणातला पुष्कळसा भाग आज कृत्रिम आणि रसहीन वाटावा यातही काही नवल नाही. मात्र अशा मूल्यमापनाच्या वेळी एक गोष्ट लक्षात ठेवली पाहिजे- पायथ्याशी सारे पर्वत सारखेच भासतात. त्यांची उंची आपल्या मनावर ठसते ती त्यांच्या उत्तुंग शिखरांमुळे. तसंच लेखकाचं कर्तृत्व अजमावायचं ते त्याच्या अत्युच्च कलाकृतींच्या साहाय्यानं. त्यानं जे जे लिहिलंय ते ते अक्षर आहे, अमर आहे असं मानणं, हा शुद्ध वेडगळपणा होईल.

पन्नास वर्षांनंतर टिकून राहण्याचं हरिभाऊ, गडकऱ्यांचं हे सामर्थ्य माझ्या पिढीतल्या एखाद्या ललित लेखकाच्या वाङ्‌मयात आहे, असं मला वाटत नाही. माझं हे मत चूक असेल, पण २०२० साल उजाडल्याशिवाय ते चूक आहे हे सिद्ध होणार नाही! म्हणून माझ्या या भविष्यकथनाच्या मुळाशी जो विचार आहे तो सांगतो. म्हणजे स्वतःला आणि आपल्या पिढीला प्रतिकूल असलेलं भविष्य मी का वर्तवत आहे, हे लक्षात येईल.

असामान्य प्रतिभा ही साहित्य क्षेत्रात फार दुर्मीळ चीज आहे. प्रत्येक पिढीला

तिचं दर्शन होतंच असं नाही. सामान्य प्रतिमेचे लेखक बहुधा आपल्या काळाच्या आणि सामर्थ्याच्या चौकटी ओळखून त्यांच्या मर्यादेत लिहितात. त्या चौकटी मोडून मुक्त होण्याची आत्मशक्ती त्यांच्या अंगी नसते. अशा लेखकांतले काही ५-१० वर्षांतच मागे पडतात. दुसरे अनेक १०-२० वर्षांत लोकांना आवडेनासे होतात.

सामाजिक परिस्थिती झपाट्यानं बदलते. वाचकांच्या आवडीनिवडी वेगानं वळणं घेतात. आशय आणि आविष्कार ही दोन्ही नवी नवी रूपं धारण करू लागतात. मग एक पिढीभर, किंबहुना तीस-चाळीस वर्षं टिकाव धरून राहणारे लेखकही निर्जीव वाटू लागतात. असे लेखक जगातून निघून गेल्यावर केवळ आंतरिक सामर्थ्यावर तग धरून राहणं, त्यांच्या वाङ्मयाला जमत नाही.

या सर्व गोष्टींवर मात करण्याचं सामर्थ्य एखाद्या श्रेष्ठ प्रतिभावंतातच आढळतं. तो लीलेनं जीवनाचा तळ ढवळून काढतो. सौंदर्य, सामर्थ्य आणि साधुत्व हे अक्षर साहित्याचे तीन प्रमुख आधार सहजतेनं त्याच्या ठिकाणी एकरूप होऊन जातात. मग तो व्यास-वाल्मीकी असो, ज्ञानेश्वर-तुकाराम असो अथवा शेक्सपिअर-टॉलस्टॉय असो. या सर्वांमध्ये एकच गोष्ट प्रकर्षानं आढळून येते- कल्पनेचा विलास, भावनेचा खोलपणा आणि चिंतनाची झेप या तिन्हींचा अपूर्व संगम. त्यांच्या वाङ्मयात एकाच वेळी जीवनाचा वेध, बोध आणि शोध घेण्याची शक्ती एकवटलेली असते. पिढ्यांमागून पिढ्या उलटल्या तरी या साहित्याची गोडी पहिल्याइतकीच अवीट राहते. अभिजात वाङ्मय या संज्ञेनं फक्त अशा वाङ्मयाचा गौरव करणं उचित होईल.

याचा अर्थ सामान्य प्रतिभेच्या लेखकानं आपलं कार्यक्षेत्र आपल्या पिढीपुरतं मर्यादित करणं आवश्यक आहे, असा मुळीच नव्हे. आपल्या पिढीच्या चौकटीत तो जे लिहितो ते सर्वस्पर्शी होणार नाही, असं थोडंच आहे! पण सर्वस्पर्शी वाङ्मय निर्माण करतो म्हणून बैठक घालून काही कोणी 'हॅम्लेट', 'शाकुंतल', 'उत्तररामचरित' किंवा 'वॉर ॲण्ड पीस' लिहू शकत नाही.

'एकच प्याला' या नाटकाकडे स्थूल दृष्टीनं पाहिलं तर ते १९१५-२० च्या महाराष्ट्रीय पांढरपेशा समाजातल्या एका लहान भागाचं चित्र आहे. आर्य स्त्रीला शोभणाऱ्या सिंधूच्या निष्ठेबद्दल नाक मुरडणारे लोक आजपर्यंत पुष्कळ निर्माण झाले आहेत. यापुढे त्यांची संख्या खूपच वाढेल. असं असलं तरी बाह्यतः अर्ध कौटुंबिक व अर्ध सामाजिक वाटणाऱ्या या नाट्यकृतीच्या अंतरात्म्यात अशी शक्ती आहे की, आपल्या सर्व दोषांसकट ते आणखी पन्नास वर्षांनीही आवडीनं वाचलं जाईल, याबद्दल मला शंका वाटत नाही.

गेल्या शंभर वर्षांत अभिजात साहित्य ही संज्ञा ज्यांना काही प्रमाणात लागू पडेल अशी पुस्तकं मराठीत निर्माण झाली नाहीत असं नाही, पण आपण त्यांची

मोजदाद करू लागलो तर ही संख्या दोन-तीनशेचा आकडा ओलांडू शकणार नाही. या दोन-तीनशेपैकी किती पुस्तकं आणखी पन्नास वर्षांनी आवडीनं वाचली जातील, याचं भविष्य वर्तवणं कठीण आहे. याचा अर्थ एकच आहे. लेखकानं आपलं कार्यक्षेत्र आपल्या पिढीपुरतं मर्यादित आहे याची जाण सदैव ठेवली पाहिजे. त्याची प्रतिभा सर्वस्पर्शी असेल, त्याच्या निर्मितीच्या शक्तीत आंतरिक सजीवता असेल तर नकळत त्यानं मानलेल्या मर्यादेच्या पलीकडे त्याची उडी जाईल.

मोठेमोठे लेखक अमरत्वाची वाटचाल करतात ते याच मार्गानं; परंतु निर्मिती करत असताना अक्षर वाङ्मयाचे काही ठरावीक नियम आहेत ते पाळले की अभिजात वाङ्मय निर्माण होतं, असं साहित्य निर्माण करण्यासाठी बसलो आहोत, अशी आत्मवंचना लोकप्रिय लेखकानंसुद्धा करून घेऊ नये. आत्मवंचना नेहमीच आत्मशक्ती खुरटवून टाकते.

माझ्या या कादंबरीसारखी कादंबरी किंवा या नाटकासारखं नाटक गेल्या हजार वर्षांत झालं नाही आणि पुढे होणार नाही, अशा प्रकारचा बकवा करून काही कुणी अभिजात वाङ्मयाचा निर्माता होणार नाही; व्यास-वाल्मीकींच्या पंक्तीला जाऊन बसणार नाही.

एक गोष्ट आपण नेहमीच पाहतो- लेखक लोकप्रियतेच्या शिखरावर असतो तेव्हा त्याला मोठमोठी विशेषणं दिली जातात, बिरुदं लावली जातात, तुलना केल्या जातात; पण काळ उलटला, एक पिढी मागं पडली की ती सारी गौरवपर संबोधनं हास्यास्पद वाटू लागतात. ती संबोधनं त्या व्यक्तीच्या बाबतीत वापरणं ही तिची एक प्रकारची कुचेष्टा होते. म्हणून आपण एकच गोष्ट लक्षात ठेवली पाहिजे- साहित्याच्या विश्वात सुंदर फुलपाखरं अगणित असतात, नाना रंगांची आणि मधुर स्वरांची पाखरं पुष्कळ आढळतात; पण आकाशाचा वेध घेण्याचं सामर्थ्य असलेला गरुड मात्र एखादाच आढळतो.

ही गरुडाची शक्ती लाभलेला साहित्यिक शतका-दोन शतकात एखाददुसराच निर्माण होतो. बाकीच्यांनी आपण साधी पाखरं किंवा फुलपाखरं आहोत, आपल्या पंखामध्ये किती त्राण आहे याची जाण ठेवूनच भराऱ्या मारल्या पाहिजेत.

(सहज बोलता बोलता अभिजात वाङ्मयावर चार शब्द सांगण्याची विनंती चार-सहा महिन्यांपूर्वी मी खांडेकरांना केली होती. त्यांच्या या चार शब्दांचे ध्वनिमुद्रण मी करून घेतले होते. त्या ध्वनिमुद्रित भाषणावर त्यांच्याकडून संस्कार करवून घेऊन हा छोटा लेख सादर केला आहे. -संपादक, 'रुद्रवाणी')

◆

अपराजित नायकांच्या स्मृतीचे स्वप्न!

'साहित्य : स्मृती आणि स्वप्ने' हा आजच्या व्याख्यानाचा विषय मला देण्यात आला आहे. मी लेखक झालो त्या वेळच्या स्मृती आज दाटून येत आहेत. त्या स्मृतींना उजाळा देत असताना मला आज आठवते की कोल्हटकर, केळकर, गडकरी यांच्यासारखे ज्येष्ठ श्रेष्ठ साहित्यकार माझ्या जीवनात आले, त्यांचे मार्गदर्शन मिळाले म्हणून मी पांढऱ्यावर काळे करू शकलो.

मला आठवते, १९२० मध्ये मी शिरोड्याला शिक्षक म्हणून गेलो तेव्हा माझ्या कविता व विनोदी लेख मासिकातून प्रकाशित होऊ लागले होते. तरुण लेखकाची प्राथमिक महत्त्वाकांक्षा माझ्यापुरती सफल झाली होती. लेखन हा लेखकाचा आवडता छंद; धंदा नव्हे, अशी समजूत त्या काळी सर्वत्र प्रचलित होती. कोकणातील जबरदस्त हिवतापाने दुर्बळ बनवून टाकलेल्या माझ्या प्रकृतीला या छंदाने मोठा दिलासा दिला. असा अस्वस्थ व अविकसित स्थितीत असताना दहाव्या-बाराव्या वर्षापासून ज्यांच्या लेखनाची मी मनोभावाने पूजा केली होती ते श्रीपाद कृष्ण कोल्हटकर माझ्या आयुष्यात आले. हा योग त्यांचे साहित्यप्रेम, उदारमनस्कता व उदयोन्मुख लेखकांविषयीचे वात्सल्य यांनीच घडवून आणविला. त्याचं असं झालं- गडकऱ्यांच्या पहिल्या स्मृतिदिनाच्या निमित्ताने सन १९२० साली 'नवयुग' या मासिकात 'हा हन्त हन्त' या नावाचा गडकऱ्यांविषयीचा चरित्रलेख प्रकाशित झाला. तो कोल्हटकरांच्या वाचनात आला. त्यांनी माझी चौकशी केली. श्रीपाद कृष्णांना माझा लेख आवडल्यामुळे आमचा पत्रव्यवहार सुरू झाला. तो पुढे दहा-बारा वर्षे नियमितपणे चालला. त्यांच्या पत्रातून मला माझ्यातला मी सापडलो. माझ्या लेखनातील लहानसहान दोष दूर झाले. १९२० ते ३० या

दशकात लेखक या नात्याने माझी जी काही जडणघडण झाली, प्रगती झाली तिचे सारे श्रेय श्रीपाद कृष्णांच्या पत्रातल्या उत्तेजनाला, दोषदर्शनाला आणि पितृतुल्य आपुलकीला द्यावे लागेल. मी जे जे लिहीत होतो ते ते वाचून ते आपला अभिप्राय कळवत. सन १९२३ मध्ये चार-पाच वर्षांपूर्वी लिहिलेली 'घर कुणाचे?' गोष्ट 'साहित्य'च्या अंकात प्रसिद्ध झाली. कोल्हटकरांच्या वाचनात ती आली. पाठोपाठ त्यांनी मला दोन पत्रे लिहिली आणि सांगितलं की, 'आपली विनोदाकडे असलेली प्रवृत्ती प्रथमपासूनच आहे. आपल्या गोष्टीत कल्पना व विनोद ही दोन्ही बहारीची साधली आहे. त्यातून रसोत्पादनाचे आपले सामर्थ्य चांगले प्रत्ययास येते. तेव्हा आपण गोष्टी लिहिण्याचा प्रघात ठेवल्यास त्यात आपल्याला मोठे यश येईल.' कोल्हटकरांच्या या पत्राने ज्या सुवासाचा मी शोध घेत होतो त्याचे उगमस्थान मला सापडले. मी कथालेखनात रमून गेलो. १९२५ ते ३० या पाच वर्षांच्या काळात मी चांगल्या पाच-पंचवीस कथा लिहिल्या. वीस साली आमचा पत्रव्यवहार सुरू झाला; पण प्रत्यक्ष भेट १९२६ ला झाली.

कोल्हटकर लेखनाप्रमाणे नेहमीच्या बोलण्यातही विनोद, कोट्या करत असतील अशी माझी कल्पना होती. पण प्रत्यक्ष भेटीत माझ्या असे लक्षात आले की त्यांचे नेहमीचे बोलणे अगदी साधे असे. केळकरांनी कोल्हटकरांचा हजरजबाबीपणा, कोटीबाजपणा एकदा बोलण्याच्या ओघात सांगितलेला आजही आठवतो. कोल्हटकर एकदा मुंबईला जायचे सोडून पुण्यात आले. विचारता म्हणाले की 'मुंबईला सिंह आलाय असे कळले म्हणून पुण्यात आलो.' त्या वेळी सिंह यांच्या अध्यक्षतेखाली मुंबई काँग्रेसचे अधिवेशन भरले होते.

तात्यासाहेब केळकरांच्या प्रथम भेटीचा प्रसंगही माझ्या चांगला लक्षात आहे. १९२६ चा मे महिना असावा. तिसऱ्या प्रहराची वेळ होती. आमचा टांगा सदाशिव पेठेतल्या एका दुमजली घरापुढे थांबला. टांगा थांबल्याचा आवाज ऐकताच माडीच्या खिडकीतून कुणीतरी खाली डोकावून पाहिले. त्या व्यक्तीकडे माझे नीट लक्ष नव्हते. श्रीपाद कृष्णांना नीट उतरवून घेण्याच्या मी गडबडीत होतो. इतक्यात जिन्यावरून लगबगीने आलेल्या तात्यासाहेबांनी टांग्यातून खाली उतरवलेल्या होल्डॉलला हात घातलाही. उन्हाळ्याचे दिवस असल्याने ते उघडेच खाली आले होते हेही चांगले आठवते. श्रीपाद कृष्ण माझ्याकडे बोट दाखवून तात्यासाहेबांना म्हणाले, 'हे खांडेकर.' केळकरांनी माझ्याकडे क्षणभर पाहिले असेल नसेल आणि त्यांनी हसतच विचारले, ''वैनतेय'मध्ये 'गाढवाची गीता' लिहिणारे खांडेकर तुम्हीच का?' हे ऐकून मला आनंद तर झालाच पण जबाबदारीची जाणीवही त्यांच्या पृच्छेतून मला झाली. साहित्यसम्राट म्हणून लौकिक असलेले तात्यासाहेब आपले लेखन वाचतात, हे अनुभवून मी सुखावलोही.

गडकऱ्यांच्या बाबतीतही असेच. मला त्यांच्या संपर्क, सहवासातून जबाबदारीचे भान आले. मॅट्रिक झाल्यावर मला पोष्टात चिकटवण्याचा घरातील मामा वगैरे वडील मंडळींचा विचार होता पण मॅट्रिकमध्ये माझा आठवा नंबर आल्याने मला या पुण्यात फर्ग्युसनमध्ये शिकण्याची संधी मिळाली. माझा मोठा भाऊही तिथेच शिकत होता, हेही त्याचे एक कारण होते. पुण्यात मी येऊन शाळूकरांच्या बोळातल्या सांगलीकरांच्या वाड्यात राहत होतो. तेव्हा बन्याबापू कमतनूरकर हा नाटकवेडा वर्गमित्रही तिथे राहत होता. मी गडकऱ्यांचे 'प्रेमसंन्यास' वाचले होते आणि 'मतिविकार' माझ्या हाती आले. त्यावेळी आम्ही मित्र मित्र नाटकाविषयी खूप बोलत असू. कोल्हटकर, खाडिलकर, गडकरी यांच्या नाटकांविषयी हिरिरीने चर्चा व्हायची. कधीकधी ती हमरीतुमरीवरही यायची. अशाच चर्चेच्या ओघात मी एकदा असे म्हणालो की, "प्रेमसंन्यास'मध्ये असे विशेष काय आहे? ती सारी 'मतिविकार'ची नक्कल आहे.' बन्याबापू हे गडकऱ्यांचे कट्टर भक्त. शिवाय त्यांचे गडकऱ्यांकडे जाणेयेणेही असायचे. त्याने गडकऱ्यांच्या कानावर ही गोष्ट घातली. त्यांनी मला भेटीला बोलावले. मी बन्याबापूबरोबर गेलोही. घाबरलेलो होतोच अर्थात! मी गडकऱ्यांसमोर जाऊन बसलो. त्यांनी चार-दोन प्रश्न विचारले. पण त्यात राग नव्हता; कुतूहल होते. माझी कोल्हटकरभक्ती त्या वेळी उपयोगी पडली. माझे पाठांतर त्यांच्या लक्षात आले. पहिल्या भेटीच्या दिवशीच मी संध्याकाळी गडकऱ्यांबरोबर फिरायला गेलो. गप्पा झाल्या. त्यांचे बोलणे मी जिवाचे कान करून ऐकत होतो... माझी मनःस्थिती एखाद्या गंधर्वनगरीत प्रवेश केल्यासारखी झाली. गडकऱ्यांशी परिचय होण्याचा योग आला आणि काठावर उभा असलेला मनुष्य नदीमध्ये पडून धारेला लागून वाहत जावा, तशी माझी स्थिती झाली. ध्यानीमनी साहित्य दिसू लागले.

मी साहित्यिक म्हणून घडत असण्याच्या काळात या सर्वांचे साहित्य, सहवास, विचार, संस्कार यांचा नाही म्हटले तरी परिणाम झालाच. अनुकरणाचे रूपांतर वृत्तीत झाले ते या पूर्वसूरी साहित्यिकांमुळेच. त्यांचे ऋण शब्दातीत आहे. ही सारी पिढी 'अपराजित नायकांची पिढी' होती. या अपराजित नायकांची जंत्री मोठी आहे. त्यात हरिभाऊंचा भावानंद, खाडिलकरांच्या 'भाऊबंदकी'मधला रामशास्त्री आहे. या सर्व पार्श्वभूमीवर मला आजचे साहित्यिक 'पराजित नायक' वाटतात. आजच्या साहित्यात जीवनाची विफलता दिसून येते, हे त्याचे कारण असावे. स्मृतींना स्वप्नं बनवायची असतील तर हे चित्र बदलले पाहिजे.

खरी कलाकृती ही समाजाचा सोबती असते. समाजाचा प्रवाह जसा सतत चाललेला आहे, तसेच साहित्यही चालत राहायला हवे. प्रत्येक पिढी आपले काही लोण- देणं पुढच्या पिढीपर्यंत पोहचवत असते. खरी कलानिर्मिती व कारागिरीने

केलेली रचना यांत फरक असतो. लेखकाच्या भावना उत्स्फूर्तपणे व उत्कटतेने उचंबळून येऊन निर्माण झालेली साहित्यकृतीच कलात्मक होते. कारागिरीने केलेली रचना तितकी श्रेष्ठ ठरणार नाही; कारण त्यात सहजस्फूर्तता नसते. श्रेष्ठ साहित्यकृतीत भावना जागृत करण्याची प्रेरणा जशी एकीकडे असते, तशीच तीत वासना नियंत्रित करण्याची क्षमताही दुसऱ्या बाजूने असते, हे आपण लक्षात ठेवले पाहिजे.

उत्कृष्ट साहित्य, श्रेष्ठ साहित्यनिर्मितीच्या संदर्भात स्वप्न म्हणाल तर मला असे वाटते की, विष्णुशास्त्री चिपळूणकरांनी मराठी भाषेच्या अभिवृद्धीसाठी 'निबंधमाला' हे नियतकालिक १८७४ मध्ये सुरू केले होते. आणखी चार वर्षांनी १९७४ मध्ये निबंधमालेची जन्मशताब्दी येते आहे. त्यानिमित्ताने गेल्या शंभर वर्षांतील शंभर उत्कृष्ट पुस्तके निवडून ती अल्प किमतीत प्रसिद्ध करून सर्वसामान्य वाचकांना उपलब्ध करून देण्याची योजना आपण आखावी. खेड्यातील शेतात राखण करीत बसलेली शेतकऱ्याची मुलगी राखण करत लक्ष्मीबाई टिळकांची 'स्मृतिचित्रे' वाचत बसल्याचे दृष्य मला पाहायचे आहे. शासनाने मनात आणले तर हे अशक्य नाही, असे मला वाटते. आज साक्षरता वाढली आहे; पण नवशिक्षितांच्या हाती चांगले साहित्य पडत नाही, ही वस्तुस्थिती आहे. वाचक जे साहित्य निवडतात त्यातही चोखंदळपणाचा अभाव आढळतो. नवसंस्कृत वर्ग शिक्षित होऊन चालणार नाही, तो चिकित्सक व्हावा, सुसंस्कृत व्हावा असे जर आपणास वाटत असेल तर वर्तमान समृद्ध व्हायला हवा. भूतकालीन स्मृती जपण्या-जोपासण्यातूनच वर्तमानाची स्वप्ने साकारतात, हे लक्षात घेऊन शंभर समृद्ध, श्रेष्ठ साहित्यकृती आपण नववाचकांच्या हाती द्याव्यात व साहित्य अभिवृद्धीचे स्वप्न साकारावे, अशी अपेक्षा व्यक्त करतो आणि माझे हे लांबलेले भाषण संपवतो.

◆

नव्या पिढीचा स्वप्नभंग पूर्वपिढीमुळेच

'तरुण पिढी : स्वप्ने आणि स्वप्नभंग' हा आजच्या भाषणाचा विषय आहे. या विषयावर माझ्यासारखा केवळ प्रौढच नव्हे तर वृद्ध आजच्या तरुण पिढीवर काय बोलणार... आजच्या तरुणांची मला काय माहिती आहे, असे तुम्हाला वाटेल. पण मी तुम्हाला सांगतो, अठरा वर्षे मी एका शाळेचा मुख्याध्यापक होतो. तेही शिरोड्यासारख्या खेड्यात. तर मुख्याध्यापक, शिक्षक म्हणून काम करताना मुलांची उमलती मने मी जवळून पाहिली आहेत... अनुभवली आहेत. जे खेडे मी पूर्वी कधीच पाहिले नव्हते, तेथील लोक मला माहीत नव्हते, अशा खेड्यात मी शाळा काढली, वाढवली. पुढे मी शिक्षण क्षेत्रातून बाहेर पडल्यानंतरही माझ्यातला शिक्षक जागा राहिला. मी जागा ठेवला असं म्हणणं अधिक सयुक्तिक होईल. शिक्षण, विद्यार्थी, तरुण पिढी, त्यांचे प्रश्न याबद्दल माझ्यातील शिक्षक मन सतत विचार करत आलेले आहे, विचार करत राहिलेले आहे, हे मी तुम्हाला सांगतो.

काही दिवसांपूर्वीची एक आठवण तुम्हाला सांगणार आहे. शिवाजी विद्यापीठाच्या विद्यार्थ्यांनी मला व्याख्यानासाठी आमंत्रित केले होते. मी त्यांना अट घातली- मी तुमच्याशी बोलेन; पण त्यापूर्वी तुम्ही तुमचे प्रश्न मांडले पाहिजेत; मग त्या अनुरोधाने मी बोलेन. विद्यार्थी तयार झाले. त्यांनी प्रश्न मांडायचे मान्य केले. त्यानुसार विद्यार्थी बोलले. त्यांनी प्रश्न मांडले. त्यांनी आपल्या मनोव्यथा, विफलता आपल्या भाषण, प्रश्नांतून व्यक्त केल्या. त्यांचे ते विचार जीवनाबद्दलचा त्यांचा दृष्टिकोन स्पष्ट करणारे होते, हे आपण समजून घ्यायला हवे. ते सांगत होते, 'महात्मा गांधींच्या शिकवणीचा नेहमी उदोउदो करणारी पुढाऱ्यांची भाषणे आणि त्याच्याशी विसंगत असे त्यांचे प्रत्यक्ष वर्तन पाहिले की आम्हाला या पुढाऱ्यांबद्दलच

नव्हे, तर महात्मा गांधींबद्दलही घृणा वाटायला लागते. सज्जन माणसे भीक मागत हिंडतात आणि गुंड गबर होऊन इमले बांधतात, उठवतात हे जेव्हा आम्ही पाहतो, तेव्हा आमच्यापुढे प्रश्न पडतो की सत्य, प्रामाणिकपणा ही मूल्ये मग का मानायची? जे चालले आहे ते आम्हाला अजिबात पसंत नाही. पण जर का आम्ही विरोध केला तर आमचे बळी घेतले जातील.' विद्यार्थ्यांच्या त्या प्रश्नांना मी त्या वेळी काय उत्तरे दिली हे सांगत बसायची ही वेळ नव्हे आणि मी ते सांगतही आज बसणार नाही. परंतु आजच्या तरुणांच्या मनात काय प्रश्न आहेत, काय सलत आहे याची आपणाला कल्पना यावी, म्हणून मी त्या सर्वांचा उल्लेख केला.

आजच्या पुढाऱ्यांबद्दल, स्वतःच्या वर्तमान जीवनाबद्दल तरुण जे विचार करतात, बोलतात ते बरोबर आहे, खरे आहे. त्याबद्दल मी त्यांना अजिबात दोष देणार नाही. दोष द्यायचाच झाला तर आपणास तो पुढाऱ्यांना, पालकांना आणि शिक्षकांना द्यावा लागेल, हे मी तुम्हाला सांगतो. आपणाला राजकीय स्वातंत्र्य मिळाले. ते मिळाले तेव्हा अल्लाउद्दीन दिव्याने जशी एखादी गोष्ट झटपट मिळते तसे आपले प्रश्न झटपट सुटतील, अशी खुळी कल्पना पुढाऱ्यांची होती ती फोल ठरली. चुकीची होती हेही त्यांच्या लक्षात आले. आपण हे लक्षात घ्यायला हवे की सामाजिक समता ही राजकीय स्वातंत्र्यापाठोपाठ येत नसते. आपला समाज हा अनेक शतके प्रवाहपतीत, रूढीग्रस्त, धर्मग्रस्त राहिलेला आहे. समाज परिवर्तनासाठी एक प्रगल्भ सामाजिक मन लागते. ते शिक्षणाच्या मशागतीतून तयार झाले नाही, आपण ते तयार करू शकलो नाही याची खंत आहे.

समाजपरिवर्तनासाठी तरुणांची मने संस्कारित हवीत. संस्कारित मने तयार करण्याची जबाबदारी शिक्षणाबरोबरच पालकांचीही आहे. मुलांच्या मनाचा विकास करण्याची जबाबदारी आज पालक पेलत नाहीत, पार पाडत नाहीत हे समाजवास्तव आपण मान्य करायला हवे. याबाबत पालकांची काही एक भूमिका असू शकते अन् ती असतेही... पालक म्हणतात, आम्हास वेळ नाही. शिक्षिकेची नोकरी करणाऱ्या आईला शनिवारी सकाळची असलेली शाळा सुटताच दुपारी एकचा सिनेमा गाठायची घाई झालेली असते. आजचे किती पालक मुलांशी बोलतात, संवाद साधतात, त्यांना विश्वासात घेतात, याचा विचार केला की आपल्या लक्षात येईल, पालक म्हणून आपण आपली जबाबदारी पार पाडतो आहोत का? अन् ती जर पार पाडत नसू तर तरुणांना नुसती दूषणे देऊन काय होणार? 'प्राप्तेषु षोडषे वर्षे, पुत्र मित्रवदाचरेत' असे सुभाषित आपण नित्य घोकतो. तरुण मुलांना मित्राप्रमाणे वागवायचा, त्यांच्याशी मित्रभाव ठेवायचा प्रयत्न आपण करतो का, हा खराखुरा प्रश्न आहे. सुभाषितातली शिकवण सुभाषितातच राहते, हे आपण समजून घ्यायला पाहिजे. शिक्षकांनीसुद्धा हे लक्षात ठेवले पाहिजे. संस्काराच्या बाबतीत ते पालकांइतकेच

जबाबदार आहेत. त्यांनीही आपली जबाबदारी पार पाडलेली नाही, ही वस्तुस्थिती आहे. शाळेत सहा-सात तास शिक्षण घेतल्यानंतरही मुलांना पुन्हा क्लासला जाण्याची वेळ का यावी, याचा विचार आपण करणार आहोत की नाही?

आपण आजवर पारलौकिक चौकटीत आपले ऐहिक जीवन बसवण्याचा प्रयत्न सतत करत राहिलो. ब्रिटिश राजवटीमुळे यात काही एक बदल झाला; नाही असे नाही. पण तो बदल बाह्यात्कारी- वरवरचा होता हे लक्षात घेतले पाहिजे. आंतरिकदृष्ट्या आपण बदललोच नाही. म्हणून तर स्वातंत्र्यानंतरची ही विचित्र स्थिती आपण अनुभवतो आहोत. आपले समाजमन जागृत करून त्याला कार्यप्रवण करणे आवश्यक होते. पण त्यासाठी जिद्द, त्याग असलेले नेते आवश्यक असतात. स्वातंत्र्यपूर्व काळ आणि स्वातंत्र्यानंतरचा काळ आपण पाहू लागलो की आपल्या लक्षात येईल, की आपल्या उक्ती व कृतीत किती अंतर आले, किती फरक पडला. स्वातंत्र्यप्राप्तीनंतर आर्थिक, सामाजिक जीवनात आमूलाग्र बदल घडून येईल, ही पुढाऱ्यांची घोषणा फोल ठरली... वल्गना ठरली, हे कोण अमान्य करील?

उलट जात, धर्म, वर्ग, वर्ण यांचे कलह समाजात वाढलेच आहेत ना? आपले आर्थिक प्रश्न नाही सुटले. आपल्या शिक्षणाने बेकारीत भरच घातली. उलटपक्षी सुशिक्षित होऊन तरुण बेकारच राहिले, हे वर्तमानाचे प्रखर आणि भीषण वास्तव आहे. आपली स्वातंत्र्यापूर्वीची स्वप्ने स्वप्नरंजनच नाही तर स्वप्नभंग ठरली, हे कोण अमान्य करील? आजच्या तरुणांचा स्वप्नभंग हा खरोखरीच चिंता नि चिंतनाचा, जिव्हाळ्याचा प्रश्न आहे आणि व्हायला हवा. हरिजनांचा प्रश्न घ्या... स्वातंत्र्य आल्यावर समाजातील विषमता दूर करू म्हणणारे नेते... कायदे करूनही परिस्थितीत तसूभर फरक पडलेला नाही. कायदा करूनही प्रत्यक्षात काहीच बदल झालेले नाहीत. समाजावर धर्माचे नियंत्रण होते तोपर्यंत पारलौकिक चौकट अपरिहार्य होती हे मान्य; पण धर्मापेक्षा रूढीच प्रभावी होऊन त्याच धर्म मानल्या जाऊ लागल्या याला काय म्हणणार? त्यामुळे स्वातंत्र्योत्तर काळात काही प्रगती झाली तरी आपले मन आहे तसेच राहिले. आज आपण आपल्या देशात जी औद्योगिक क्रांती पाहतो आहोत, ती काही वर घेऊन आली आहे, तसे काही शापही तिने आपणाबरोबर आणले आहेत. या क्रांतीस शापासहित सामोरे गेले पाहिजे हे आपण आपल्या तरुण पिढीस कधी समजावून सांगितले आहे का? ती जबाबदारी कुणाची? तरुण पिढीच्या वर्तमान दोषांना आपली आधीची पिढीच नाही का जबाबदार?

सुसंस्कारित पिढीवरच देशाचे भवितव्य अवलंबून आहे. समाज, शिक्षण, कला, साहित्य आणि राजकारण या क्षेत्रात वेडाने पछाडलेली टिळक, आगरकरांसारखी माणसे पूर्वी होती. आज तसे आदर्श नसल्याने तरुण मुले-मुली अंतर्मुख होण्याऐवजी

बहिर्मुख होऊ लागली आहेत. त्यांच्या मनाला ताब्यात ठेवण्यासारखे काय आहे? ते नसल्याने कटकटी, मोर्चे, चळवळी ते तरुण करतात हे आपण लक्षात घेतले पाहिजे. त्याशिवायचा तरुणोपाय लेखक म्हणून मला दिसत नाही. संस्काराशिवाय समाजपरिवर्तन व तरुणांत क्रांती होणार नाही.

◆

मनाचा महारोग दूर करा

माझ्या पहिल्या व्याख्यानाचा विषय साहित्यासंबंधी होता. त्याची कक्षा मर्यादित होती. दुसऱ्या व्याख्यानाचा विषय तरुण पिढी होता. तो साहित्यापेक्षा व्यापकच म्हणायला हवा. आजचा विषय जीवन आहे. 'जीवन : स्वप्नभंग आणि स्वप्नसुगंध'. हा दुसऱ्या व्याख्यानापेक्षाही व्यापक विषय आहे.

माणसाचं जीवन सागरासारखं अतिव्याप्त, अखंड, अनंत नसलं तरी विशाल नक्कीच आहे. सागराला जशी भरती-ओहोटी असते, तशी समाजाच्या जीवनातही भरती-ओहोटी असते. आजची आपली समाजस्थिती मात्र ओहोटीसारखी आहे खरी! पण ओहोटी तात्पुरती असते. त्यानंतर पुन्हा भरती येत असते, हे आपणास विसरता येणार नाही.

कॉलेज शिकायचं म्हणून मी सांगलीहून पुण्यास आलो. फर्ग्युसन कॉलेजात होतो. पहिल्या रांगेत बसूनसुद्धा मला फळ्यावरचे दिसेना. तेव्हा डोळे तपासून चश्मा घेतला. डॉक्टरांनी सांगितले की चौथ्या वर्षापासूनच तुला चश्मा लावायला हवा होता. आज माझ्या मनात येते की, एवढ्या उशिरा का असेना मी चश्मा घेऊ शकलो, वाचू शकलो, लिहूही शकलो. हरिजनाच्या कुटुंबात जन्मलो असतो तर कदाचित मला अंधत्वच आले असते. अशा छोट्या-मोठ्या आठवणीतून माणसाचं, लेखकाचं जीवन घडत असतं. लेखकाला सर्वच अनुभवांवर लिहिता येईल वा येतं असं नाही.

तिकडे सोमनाथच्या जंगलात बाबासाहेब आमटे महारोग्यांच्या, कुष्ठपीडितांच्या पुनर्वसनाचं काम करीत आहेत. तिकडे अमरावतीस डॉ. शिवाजीराव पटवर्धनही असंच काम करताहेत. एक दिवस मला अनेक महारोग्यांच्या सह्यांचं एक पत्र

आलं. आमच्या जीवनावर लिहा अशी विनंती त्या बांधवांनी आपल्या त्या पत्रात केली होती. आपली दुःखं, आपल्या व्यथांना वाचा फुटावी असं त्यांना वाटत होतं. त्यात काहीच गैर नव्हतं. किंबहुना तसं होणं आवश्यकही होतं. त्यांची अपेक्षा रास्त अशीच होती. पण मी त्यांना लिहिलं, 'तुमच्या जीवनाबद्दल मला सहानुभूती आहे. पण तुमचं जीवन मी जवळून अनुभवलं नसल्यानं, तुमचं मन मला माहीत नसल्यानं, तुमची दुःखं तुमच्याजवळ राहून समजून घेतली नसल्यानं मी लिहू शकणार नाही.' लेखनासाठी परकाया प्रवेश एका मर्यादेपुरता ठीक असतो. जहाल नि ज्वलंत अनुभव ही भोगायची गोष्ट असते.

आपण जीवन जगत असताना ते चौकटीत जगत असल्यानं त्याला अनुभवाची मर्यादा येते. आपलं जुनं जीवन धार्मिक चौकटीत बंदिस्त होतं. त्याला पाश्चात्त्य ऐहिक दृष्टिकोनाचं एकाप्रकाराने वावडंच होतं म्हणायचं. पण आज साहित्य, विज्ञान इ. च्या पाश्चात्त्य संपर्कानं आपण विचित्र कात्रीत सापडलो आहोत की काय अशी शंका यावी, असं आपलं वर्तमान जीवन आहे. एकीकडे अमेरिकेच्या चंद्र विजयाचे आम्ही स्वागत करणार, आनंदोत्सव साजरा करणार आणि दुसरीकडे संकष्ट चतुर्थीही करणार. आपला पूर्वीच्या लोकांसारखा धड देवावर शंभर टक्के विश्वास नाही आणि ऐहिक जीवनावर भरोसा नाही. देवावर शंभर टक्के श्रद्धा असलेली माणसं कितीही संकटं आली तरी निराश होत नसत, हताश होत नसत. त्यांची श्रद्धा तसूभरही विचलित व्हायची नाही. तसं आपलं होतं का? पाश्चात्त्य लोक ऐहिकवादी तर आपण आध्यात्मवादी. आम्ही अधिक श्रेष्ठ, आमची सांस्कृतिक पातळी वरची असे आपण मानणार. वस्तुत: ऐहिक सुखोपभोग पाश्चात्त्यांइतकेच आम्हालाही हवे आहेतच ना? आपणास ते तेवढ्या प्रमाणात मिळत नाही हे खरंय, पण आकर्षण आहेच.

जीवनात आपण भौतिक व आत्मिक समतोल पाळलेला नाही, ही वस्तुस्थिती आहे. या असमतोलामुळे आपल्याकडे वरपासून खालपर्यंत अनैतिकाचे अराजक माजले आहे. परलोकात गेल्यावर अमृतकुंभ कसे मिळतील याचाच विचार, ध्यास आपणास लागलेला नाही का? याचा विचार करा. पण या भूतलावर एखादी उत्तम डेअरी काढण्याचा आपण कधी विचार केला आहे का? प्रयत्न केला आहे का? आपणाला चिंता स्वर्गातल्या अप्सरेची. घरच्या पत्नीस धड नेसू मिळावं असं आपल्याला नाही वाटत. ही पृथ्वीमाता आपणास हवं ते देते. पण निसर्गाला दास करून त्याची नानाविध रहस्यं उलगडावीत, हे कधी आपल्या डोक्यात शिरलंच नाही. ही केवळ विसंगतीच नाही तर कर्मदरिद्रीपणाही नाही का? शोध पाश्चात्त्य देशातच लागतात; आपणाकडे का नाही, याचा कधी अंतर्मुख होऊन आपण विचार करणार की नाही?

आपल्या जीवनास असलेली पूर्वीची धार्मिक चौकट गेल्याने त्या जागी नवी सामाजिक धर्मबुद्धीची चौकट स्वीकारणे, नवी बुद्धी जागृत करणे आवश्यक झाले आहे. आपल्याला मन आहे पण ते व्यक्तिगत. त्याच्यापेक्षा श्रेष्ठ असं असलेलं समाजमन आपण तयार करू शकलो नाही, ही आपली खरी शोकांतिका आहे. मला समाजाचं काही देणं घेणं नाही असं मानणारा माणूस काय कामाचा? समाजात राहणारा, आपलं व्यक्तिमत्त्व विकसित करणारा, आपल्या बांधवांचा विचार करणारा माणूस आपल्या देशात नाही, ही खेदाची गोष्ट नाही का? तसा माणूस निर्माण करणं हे आपल्यापुढील आजचं आव्हान आहे.

आपल्या समाजात आज विविध क्षेत्रांत कामाचे डोंगर उभे आहेत. ते डोंगर उचलणारे पराक्रमी हनुमान आपणाकडे आहेत का? सुबुद्ध, सुसंस्कृत नागरिकच हे आव्हान पेलू शकतील आणि शकतात, हे मी तुम्हाला सांगतो. आपल्याभोवती फार भयंकर काहीतरी घडतं आहे, ही आपल्या मनावरील सावटं मागच्या पिढीनं काढून टाकायला हवीत. सावटग्रस्त, संकटग्रस्त माणसं काहीच करू शकत नसतात. समाजात कितीही विपरीत घडत राहो, आपण सर्वांनी सर्व आघाड्यांवर लढत राहिलं पाहिजे. समाजरूपी किल्ल्याचा आपला बुरूज आपण लढलाच पाहिजे. साहित्य आणि शिक्षण या दोन आघाड्यांवर विशेषतः हे घडायला हवं. केवळ नकारात्मक चडफड करून काही घडणार नाही.

बाहेरील समाजाची, व्यक्तींची दुःखं न जाणणं हे मनाच्या महारोगाचं लक्षण आहे. खालच्या थरातला माणूस वर यायचा तर आपण चार पायऱ्या उतरायला तयार असलं पाहिजे. हे आर्थिक, सामाजिक, भावनिक दृष्टिकोनातून घडलं पाहिजे. यापूर्वी हे घडलेलं नाही. याचं कारण स्वातंत्र्यानंतर आपण पुन्हा आपापल्या कोशात निद्रित झालो आहोत. आत्मकवचात, शिंपल्यात बंदिस्त झालो आहोत. विशेषतः नवशिक्षित आणि पांढरपेशा वर्ग एकमेकांच्या हातात हात घालून दुःख, दैन्य आणि दारिद्र्य दूर करणार नाहीत, तोवर आपणास स्वस्थ बसता येणार नाही. स्वप्नं पाहणारे, ती स्वप्नं साकार करण्यासाठी धडपडणारे कार्यकर्ते ज्या समाजात असतात त्यांचीच प्रगती होत असते; हे लक्षात घेऊन आपण स्वप्नभंगावर स्वप्नसुगंधाचा वर्षाव कृतिशील यज्ञ उभारून करण्याचा कृतसंकल्प करू या. माणसाचं जीवन मंगलमय करण्याचा ध्यास धरू या

◆

✧

अजूनही माझे साहित्य अपूर्णच

माननीय कुलगुरू डॉ. पवार, साहित्य अकादमीचे सदस्य माननीय देशमुख, हिंदी साहित्यिक डॉ. माचवे, विद्यापीठाचे पदाधिकारी आणि उपस्थित बंधू-भगिनींनो,

साहित्य अकादमीच्या महदत्तर सदस्यत्वाचा... फेलोशिपचा सन्मान मला देऊ केल्याबद्दल मी अकादमीचा व आपणा सर्वांचा ऋणी आहे, कृतज्ञ आहे. या सन्मानाचा मला आनंदही आहे. नाही म्हणून उगाच खोटे कशाला सांगू? पण खरे सांगायचे तर प्रत्येक माणसाच्या मनात एक लहान मूल दडलेले असते आणि कोणीतरी शाबासकी दिली म्हणजे त्याला आनंद होत असतो. माणसाचे वय कितीही वाढलेले असले तरी ते बालमन त्यात लहानच असते. आज 'ते' मन आणि 'हे' मूल आनंदाने वेडावून गेले आहे, हे मी तुम्हाला सांगतो.

मी साहित्याकडे वळलो. कालौघात त्यात वेळोवेळी बदल होत राहिले. आज त्या साऱ्या जुन्या आठवणींना उजाळा देताना माझे हृदय भरून येते आहे.

कालपरत्वे साहित्य बदलते, तशी त्याच्यापुढील आव्हानेही बदलत असतात. आज आपण कृषीप्रधान संस्कृतीतून यंत्रप्रधान संस्कृतीत प्रवेश करीत आहोत. आपणापुढे नित्य नवनव्या समस्या, प्रश्न, आव्हाने उभी ठाकत आहेत. अशा वेळी साहित्यकारावर फार मोठी जबाबदारी येऊन पडते. आपल्या देशात विविध मतभेद आहेत. साहित्यिकांनी ते नष्ट करून एकजिनसी समाज घडविण्यासाठी झटले पाहिजे. साहित्य ही फार मोठी शक्ती आहे. समाजाला चांगले वळण लावण्यासाठी तिचा फार मोठा उपयोग होऊ शकतो, यात शंका नाही.

मी आत्तापर्यंत जे लेखन केले त्यावर माझे टीकाकार असंतुष्ट आहेत. खरे सांगायचे झाले तर मीही माझ्यावर असंतुष्ट आहे. 'ययाति'मध्ये माझ्या कलेचा

परमोत्कर्ष गाठला गेला असे म्हटले जाते. पण मला जीवनात जे अनुभवास मिळाले, दिसले ते मी अजून पूर्णत्वाने साकारू शकलो नाही. परंतु मी आशावादी आहे. नव्या मूल्यांची जाणीव आपल्या साहित्याद्वारा करून देण्याची उमेद अजून माझ्यात आहे. परमेश्वर कृपेने चांगले प्रकृतिस्वास्थ्य व आयुष्य लाभले तर आणखी श्रेष्ठ कलाकृती मी निर्मू शकेन, असा मला विश्वास वाटतो. माझ्यात जिद्द आहे अन् त्या दिशेने मी प्रयत्न करीत राहीन.

◆

विज्ञानाच्या वादळात माणुसकी जपा!

अध्यक्ष महाशय व माझे मित्र शिरोडकर, लहानथोर मित्रमंडळी,

आता माझ्यावर हा प्रथमतः फुलांचा, नंतर वाक्सुमनांचा वर्षाव होत असताना माझ्या मनात कोणते विचार येत असतील, भरले असतील अशा प्रकारचा प्रश्न श्री. गडकरी यांनी केला. अनेक विचार घोळत होते. अनेक भावना उचंबळून येत होत्या. सुरंगीच्या ताज्या वळेसराभोवती भुंगे जसे जमा होतात, तसे या वाक्सुमनांभोवती आठवणी गोळा होत होत्या. त्या सगळ्या सांगायच्या म्हणजे वेळ लागेल; परंतु एक आठवण आपल्याला सांगतो. श्रीमाउलीच्या देवळात आजच्यासारखीच गर्दी झालेली होती. एवढी गर्दी झालेली पाहून मी आणि अप्पा नाबर त्या दाराशी बसून 'गरीब विद्यार्थी फंडाला मदत करा' असे ओरडत राहिले पाहिजे, हे मात्र मनात आले. एवढी गर्दी सोडतो कोण? गरीब विद्यार्थ्यांना जर मदत आपल्याला हवी आहे आणि जत्रांना जर लोक जमणार आहेत, तर त्या ठिकाणी पैसा पैसा का होईना जमा करण्यासाठी आपल्याला उभे राहिले पाहिजे, मिळविला पाहिजे, ही जाणीव आहे. त्यात अप्पाची मूर्ती समोर उभी राहिली. जुनी माणसे आठवली. डॉ. राजाध्यक्ष, अप्पा यांच्यासारखी माणसे, माझे सहकारी शिनारी, आजगावकर यांच्यासारखी माणसे, अनेक हुशार विद्यार्थी- जे दुर्दैवाने दिवंगत झाले. त्या वेळेवरला तो घाबरू ख्रिश्चन विद्यार्थी- घरी दुपारी जेवायला पेजसुद्धा नाही अशा स्थितीत शाळेला येणारा, केवळ पेजेवर राहिल्यामुळे पोट फुगलेला आणि त्यामुळे मृत्युपंथाला लागलेला. संध्याकाळच्या वेळेला मी त्याला बघायला गेलेलो. ती संध्याकाळ अजून माझ्या डोळ्यांसमोर उभी आहे. जेवढे सुंदर सूर्यास्त माझ्या डोळ्यांसमोर उभे आहेत, त्या समुद्राच्या वेळेवरील, तेवढीच ती संध्याकाळ माझ्या मनामध्ये अजून

दाटून राहिली आहे. अशा अनेक गोष्टी आहेत. नुसत्या पुढच्या वळणावरून शाळेच्या वळणावर गाडी पुढे गेली. तो मळा उभा राहिला. किती गोष्टी आठवाव्यात... माझ्या लघुनिबंधाचा उगम त्या मळ्यामध्ये आहे. ती क्रिकेट मॅच- ज्या क्रिकेट मॅचमधून मी पहिल्यांदा तो लघुनिबंध लिहिला. मुलामुलांची शाळेशाळेची मॅच त्या मळ्यामध्ये होत होती. तिथे ग्राउंड नव्हते... काही नव्हते. असण्याची शक्यता नव्हती. बॅटबॉल कुठून तरी आणले होते. स्टंप्स होत्या. मीही लहानपणी क्रिकेट खेळलो होतो म्हणून पंच झालो होतो; पण त्या वेळेला मला काही निकाल देता येईना. मी गडबडलो. निकाल का देता येत नाही याचा विचार मी करू लागलो. त्यातच माझ्या लघुनिबंधाचा जन्म झाला.

त्याच्या पुढच्या एका मेरेवर एके दिवशी संध्याकाळी बसलो असताना दारू प्यालेला एक चांभार बरळत चालला होता. समोर माडाची झाडे, कल्पवृक्ष उभे होते सगळे. या कल्पवृक्षातील तो कल्पवृक्ष... दारूच्या नशेत बरळत चाललेला तो चांभार याची सांगड माझ्या मनाने घातली व त्यातून 'अमृत' या चित्रपटाचे कथानकाचे बीज माझ्या मनात रुजले. त्यामुळे हा परिसर असा आहे, पंचक्रोशी अशी आहे की त्यातल्या दगडांनी, धोंड्यांनी, समुद्राने, टेकडीने, फुलांनी, काट्यांनी, माणसांनी, प्रेम करणाऱ्या माणसांनी, विरोध करणाऱ्या माणसांनी- सगळ्यांनी मला माझे साहित्य सजवायला फार मोठी मदत केली आहे. नुसते इकडे तिकडे पाहिले की काहीतरी आठवण जागी होते, अशी स्थिती होते. त्या अशा स्थितीमध्ये माझ्या सगळ्या भावना प्रकट करून दाखविता येणे शक्य नाही. मघाशी कवी बोरकर म्हणाले त्याप्रमाणे सगळ्यांविषयी जे प्रेम माझ्या मनामध्ये आहे, ते मात्र असे आहे की 'अंतरःकोऽपिःहेतुः' या प्रमाणे न सांगता येण्यासारखे आहे.

इतकी वर्षे झाली, मी कोल्हापूरला दूर राहिलो तुमच्यापासून. वारंवार वाटत आले की, एके काळी या मनामध्ये चित्र चितारले होते की संसाराची नौका सुखीपणाने फार लवकर तडीला लागेल, आपण मोकळे होऊ. साठी-पासष्ठीत फार झाले तर देवाने आयुष्य दिले तर शेवटची पाच-दहा वर्षे पुन्हा आपल्या शिरोड्यामध्ये जाऊ- तिथे राहू. लहर आली तर शाळेत जाऊन एकदा तास शिकवू नाहीतर डोंगरीवर जाऊन बसू, समुद्रावर जाऊन बसू व ज्या काही कादंबऱ्या लिहायच्या राहिल्या त्या पुऱ्या करू (टाळ्या). ते जे मनातले संकल्प राहिले आहेत ते पुरे करू. संकल्प केवळ साहित्य रचना करून पुरे करीत न बसता संकल्प पुन्हा सामाजिक सुधारणेचे होते. आता शिरोडे कसे झाले आहे ते बघू. सुधारले असेल. बाह्यतः सुधारले असेल; पण अंतरंग सुधारले नसेल तर सुधारणा करण्याचे आपले काम आहे. त्याचे कारण एवढेच, सांगली ही जरी माझी जन्मभूमी असली, तरी कोल्हापुरात मी सध्या राहत असतो. सावंतवाडीला मी दत्तक झालो असलो तरी

माझे मन इथल्या माणसांत गुंतले आहे. माझे मन इथल्या संस्थांत गुंतले आहे. तुमच्या सर्वांच्या मध्ये गुंतले आहे. मी तुम्हाला सर्वांना नावाने ओळखत नसेन, पूर्वी ज्या काळात मी येथे होतो, त्या काळातीलही सर्वांना ओळखत नसेन. आज तरी शक्यच नाही. असे असून मला ठाऊक आहे, तुमचे माझ्यावर प्रेम आहे. माझे तुमच्यावर प्रेम आहे.

एखादी नववधू ज्याप्रमाणे सासरी जावी, पहिल्यांदा बाचकत बाचकत परकं घर आहे असे तिला वाटावे त्याप्रमाणे, त्या १२ एप्रिल १९२० रोजी मी या वाटेने सावंतवाडीपासून शिरोड्यापर्यंत पायी चालत आलो. तो दिवस मला आठवतो आणि त्या दिवसाची आठवण सतत जागृत राहायला दुसरी एक गोष्ट घडली. मी साहित्य संमेलनाचा अध्यक्ष झालो होतो तो १२ एप्रिल १९४१ या दिवशी. त्या साहित्य संमेलनाच्या अध्यक्षीय भाषणासाठी उभा राहिल्यावर मी पहिल्यांदा सांगितले की, या दिवशी अमक्या वर्षांपूर्वी मी वाटचाल करत होतो आणि ती वाटचाल जिथे करत होतो तिथे जाऊन मी पोहोचलो आणि तिथे जे मला पुस्तक आढळलेय त्या पुस्तकातले पुष्कळसे उतरून काढून मी माझी पुस्तके लिहिली. दुसरे काही केले नाही. ही गोष्ट अगदी खरी. शिरोड्याला जर माझे येणे घडले नसते, या गावावर जर माझे प्रेम जडले नसते, तर मी गावातल्या संस्थेचा एक चालक झालो नसतो आणि गेलो असतो कुठेही पोट भरण्यासाठी- पुढे शिकण्याकरता पुण्या-मुंबईला गेलो असतो. माझ्या पिढीतले जे इतर कादंबरीकार होते त्यांनी जे लिहिले असते त्याचप्रकारचे मी लिहिले असते.

माझ्यातला लेखक हा लहानपणापासून लेखन करण्याची धडपड करत होता. पण काय लिहायचे, कशासाठी लिहायचे, कसे लिहायचे याच्या संबंधी नुसत्या अनुकरणाच्या स्थितीत होतो. मोठी माणसे पूर्वी जी होऊन गेली आहेत, कोल्हटकर-गडकऱ्यांच्यासारखा, त्यांच्यासारखे काहीतरी लिहावे एवढीच माझी इच्छा होती. त्या वेळेला मी इथे आलो आणि या शिरोड्याने पहिल्यांदा माझ्या डोळ्यांवरले पहिले पटल नाहीसे केले. स्वप्नरंजनात होतो मी त्या वेळी. माझ्या पांढरपेशेपणाच्या म्हणा, अन्य म्हणा; परंतु स्वप्नरंजनात होतो. हे स्वप्नरंजन शिरोड्यात येऊन उभे राहिल्यानंतर हळूहळू नाहीसे झाले. मी भोवताली पाहू लागलो, जग पाहू लागलो, जीवन पाहू लागलो, माणसे पाहू लागलो आणि एकीकडे काम करीत असताना पाहू लागलो. वेळ आली तर इथली आपली लायब्ररी होती. एखाद्या विद्यार्थ्याला हाताशी धरून ती लायब्ररी झाडावी, लायब्ररीला प्यून ठेवता येणे शक्य नव्हते; परंतु ती झाडता झाडता मनात एकच येत होते की, लायब्ररी जशी आपण झाडतो आहोत, स्वच्छ करतो आहोत त्याप्रमाणे माणसांची मने आपल्याला स्वच्छ करता येणार आहेत का कधी? येणार असतील तर कशी येणार आहेत? आपण लेखक होणार

म्हणतो, काय लिहायचे आपण, कशासाठी लिहायचे आपण, कुणाकरता लिहायचे हे सगळे प्रश्न माझे मलाच पडत होते. त्याची उत्तरे मीच देण्याचा प्रयत्न करत होतो; पण जे मला लिहायचे होते ते लिहायला लागणारे साहित्य अगदीच कच्चे साहित्य. शिरोड्यातून मला स्फूर्ती मिळाली एवढी गोष्टी खरी आहे तितकीच. नि एवढे निश्चितपणाने सांगू शकतो की माझ्या त्या वेळच्या शिरोड्याच्या लेखनामध्ये- ज्या लेखनाने मला लोकप्रिय केले, ज्या लेखनाने मला मोठा लेखक बनविले, त्या काळातला एक मोठा लेखक बनविले- ते सगळे लेखन मिळाले इथे. त्याचे कच्चे साहित्य, पण त्या कच्च्या साहित्याचा वापर कोणत्याही अकलात्मक रीतीने मी केलेला नाही.

एकही व्यक्ती, एकही प्रसंग जसाच्या तसा टिपून मी काढलेला नाही. त्या सर्वांचे रसायन माझ्या मनात तयार होत असे. त्यामुळे 'दोन ध्रुव' कादंबरी प्रसिद्ध झाल्यानंतर त्या वेळेला काका कालेलकरांनी तिच्यातले बाप्पाचे पात्र हे अप्पासाहेब पटवर्धनांचे पात्र आहे असे मला सांगितले. त्यांना मी सांगितले, सपशेल चूक आहे. 'बाप्पा' या 'दोन ध्रुवा'तल्या पात्रामध्ये अप्पासाहेब पटवर्धन नव्हते असे नाही. होते फक्त त्यातील वर्णनात. ते पहिले वर्णन आले आहे, त्या हडकुळ्या अशा प्रकारच्या करुणामय मूर्तीचे जे वर्णन आले आहे ते त्यांचे आहे; पण त्यात आमचे अप्पा नाबर होते. पूर्णान्नाचे प्रचारक डॉ. भागवत होते. गांधीवादाची मनाशी चिकित्सा करताना गांधीवादाचे प्रत्येक तत्त्व अतिरेकाला नेले तर काय पंचाईत होईल ही भीती मला वाटत होती, ती त्यात व्यक्त झाली होती. एकेक त्यातले स्वभावचित्र हे जसे माझ्या भोवताली मी पाहिलेल्या सुखद-दुःखद घटनांतून आलेले आहे.

शिरोडा हे एक खेडे. इथले जीवन हे महाराष्ट्रीय जीवनाचे प्रतिबिंब, भारतीय जीवनाचे प्रतिबिंब असं मी मानत होतो. त्या दृष्टीने मला जी जी माणसे आढळत होती ती ती माझ्या कथा-कादंबऱ्यातून येत होती; पण ती जशीच्या तशी नाही. त्यांचे काही संस्करण होत असे, त्याचे काही उन्नयन होत होते. एक निराळ्या प्रकारचे रसायन तयार केले जात होते; पण असे रसायन मनामध्ये तयार होण्याला काही धुंदी लागते. ती धुंदी शिरोड्याने मला दिली. शिरोड्याचे माझ्यावर अनंत उपकार आहेत. खांडेकर हा गुणदोषसंपन्न जो काही लेखक असेल तो निर्माण झाला हा केवळ इथल्या त्याच्या रहिवासामुळे, राहण्यामुळे आणि मी एवढेच म्हणू शकेन की तो इथल्या जीवनाशी समरस झाल्याने. तात्यासाहेब केळकरांना मी उत्तर दिले होते. एकदा त्यांनी मला विचारले, तुम्ही इथे आले असताना, इथे हे खेडगाव, इथे तुमची वाचनाची भूक भागते तरी कशी? तुम्हाला इतक्या गोष्टी सुचतात, कादंबऱ्या सुचतात, त्या सुचतात कशा? मी त्यांना सांगितले, मी नेहमी एक पुस्तक वाचत असतो. रात्रंदिवस माझे चिंतन त्या पुस्तकाचे चाललेले असते. त्यांनी विचारले, या

पुस्तकाचे नाव काय? मी त्यांना सांगितले, या पुस्तकाचे नाव शिरोडे. दुसरे पुस्तक नाही. हे शिरोड्याचे आणि माझे नाते आहे. अशा नात्याचे नाजूकपण असे असते. त्यात अधिक बोलणे इष्ट नसते. म्हणून तुम्ही सर्वांनी या ठिकाणी मोठ्या प्रेमाने माझ्याविषयीचा जो आपल्या मनातला आपुलकीचा भाव दाखविला त्याबद्दल मी अत्यंत आभारी आहे.

मी केले फार थोडे या गावासाठी. धडपडलो, अठरा वर्षे शाळा चालवली. काही मनामध्ये संकल्प बाळगले होते. काही तडीला गेले, काही गेले नाहीत; पण माझ्या हातून काही फार मोठे घडले असे मला कधी वाटले नाही. मी आपल्याला सांगतो, करायचे फार राहिले होते, अजूनही राहिले असेल; पण एवढे खरे की मी गावाला जे प्रेम दिले आणि गावाने जे खरे प्रेम केले, ते प्रेम किती मोठे आहे त्याचा प्रत्यय आज आणून दिलात. मी प्रकृतीने जरी दुर्बल झालो असलो तरी तुमच्यासारख्यांनी व्यक्त केलेले हे प्रेम मला संजीवक होईल. मला अधिक आयुष्य देईल आणि जे काही 'उल्का', 'दोन ध्रुव' यांच्यानंतरचे माझे अनेक संकल्प राहिले असतील, ते पुरे होतील. या प्रेमाच्या बळावर अशी मी आशा बाळगून आहे (टाळ्या). पण प्रेमामध्ये हा एक गुण असतो उत्साह देण्याचा, प्रोत्साहन देण्याचा, संजीवन देण्याचा गुण असतो आणि हे सगळे बोलत असताना आजचे शिरोडे मी पाहतो ते पुन्हा माझ्या मनामध्ये प्रश्न निर्माण करते, एवढे तुम्हाला सांगायचे आहे. कदाचित माझे मनच तसे बनून गेले असेल. त्याला स्वस्थ बसवत नाही. आजचे हे शिरोडे पाहताना, शाळेचा विस्तार झालेला आहे, गाव बदललेले आहे, वीज आलेली आहे, त्या वेळेला ज्या अनेक सोयी नव्हत्या, त्या झालेल्या आहेत. त्या वेळेला आम्ही एखादा बाहेरचा शिक्षक आणायला निघालो तर तो आम्हाला विचारत असे- तिथे सोयी काय काय आहेत, सिनेमा थिएटर आहे की नाही... आता आम्ही सांगू शकतो आहे म्हणून. काही हरकत नाही. दररोज सिनेमा बघणार असाल तरी आमची हरकत नाही; परंतु अशा प्रकारचे प्रश्न विचारले जात असत. सुखसोयींच्या कल्पना निराळ्या होत्या त्या काळी आणि त्या बदलल्या असे मला म्हणायचे नाही. परंतु एवढे खरे, आपले शिरोडा जे आता खेडे होते ते आता थोडेसे शहराळले आहे. ते व्यवस्थित सुंदर शहर बनावे अशी माझी इच्छा आहे. नीटनेटके शहर व्हावे अशी इच्छा आहे. पण ते फार मोठे शहर व्हावे ही मात्र इच्छा नाही हे मी आपल्याला सांगतो.

कोकणची आपली खेडी लहान लहान टुमदार शहरे बनावीत. त्या त्या परिस्थितीप्रमाणे, लोकसंख्येप्रमाणे, उद्योगधंदे वाढतील त्याप्रमाणे, पण त्यांची जर फार मोठी शहरे बनली तर मला असे वाटते की हे या तुमच्या मनाचे जे मोकळेपण आहे, तुमच्या मनामध्ये सृष्टीविषयी जी आपुलकी आहे, निसर्गाशी तुमचे जे नाते

आहे ते सगळे तुटून जाईल. सगळ्या जगामध्ये अनेक प्रश्न उत्पन्न झाले आहेत. बाहेरसुद्धा आम्ही सांगतो. तर सगळ्या जगापुढे जे विवंचनेचे प्रश्न आहेत, ते आज ना उद्या आपल्या देशापुढे उभे राहणार आहेत. त्यातून हा प्रश्न उभा राहणार आहे की, मोठी शहरे झाली की मोठी शहरे माणसांचा कोंडमारा करायला लागतात. विशेषतः मला भीती वाटते की भावनांचा कोंडमारा होईल की काय? शहरामध्ये मनुष्य आपल्या उद्योगामागे असा धावतो, धावपळत असतो, अशा लगबगीत तो असतो की त्याला विचार करायला वेळ नसतोच. आणि विचार करायला वेळ नाही असे म्हटले म्हणजे भावना त्याची जागी होत नाही. कुठल्याही करुण दृश्याकडेसुद्धा तो पाहू शकत नाही. शहरांची निंदा मला करायची नाहीये. मी तुम्हाला सांगतो, पण त्याचबरोबर मला हे सांगायचे आहे की पाश्चिमात्य संस्कृती आपण उचलत असताना तिच्यातले आपणाला काय उपकारक आहे, अपकारक याची जाणीव आपल्याला झाली पाहिजे. अंधानुकरण नको आहे. अजून आपण अंधानुकरण सोडलेले नाही आणि त्यामुळे आपला पोशाख, आपले वागणे, बोलणे, लिहिणे या सर्वांवरती पाश्चात्त्य संस्कृतीची छाप आहे. मघाशी गडकऱ्यांनी लेखकांच्या संबंधाने नवा प्रश्न उपस्थित केला. त्याची मुळे शोधावी लागतील तर तिकडे शोधावी लागतील. ती मुळे इथे नाहीयेत, हे त्याचे कारण.

ही भूमी, इथली माणसं- बरीवाईट कशी असतील तशी- त्यांची सुखदुःखे, त्यांची स्वप्ने, त्यांच्या आकांक्षा, त्यांच्या मर्यादासुद्धा; हे सगळे लक्षात घेऊन जर आपण लिहायला लागलो तर ते लिहिणे आपल्या लोकांच्यापर्यंत जोऊन पोहोचू शकते. ते त्यांना आवाहन करू शकते, त्यांना जागे करू शकते; परंतु ज्यांची पाळेमुळे इथे नाहीत, अशा प्रकारचे लेखन आपण कितीही नटविले, सजविले, त्यांना नाना प्रकारच्या नव्या प्रसाधनांची जोड दिली, तरी शेवटी ते वरवरचे होते. ती कागदी फुले होतात. जिवंत फुले होत नाहीत. त्यांना रंगरूप, वास काही असत नाही. ती नुसती शोभेची फुले, ठेवण्याची फुले होत असतात. तेव्हा आपल्याला जगायचे आहे. त्यापुढचे जे जीवन आपल्याला काढायचे आहे.

मी आलो त्या काळाला ५० वर्षे झाली. इथेच सभा झाली होती १९२१ मध्ये. आता आम्ही बसलो आहो तिथेच सभा झाली होती वेंगुर्ल्याच्या मामलेदारांच्या अध्यक्षतेखाली. शाळेची इमारत बांधण्याचा प्रश्न सुरू झालेला होता. गावातल्या एका वृद्ध गृहस्थाने असे सांगितले, मोठ्या सद्भावाने सांगितले की, खांडेकर हा तरुण गृहस्थ आहे. त्यांना या जगाचा अनुभव नाही, या गावामध्ये पूर्वी पाच-सात, सात-आठ शाळा काढण्याचा प्रयत्न झालेला आहे. त्या सगळ्या बुडालेल्या आहेत. या गावात शाळा चालणे शक्य नाही, टिकणे शक्य नाही. तेव्हा खांडेकरांनी आपला गाशा गुंडाळावा. मुकाट्याने जावे. या भानगडीत पडू नये. त्या दिवशी रात्री

मी अस्वस्थ होतो मनामध्ये. त्या गृहस्थाने सांगितलेले हे केवळ पाय मागे ओढण्याकरता सांगितले नव्हते. काही एक अनुभव होता त्याच्या पाठीमागे. ते माझ्या लक्षात आले; परंतु मी असा विचार केला की या खेड्यामध्ये जे चित्र आहे तेच देशातल्या साऱ्या खेड्यांमध्ये असणार. कुठेही गेलो तरी आपल्याला या प्रश्नाला तोंड द्यावे लागणार. तेव्हा या ठिकाणी आपण उभे राहायचे. कितीही संकटे आली, विरोध झाला तरी उभे राहायचे. शाळेत शेवटचा मुलगा असेपर्यंत व आपल्याला शिकवायचे सामर्थ्य असेपर्यंत. ही शाळा उभी राहिली पाहिजे तर आपण तिथे राहिले पाहिजे. सैनिकांचे काम हे आहे की आपले हातातील निशाण सोडता उपयोगी नाही. लढाई आपण हरतो की जिंकतो हा मुद्दा नाही; पण आपले निशाण सोडायचे नाही. आपली जागा सोडायची नाही. सुदैवाने माझ्या या ईर्षेला सहकार्य देणारे बाबूराव दळवी, घनश्याम आजगावकर, शिनारी मास्तर ही मंडळी मिळाली आणि आम्ही नेटाने उभे राहिल्यावर शाळा उभी राहिली. एवढेच नव्हे, तर शाळा वाढली. त्या शाळेच्या तीन शाळा झाल्या. सर्व काही पार पडले. सुरळीत झाले. जसा संसार वाढावा तसे ते वाढत गेले; पण मला आपल्याला सांगायचे आहे या निमित्ताने की, ही आठवण मी का सांगितली हे मी आपल्याला सांगतो.

आपल्या जीवनामध्ये, भारतीय जीवनामध्ये संस्थाजीवन अजून मुरलेले नाही. रक्तात मुरलेले नाही. आम्ही संस्था काढतो, चालवितो; पण त्या पिढ्यान्‌पिढ्या त्याच पद्धतीने चालविण्याची कुवत आपल्यामध्ये नाही. मी नाव घेऊन सांगत नाही; पण पुण्यातल्या एका मोठ्या कॉलेजची स्थिती अशी होती की त्या कॉलेजला जमेपेक्षा खर्च जास्त व्हायला लागल्यावर महापुरुषांच्या पदस्पर्शाने पुनीत झालेली ती संस्था- कारण त्या कॉलेजचे जनक महापुरुष होते- ती इमारत विकून टाकावी आणि खर्चाची तोंडमिळवणी करावी अशा प्रकारच्या सूचना आल्या होत्या. दहा-वीस वर्षे होऊन गेली; परंतु गेल्या दहा-वीस वर्षांमध्ये जी परिस्थिती बदलायला लागली आहे त्याच्यामध्ये हे बरे चालले आहे. संस्था चालवल्या पाहिजेत. पिढ्यान्‌पिढ्या चालवल्या पाहिजेत आणि ज्यांचे आम्ही वारसदार आहोत त्यांचा वारसा हक्काने, उजळ माथ्याने सांगता यावा, अशा तऱ्हेने चालविल्या पाहिजेत. कदाचित त्याला संकटे येतील जातील. दुःख भोगावी लागतील, पण संस्थाजीवन हे आपल्या देशामध्ये राहायला आले आहे. जी लोकशाही आपण आणणार असे म्हणतो, आणली आहे असा दावा करतो; परंतु आपल्या रक्तात मुरली नाही ती लोकशाही मुरायची असेल तर तिला संस्थाजीवन हे पोषक आहे. संस्था जर चालवायच्या असतील तर तुमच्या आमच्या हाडीमासी खेळलेले जे दुर्गुण आहेत, ते आपणाला फेकून दिले पाहिजेत, ते बाहेर काढले पाहिजेत. अर्थात या संस्थाजीवनामध्ये नेहमी एक गोष्ट लक्षात ठेवली पाहिजे की, व्यक्तीला स्वतःचे आपले मोठेपण,

आपले ढढ्ढाचार्यपण सोडून द्यावे लागते. ते सोडून देऊन ती संस्था गावाला उपकारक आहे असे ठरले की त्या संस्थेला मदत करणे, एवढे आपले काम आहे.

या इथे जमलेल्या सर्व प्रौढ नागरिकांना मी नम्रपणाने एवढे सुचवू इच्छितो की, मी आज सकाळी इथले ग्रंथालय पाहून आलेलो आहे. शाळांची माहिती मला आहे. आजगावपासून सगळ्या या परिसरात चाललेल्या सर्व संस्थांची मला कल्पना आहे. या सगळ्या संस्था या तुमच्या आमच्या मुलांना, नातवंडांना, पतवंडांना पुढे नेणाऱ्या आहेत. त्यांचे जीवन सुखी-समृद्ध करणाऱ्या संस्था आहेत. त्या अगदी पूर्ण असतील असे मला म्हणायचे नाही. त्यांच्यात अनेक दोष असतील. त्या पूर्ण कशा करायच्या हे पाहणे तुमचे-माझे काम आहे. त्याकरता यात तुम्ही-आम्ही लक्ष घातले पाहिजे; पण त्यांचा चालता गाडा अडेल, त्याला खीळ बसेल असे तुमच्या-आमच्या हातून घडता उपयोगी नाही. संस्था चालविणारी माणसे हीच त्या संस्थांची चालक असली पाहिजेत. त्यांनीच त्या संस्था जास्तीत जास्त चांगल्या रीतीने कशा चालतील, जास्तीत जास्त समृद्ध कशा होतील, जास्तीत जास्त अद्ययावत कशा होतील आणि जास्तीत जास्त आपले हे नागरिक जीवन सुसूत्र कसे करू शकतील, हे आपण पाहिले पाहिजे. आणि ते पाहायचे तर एक गोष्ट आपल्याकडे असली पाहिजे. त्या गोष्टीविषयी दोन शब्द मी मुद्दाम आपल्याला सांगणार आहे की, आपण भारतीय लोक आहोत ना, ते स्वभावाने तसे फार थंड, शांत आहोत. अति भांडखोर नाही एवढे खरे. लहान लहान भांडणे आम्ही पुष्कळ भांडतो. मोठ्याने अस्तन्या वर कराव्यात आणि मारामारीला सुरुवात करावी, अशी काही आपली इच्छा नसते. पुष्कळ वेळा लोकांचे भले व्हावे अशी आपली इच्छा असते. आपण म्हणतो, जगाचे भले होवो. होवो म्हणजे परस्पर झाले तर होवो, असा त्याचा अर्थ आहे. जगाचे भले आपल्याला करायचे आहे. कुणी करायचे आहे हा खरा प्रश्न आहे ना. केशवसुत सांगून गेलेले आहेत, 'जे शिकलो शाळेमाजी, अद्या हृदयी टीप तया, द्वितीय पुरुषी हे, जो, जी, प्रथम पुरुष तो सोडुनीया.' जे जे ते करायचे आहे म्हणून ते द्वितीय पुरुषावर- तू तुम्हीवर सोडावे. मी आम्ही काही त्याच्यात करणार नाही आहोत. मला हा पुरुष बदलायचा आहे, एवढेच सांगतो. भारतीय जीवनातला हा पुरुष बदलला पाहिजे. हा द्वितीय पुरुषी 'तो, जो' नको. तो प्रथम पुरुष झाला पाहिजे. जे काही बदलायचे आहे, जे काही घडवायचे आहे ते मी केले पाहिजे. ते माझे काम आहे. मी या गावाचा रहिवासी आहे. मी या देशाचा नागरिक आहे. मी या समाजाचा घटक आहे. या नात्याने ते तुम्हा आम्हाला करता आले पाहिजे.

शिक्षणामध्ये, मुलांच्या मनामध्ये हे अगदी भिनले पाहिजे, की आपण शिकतो हे स्वतःचे पोट भरण्याकरता शिकतो आहे हे खरे आहे. जरूर पोट भरले पाहिजे माणसाने. पोट भरण्याकरता विद्येचा उपयोग केला पाहिजे, पण पोट भरण्याकरता

विद्येचा उपयोग झाल्यानंतर समाजाचे आपले काही ऋण असते ते आपण दिले पाहिजे, ही जाणीव विद्यर्थिदशेत मुलांच्या मनावर कोरली गेली पाहिजे. या देशाचे स्वच्छ वास्तव असे चित्र जर आपण काढले, तर आपल्या लक्षात येईल की शेकडा दहा टक्के लोकच सुशिक्षित, सुसंस्कृत, संपन्न, समृद्ध असू शकतील. नव्वद टक्के लोकांचे जीवन अजून अनेक प्रकारच्या अभावाने ग्रासलेले आहे. भाकरीच्या अभावापासून ते संस्कृतीच्या अभावापर्यंत सर्व प्रकारचे अभाव या जीवनामध्ये आहेत. कला साहित्य वगैरे गोष्टी एका बाजूला कुठे तरी नांदतात, फुलतात; परंतु त्यांचा सुगंध काही समाजाच्या खालच्या थरापर्यंत जाऊन पोहोचू शकत नाही. मधली आणि वरपासून तळापर्यंत अशी समाजाची आपल्या रचनाच झालेली नाही. शिक्षण असो, संस्कृती असो, कला असो, साहित्य असो, सौंदर्य असो, समाजप्रेम असो या गोष्टी वरपासून खालपर्यंत सर्वांना मुक्तद्वाराने, मुक्तहस्ताने मुबलकपणाने मिळतील अशा प्रकारची रचना झालेली नाही अजून. आपल्याला ही रचना करायची आहे. काम फार मोठे आहे आणि हे काम फार मोठे आहे म्हणून मी तुम्हाला सांगतो की तुम्हा-आम्हाला आपल्या भावना सतत जागत्या, जळत्या ठेवल्या पाहिजेत. सतत उघड्या डोळ्यांनी समाजाकडे पाहत गेले पाहिजे आणि अगदी आपण अल्प आहोत, लहान आहोत, हे मी मान्य करून असे सांगतो, शेजाऱ्याचे दुःख नाहीसे करण्याकरता आपल्याला काय करता येईल याचा विचार तरी तुमच्या मनामध्ये आला पाहिजे. भले व्हावे असे आपण म्हणतो ना, त्या वेळेला खरोखरच आपली सदिच्छा असते; पण त्या सदिच्छेमध्ये एक मोठे वैगुण्य असते की सर्वांचे भले व्हावे म्हटले म्हणजे सर्वांकरता, एका व्यक्तीकरता किंवा कोणाकरता तरी काही आपण केले पाहिजे याची जबाबदारी आपल्यावर असते. तेव्हा ही गोष्ट पहिल्यांदा लक्षात घेतली पाहिजे तुम्ही-आम्ही की, तुमच्या-आमच्यावर, सर्वांवर ही जबाबदारी आहे की समाजाचे भले होवो, समाज बरा होवो, समाजाची प्रगती होवो. याचा अर्थ असा आहे की त्या प्रगतीला माझा स्वतःचा हातभार लावला पाहिजे. लागला पाहिजे व तो प्रत्यक्ष लावला पाहिजे. नुसत्या शब्दांनी लागता उपयोगी नाही. त्याकरिता मनामध्ये ज्योत उजळावी लागते. ती ज्योत जर उजळली नाही, तर मनुष्य कितीही श्रीमान असो, मनुष्य कितीही विद्वान असो, तो समाजाला उपयुक्त होऊ शकत नाही. तो आपल्या विद्वत्तेच्या मस्तीत राहील, तो आपल्या श्रीमंतीच्या मस्तीत राहील; परंतु तो माणूस होणार नाही, हे मी आपल्याला सांगतो.

ज्योत जी उजळावी लागते ती माणुसकीच्या तेलाने सतत जळत राहते. ती ज्योत तुमच्या-आमच्या मनामध्ये सतत जळत राहिली पाहिजे. जागी राहिली पाहिजे. तिच्या प्रकाशामध्ये तुम्ही-आम्ही जीवनाचा अर्थ शोधला पाहिजे. अर्थ तेव्हाच लागतो जीवनाचा, की ज्या वेळेला त्या दिवटीच्या प्रकाशात आपण

वाटचाल करायला लागतो. मग तुम्हा सर्वांना लक्षात येईल की जगामध्ये गरीब लोक किती आहेत, दैन्य किती आहे, दुःख किती आहे, व्याधी किती आहेत आणि त्या नाहीशा करायच्या असतील तर तुमचा-आमचा सर्वांचा हातभार त्याला लागण्याची जरुरी किती आहे आणि ते दुःख दूर करायचे असेल तर त्याच्याकरता कोणते मार्ग आपल्याला उपयुक्त आहेत. मग मार्गाचा शोध; पण मार्गाचा शोध घ्यायचा तो पहिल्यांदा त्या ज्योतीच्या प्रकाशात घ्यायला पाहिजे. तेव्हा मी तुम्हा सर्वांना नम्रपणाने हे अगदी सांगू इच्छितो की, तुमचे माझ्यावरील प्रेम मी कधीच विसरू शकणार नाही.

मी आरोग्याच्या बाबतीत दुर्दैवी असलो तरी इतर सर्व बाबतींत सुदैवी मानतो. मला आयुष्यात फार स्नेह मिळाला. फार प्रेम मिळाले. फार मित्र मिळाले आहेत. नाना तऱ्हेचे. त्याचप्रमाणे आयुष्यामध्ये अतिशय आनंद मिळालेला आहे. माझ्या या शिरोड्याने नुसत्या निसर्गसौंदर्याचा केवढा मोठा खजिना माझ्या मनामध्ये ठेवला आहे, त्याची कल्पना तुम्हाला करता येणार नाही. सृष्टिसौंदर्याचा आनंद मी लुटलेला आहे. साहित्याचा लुटलेला आहे. कलेचा लुटलेला आहे. नाना प्रकारच्या कलांचा लुटलेला आहे. मी स्वतःला दुःखी समजत नाही. अभागी समजत नाही. काही समजत नाही. जरी सदैव मला व्याधींशी झगडत राहावे लागले आणि त्या व्याधींनी मला मनाप्रमाणे मनसोक्त लिहू दिले नाही, तरी मी समजतो तसे नाही. मी फार सुदैवी समजत आलो आहे आणि म्हणून मला तुम्हाला सर्वांना सांगायचे आहे की मी शिरोड्याला आलो, शिक्षक झालो, लेखक झालो म्हणून बाहेर थोडेसे नाव झाले. थोडासा जादा आनंद झाल, ही गोष्ट खरी. तो झाला नसता तरी तोच शिक्षक राहिलो असतो. इथेच राहिलो असतो आणि आज मी बोलतो आहे हेच तुम्हाला सांगत राहिलो असतो. लेखक झाल्याने एवढेच घडले की माझ्यातल्या शिक्षकाला जे वाटत होते, कोणत्या तरी मार्गाने का होईना हे बदलण्याचा प्रयत्न आपण करायला पाहिजे, तो बदलण्याचा मार्ग माझ्या पद्धतीने मला जी काही शक्ती मूलतः होती त्या शक्तीचा उपयोग करून मला साधता येईल, असे मला वाटले नाही. म्हणून मी लेखनाच्या मार्गाने गेलो; पण तुम्ही आम्ही ही ज्योत जिवंत, जागती ठेवली पाहिजे असे ज्या वेळेला मी म्हणतो, त्या वेळेला त्याचा अर्थ हा एकच आहे की तुम्ही-आम्ही जीवनामध्ये थोडेसे अंतर्मुख झाले पाहिजे. थोडेसे चिंतन केले पाहिजे.

आज अडचण कोणती मोठी झालेली आहे आपली की, विसाव्या शतकाच्या प्रारंभाला माझं लहानपण, ज्या वेळी अगदी मी विद्यार्थिदशेत होतो, त्या वेळेला विज्ञानाचे मोठे कौतुक वाटायचे. पाश्चात्त्य देशांत नवनवे शोध उत्पन्न होत होते. ते केव्हा तरी, कसे तरी येऊन आमच्या किनाऱ्याला लागायचे. मला आठवते,

लहानपणी मी ज्या वेळी फोनोग्रामची पहिली तबकडी ऐकली, त्या वेळेला काय आनंद झाला. गंमत वाटली. आज त्याचे कौतुक वाटणार नाही तुम्हाला; कारण घरोघर रेडिओ ऐकू येत असताना फोनोग्रामचे कौतुक काय वाटणार? आणि त्या तबकडीचे कौतुक काय वाटणार? कारण ती वेळ अशी होती. विज्ञान हे आपल्या मदतीला येणार, विज्ञान नाना प्रकारची सुखे घेऊन येणार, नाना प्रकारच्या सोयी घेऊन येणार आणि या साऱ्या जगाची कळा पाच-पन्नास वर्षांत आपण पालटून टाकणार, असा भ्रम माझ्यासारख्या सामान्यांना नव्हे तर त्या काळच्या प्रौढातल्या भल्याभल्याला झालेला होता. १९१० ते १९२० या वर्षांतले जर आपण पाश्चात्त्य लेखन पाहिले, पहिल्या महायुद्धापूर्वीच्या काळातले, तर आपल्याला असे वाटेल की आता स्वर्ग स्वर्ग ज्याला म्हणतात तो पृथ्वीवर अवतरायला आलेला आहे. फक्त आपले विज्ञानातले शोध पुरे झाले की आपला स्वर्ग अवतरणार असे वाटायला लागले. विज्ञान ही मोठी शक्ती आहे आपल्याजवळ. विज्ञानावर माझी श्रद्धा आहे. विज्ञानावर माझी श्रद्धा असली तरीसुद्धा विज्ञान मानवाला सुखी करील की नाही याची उत्तरे गेल्या सत्तर वर्षांत आपल्याला मिळालेली आहेत. पूर्वी महायुद्धाने ती आपल्याला पूर्णपणे दिलेली आहेत व आज आपल्या देशात बांगला प्रकरण सुरू झाल्यापासून आपण जे अनुभवतो त्यामध्ये पुन्हा सर्व उत्तरे मिळाली आहेत. आज आपल्याला काय आढळून येते?

पहिल्या महायुद्धानंतर लीग ऑफ नेशन्स स्थापन झाली. तिला काही धडपडता आले नाही म्हणून युनो स्थापन झाली. युनो स्थापन झाल्यानंतर आज जी स्थिती आहे ती हीच आहे की, भले होवो, चांगले होवो, जगात शांती नांदो अशी म्हणणारी राष्ट्रे शांती नांदण्याकरता जे करायला पाहिजे ते करायला तयार होत नाहीत. तेव्हा विज्ञानाने, नुसत्या विज्ञानाच्या शोधाने हिरोशिमा दग्ध करता येतो हे खरे आहे. ते शोध चांगले असू शकतात. तुम्हा-आम्हाला उपकारक असू शकतात. त्यांनी तुमच्या-आमच्या आयुष्यमर्यादा वाढविल्या, व्याधी कमी केल्या ही गोष्ट खरी आहे; पण केवळ विज्ञानाने मानव सुखी होणार नाही. विज्ञानावर पूर्ण श्रद्धा ठेवून आपल्याला चालणार नाही. इतकेच नव्हे तर केवळ बुद्धीवर भर टाकूनही माणसाला जगता येणार नाही. बुद्धी ही कोरडी चीज आहे. त्या बुद्धीला ओलाव्याची जरुरी लागते. बुद्धीला भावनेची जोड सतत असल्याशिवाय बुद्धी ही जशी समाजाला उपकारक व्हायला हवी तशी ती होऊ शकत नाही. म्हणून शिक्षण देताना, साहित्य लिहिताना, जीवन जगताना केवळ आपण बुद्धीवर सर्व भर देता उपयोगी नाही. तर त्या बुद्धीबरोबर भावना उजळून कशा निघतील, त्या भावनांचे निकटचे जे नाते आहे, तुमच्या आमच्या सर्वांचे ते नाते आहे. माणसाचे स्वतःशी जे नाते आहे, कुटुंबाशी आहे, समाजाशी आहे, देशाशी आहे, बाहेर सर्वत्र पसरलेल्या मानवतेशी

आहे व त्याच्या पलीकडच्या विश्वाशी व विश्वचालक शक्तीशी आहे. त्या सगळ्या नात्यांचा तुम्हाला विचार करता यायला पाहिजे. हा विचार एके काळी आपल्या संतांनी आपल्या पद्धतीने केला.

काळ बदलला, विज्ञान आले. भोवतालचे जग तुमचे आमचे बदलायला लागले. आता पुन्हा तुम्हा आम्हाला हा विचार नव्याने करायचा आहे. तो नव्याने विचार करताना एक गोष्ट लक्षात ठेवू या आपल्या की, दोन्ही बाहूंनी तुम्ही विज्ञानाचा स्वीकार करा. तो स्वीकार करताना एक गोष्ट लक्षात ठेवा की विज्ञानाच्या झंझावाताने अंतःकरणातला माणुसकीचा दिवा विझवू देऊ नका. माणुसकी तिथे जिवंत राहिली पाहिजे. माणसाला माणसाविषयीची करुणा वाटते, माणसाला माणसाविषयीची आपुलकी वाटते, तो मनुष्य म्हणजे मी आहे असे वाटून विचार करण्याची शक्ती माणसाला दिली आहे, ती शक्ती जिवंत राहिली पाहिजे. ती शक्ती माणसामध्ये जिवंत राहिली म्हणजे तो मग मनुष्य कोणी असो. तो हमाल असो नाही तर तो मोठा मंत्री असो- आपल्या स्थानाला अनुरूप अशा ठिकाणी तो राहील, काम करील. आणि ते काम करत असताना दुसऱ्या मनुष्याच्या कसे उपयोगी पडायचे, त्याचे दुःख कसे हलके करायचे, हे तो जाणू शकेल. हे जाणणे म्हणजे खरोखर माणसाने माणसासारखे जीवन जगणे आहे. तो आपली सगळी धडपड आपले सगळे शिक्षण, आपल्या सगळ्या संस्था, आपली सगळी प्रगती या सर्वांचा अर्थ एकच आहे की, आपण माणसाला माणसाशी माणसाप्रमाणे वागवण्याचा प्रयत्न करणार आहोत. हा जर प्रयत्न करायचा तर तुम्ही आम्ही सर्वांनी एक गोष्ट लक्षात ठेवली पाहिजे की, मला माणूस व्हायचे आहे. मी अजून पूर्ण मनुष्य झालो नाही. मला माणूस व्हायचे आहे आणि माणूस होण्याकरता ज्या ज्या गोष्टी आवश्यक आहेत त्या प्रसंगविशेषी त्यांचा त्रास जरी मला होत असला, प्रसंगी त्यांच्याकरता मला कष्ट भोगावे लागत असले, त्याग करावा लागत असला तरी माणूस होण्याकरता मी तयार आहे.

माझ्या साहित्याविषयी मला काही विशेष सांगायचे नाही. पन्नास वर्षे लिहीत राहिलो, पन्नास वर्षे टीकाकार टीका करत गेलेले आहेत. मी तुम्हाला एवढेच सांगू शकेन फार तर, पेशवाईत साडेतीन शहाणे होते. त्यात तीन शहाणे व अर्धा शहाणा असे फरक होते. साहित्यिकात अर्धे साहित्यिक फार असतात. पूर्ण साहित्यिक क्वचित असतो. मी अर्धा आहे की नाही याचीही मला खात्री नाही. मला पाव साहित्यिक, एक अष्टमांश साहित्यिक, तुम्ही काहीही मानले तरी माझी हरकत नाही. मला माझ्या साहित्यासंबंधाने कुठलाही दावा करायचा नाही. ते लिहिताना त्याने मला अत्यंत आनंद दिला. ते तुमच्यापर्यंत पोचले तेव्हा त्याने तुम्हा सर्वांना आनंद दिला. याच्यामध्ये मी तृप्त आहे, समाधानी आहे. माझ्यातल्या साहित्यिकाच्या

काही अपेक्षा नाहीत; पण माझ्यातल्या शिक्षकाच्या, माझ्यातल्या माणसाच्या अपेक्षा आहेत. त्या मात्र फार मोठ्या आहेत आणि त्या जर आपल्याला पार पाडायच्या असतील तर तुम्हा-आम्हाला या संक्रमण काळामध्ये पुन्हा एकदा मागे वळून आपण वाट तर चुकलो नाही ना, ज्या वाटेने जायचे ती वाट बरोबर आहे ना, कशा कशाचा मेळ आपल्याला जीवनामध्ये घातला पाहिजे, याचा पुन्हा विचार केला पाहिजे. विचार करायला शिकणे ही गोष्ट या देशामध्ये अत्यंत आवश्यक आहे, ती अजून घडलेली नाही हे तुम्हाला मला सांगायचे आहे. मूठभर लोक तुमच्या आमच्याकरता विचार करतात आणि त्यांच्या विचारांची आपण पोपटपंची करतो. ती करणे थांबविले पाहिजे. ते थांबवायचे असेल तर शिक्षण तेवढेच सकस झाले पाहिजे आणि माणसेही तेवढी मनाने दमदार झाली पाहिजेत.

लोकशाहीमध्ये माझे स्वतःचे मत मी मांडीन आणि अल्पमतात असलो तर बहुमताचा निर्णय मी मानेन; पण माझे मत मी मांडल्याशिवाय राहणार नाही. मला हे असे वाटते म्हणून मी सांगतो. इथपर्यंत आपण येऊन पोहोचलो तर आपल्या देशाचे भवितव्य उज्ज्वल आहे. आज आपण ज्या तऱ्हेने मतदान करतो, ज्या तऱ्हेने लोकशाही, समाजवादाची पोपटपंची करतो, ज्या तऱ्हेने समाजाचे भले व्हावे असे म्हणतो, त्या तऱ्हेने फार लवकर या गोष्टी होणार नाहीत. मला आपल्याला सांगायचे आहे की पूर्वीच्या सगळ्या भिंती आपल्याला पाडून टाकायच्या आणि ज्या ज्या ठिकाणी अर्थात मध्ये नदी आडवी आली असेल तिथे पूल बांधायचा. तोडायचे काही नाही. आपल्याला जोडायचे आहे, एक व्हायचे आहे हे लक्षात ठेवले पाहिजे. देशामध्ये आज एकतेचे चित्र नाहाये, ते निर्माण करायचे आहे. जे निर्माण करायचे त्याची सुरुवात तुमच्या खेड्यापासून झाली पाहिजे. तुमच्या खेड्याच्या शाळेपासून झाली पाहिजे.

मी जे आता बोललो हे सर्व तुम्ही लक्षात घेतले तर मला काय हवे आहे हे तुमच्या लक्षात येईल. ते होणे हे अवघड काम आहे हे मी जाणतो. मी झालो आहे पुरा असे आज सांगू शकत नाही, इच्छित नाही. फार अवघड काम आहे हे. अवघड काम करण्यामध्येच माणसाच्या जीवनाचे सार्थक आहे, अशी माझी श्रद्धा आहे. म्हणून मी या गोष्टी तुमच्यापुढे मांडल्या. माझी एकच इच्छा आहे- तुम्ही सर्वांनी जसे माझ्यावर प्रेम केले त्याप्रमाणे या गावामध्ये सार्वजनिक हिताच्या ज्या ज्या काही संस्था आहेत त्या त्या संस्थांवर सदैव प्रेम ठेवावे. त्या वाढीला लागतील, मोठ्या होतील अशा प्रकारची त्यांना मदत करावी आणि शिरोडे हे गाव असे आहे की केवळ खांडेकरांचे शिरोडे नव्हे तर महाराष्ट्रातले एक आदर्श नगर, लहानसे शहर म्हणून लोकांनी या खेड्याकडे यावे, अशी परिस्थिती निर्माण करा. श्रीमाउलीच्या कृपेने ते घडेल अशी माझी खात्री आहे. (टाळ्या). त्यामुळे मी आता अधिक बोलत

नाही. पुन्हा आपल्याला सांगतो की कोकणातला पाऊस जसा जोराचा आला म्हणजे धो धो येतो व चिंब भिजवून सोडतो, त्याप्रमाणे तुमचे प्रेमही पावसाला शोभणारे; त्याने मला चिंब भिजवून सोडलेले आहे. त्याबद्दल मी तुमचा शतशः कृतज्ञ आहे. (टाळ्यांचा कडकडाट).

◆

साहित्य हाच माझ्या आत्म्याचा उद्‌गार!

माननीय श्रीयुत मधुकरराव चौधरी, सत्कार समितीचे सर्व सन्मान्य सभासद, माझ्याविषयी गौरवपर भाषणे करणारे महाराष्ट्रातील नामवंत साहित्यिक आणि माझ्यावर आणि माझ्या लेखनावर प्रेम करणाऱ्या रसिक बंधुभगिनींनो,

काय बोलावं ते कळत नाही अशा मनःस्थितीत मी आहे. उद्या कादंबरी लिहायची झाली आणि त्यात एखाद्या पात्रावर असा प्रसंग आला तर मी त्याचं चित्रण अगदी बारकाईनं करू शकेन. (हशा) परंतु या वेळी माझ्या मनामध्ये दोन मी आहेत. अन् खरं बोलायचं म्हणजे आज पंचाहत्तरी उलटल्यावर खरं बोलायला हरकत नाही. (हशा) मनुष्याला आपल्याविषयी बरं बोललेलं नेहमी हवं असतं. कुणी तरी आपल्यावर प्रेम करावं, आपल्याला जवळ करावं असं नेहमी वाटत असतं. त्यामुळे जे बरं बोललं गेलं आत्ता इथं, बरं म्हणजे नुसतं बरं नाही काही... फार चांगलं, उत्कृष्ट वगैरे असं होतं (हशा) ते ऐकून माझं एक मन सुखावत होतं. पण दुसरं मन, तो मनातला मी हा माझा नेहमी जागा असतो, हा मला पुनःपुन्हा विचारीत होता : 'अरे बाबा, हे सारं खरं आहे का?' (हशा) याचा अर्थ माझे मित्र माझ्याविषयी जे बोलत होते ते खोटं होतं असा अर्थ बिलकूल करू नका. (प्रचंड हशा) पण एवढंच आहे, ते प्रेमानं बोलत होते. प्रेम आंधळं असतं असं मी या नामवंत साहित्यिकांविषयी विधान करू शकणार नाही, हे सगळे मोठमोठे टीकाकार आहेत. दुर्गाबाईंनी (दुर्गाबाई भागवत) आत्ताच स्वतःच्या टीकांचं वर्णन केलं. परंतु एवढं मात्र खरं की प्रेम उदार असतं. ते आंधळं असतं की नसतं हा मुद्दा निराळा. प्रेम नेहमीच उदार असतं. जे प्रेम उदार नसेल तर ते प्रेमच होऊ शकणार नाही. त्या औदार्यामुळे माझ्याविषयी जे बोललं गेलं ते सगळं एका बाजूनं खरं, एका

बाजूनं थोडंसं अतिशयोक्तीचं असं होतं. कारण मी माझ्याकडे स्वतःकडे पाहू लागलो म्हणजे मला असं वाटतं की मी कुणी तरी सांगली हायस्कूलमध्ये शिकत असलेला भाऊ खांडेकर नावाचा जो मुलगा होता तोच आहे. त्यानंतर शिरोड्यात खांडेकर मास्तर या नावानं शिक्षक असलेला जो गृहस्थ होता तोच आहे. त्यानंतर महाराष्ट्राला वि. स. खांडेकर या नावानं परिचित झालेला एक साहजिक लोकप्रिय लेखकांपैकी एक आहे. त्यापेक्षा मी काही निराळा झालेला आहे हे मला पटतही नाही, खरंही वाटत नाही. त्यामुळे असं काही तरी बोललं गेलं म्हणजे मग मला शेवटी असं वाटतं की देवाच्या मूर्तीला एकदा फूल वाहायचं ठरवलं म्हणजे शेवटी इतकी फुलं वाहिली जातात की त्या देवाची मूर्तीच दिसेनाशी होते. (हशा) आणि जे माझ्या हातून काही घडलं, बरं घडलं हे मला माहीत आहे.

मघाशी दुर्गाबाईंनी ज्या विद्यार्थ्याचा उल्लेख केला त्या विद्यार्थ्याचं नाव मुद्दाम आपल्याला सांगतो. 'डॉ. भिवा अर्जुन परब.' मोठा जिद्दी विद्यार्थी. मी त्याला मदत केली ती शिरोड्याहून पळून जाण्याच्या बाबतीत. (हशा) शिक्षकाला काय काय करावं लागतं हे लक्षात घ्या. (हशा) बाप वारलेला, आजोबा वृद्ध... गाडीवानाचा धंदा करणारा; मुलगा शाळेत शिकणारा... हुशार. आणि इंग्रजी चौथ्या/पाचव्या इयत्तेत असताना त्याचे लग्न करण्याचा घाट आजोबांनी घातला- त्या काळच्या पद्धतीप्रमाणे! हा विद्यार्थी रात्री माझ्याकडे आला. विचारू लागला, मी काय करू? म्हटलं या वेळेला तुला रामदास झालं पाहिजे. दुसरा उपाय नाही. (हशा) तू इथं राहिलास तर तुझे आजोबा हट्टानं तुझं लग्न लावतील आणि ते लग्न मी काही या गावात राहून एक मास्तर या नात्यानं मोडू शकणार नाही. ते माझं काही ऐकणार नाहीत. कारण आमची विद्येविषयीची कल्पना आणि त्यांच्या विद्येविषयीच्या कल्पना ह्या भिन्न. तर तू जा इथून. मी तुला पैसे देतो भाड्यापुरते, वाटखर्चाला उपयोगी पडतील असे... आणि पुढं जाऊन विद्या तुझ्या स्वतःच्या बळावर तुला करावी लागेल. त्याप्रमाणे दुसऱ्या दिवशी पहाटे तो निघून गेला... घरातून. चौकशी सुरू झाली. आजोबा माझ्याकडे आले. विचारलं, 'हा भिवा कुठं पाहिला का?' मी म्हटलं 'मला काही ठाऊक नाही.' (हशा) अर्थात माझ्या त्या खोटं बोलण्याची नोंद चित्रगुप्तानं काय केली असेल कोण जाणे (प्रचंड हशा) काय असेल ती शिक्षा भोगायला तयार आहे मी वेळ आली म्हणजे. त्या वेळी मी केलं ते योग्य केलं असं मला अजूनही वाटतं. आणि हा विद्यार्थी जिद्दीचा, माझ्याहूनही मनोबळ अधिक असलेला. त्यानं कुलाबा जिल्ह्यातल्या एका लहानशा शाळेत नोकरी धरली; तिथून मग मुंबईला आला. शिरोडकरांच्या शाळेत नोकरी केली. करता करता त्यानं बी. ए. व्हावं म्हणून मी धडपडत होतो. उपदेश करत होतो पत्रातून. तो बी. ए. झाला, एम. ए. झाला; संस्कृत घेऊन एम. ए. झाला. पाली घेऊन एम. ए. झाला. पीएच.

डी. झाला. 'मिस्ट्रीज इन वेदाज' या विषयावर त्यानं प्रबंध लिहिला- आणि त्याच्या त्या पीएच. डी.च्या सत्कार समारंभाच्या वेळेला हट्ट धरला की मला अध्यक्ष पाहिजेत ते खांडेकर मास्तर पाहिजेत. आणि मला मुंबईला जाऊन त्याच्या त्या सत्कार सभेचं अध्यक्षस्थान घ्यावं लागलं.

हे माझ्या जीवनात का आलं अन् कसं आलं हे मला कळलं नाही. अजूनही कळलं नाही... सांगतो. मला एवढंच कळलं की भिवाच्या जागी जर मी असतो तर मी घरून पळून गेलो असतो. लहानपणी लग्न करून संसाराची बेडी पायात अडकवून, विद्या थांबवून कुठे तरी ५/१० रुपयांवर नोकरी करत आणि आपल्या सगळ्या महत्त्वाकांक्षा जाळून घेत मी बसलो नसतो. हे कुठून तरी मला लहानपणापासून एवढंच कळायला लागलं की जे तुला बरं वाटतं ते दुसऱ्यालाही बरं वाटतं. जे तुला आवडत नाही ते दुसऱ्यालाही आवडत नाही. लहानपणी थोडंसं दारिद्र्याचं दुःख मला भोगावं लागलं. त्या दुःखानं पुढे मी इतका कळवळून गेलो की, मला दारिद्र्य बघितलं म्हणजे अस्वस्थता येई. कोकणात पहिल्यांदा दत्तक म्हणून गेलो. दत्तक घर तसं सुखासीन होतं. पण तुम्हाला सांगितलं तर खरं वाटणार नाही की मी त्या ठिकाणी रात्री झोपेवाचून काढलेल्या आहेत. कारण त्या खेडेगावात फिरल्यानंतर जी माणसं मी बघत असे, ती माणसं बघितल्यानंतर मला झोप येत नसे आणि असे वाटत असे की या लोकांच्याकडून आपण धान्य वसूल करतो, या लोकांच्याकडून आपण खंड घेतो, यांच्या जिवावर आपण आपल्या चैनी चालवतो. त्यांच्यासाठी आपण काय करतो? मरमर गुराढोरांसारखी माणसं राबतात आणि मी आता इथं दत्तक म्हणून आलो, ते हे करायला आलो का? का यापेक्षा मला आयुष्यात दुसरं काही करायचंय?

तेव्हा अशा आठवणी पुष्कळ सांगता येतील. त्या मी सांगत आता बसत नाही. तो प्रसंगही नाही. मला आपल्याला एवढंच सांगायचं आहे, मनुष्य जन्माला येतो तो काही विशिष्ट गुणधर्म घेऊन येतो. मनातून त्यातला जर मला सगळ्यात मोठा गुण कोणता वाटत असेल तर तो माणसाच्या मनातील संवेदनशीलता. माझ्या वाङ्मयात जर काही बरं असेल, माझ्या जीवनात जर माझ्या हातून बरं घडलं असेल, तर ते फक्त या संवेदनशीलतेकडून घडलेलं आहे. तिनं मला वेळीच जाणीव दिलेली आहे. वेळीच मदतीचा हात पुढे करायला लावलेला आहे. ही संवेदनशीलता नसती- आणि ती असते प्रत्येकामध्य- ती माझ्यामध्येच आहे... हा माझा विशेष होता असं मी सांगत नाही आपल्याला. साहित्य-प्रतिभा वगैरे शब्द वापरले जातात, मला त्याच्याशी काही कर्तव्य नाही. पण ही संवेदनशीलता मात्र मला लहानपणापासून होती आणि ती अनेकांना असते- पण ती अनेक लोक पुढे गमावतात. हा व्यवहार आहे. संसार असा आहे. जग असंच चालायचं. इथं असंच वागलं पाहिजे. इथं उदार होऊन चालत नाही. इथं प्रेम करून चालत नाही. प्रेमाला

प्रेम परत मिळतं असं नाही. मी नेहमीच विचारीत आलेलो आहे : प्रेम परत मिळालं नाही म्हणून हरकत काय? प्रेम करण्याचा आनंद काय थोडा आहे? निरपेक्ष प्रेम करण्याचा आनंद अत्यंत मोठा आहे. मी आपल्याला सांगतो- मग तुम्ही ते विद्यार्थ्यांवर करा, गुराढोरांवर करा, शेतीवर करा, समाजावर करा किंवा देशावर करा. तर हा एक जर माझ्यातला मला जाणवत आलेला विशेष जर सोडून दिला तर मी इतर चार लेखकांसारखा, काही तरी लेखन म्हणून घेऊन आलेला, मी एक सामान्य लेखक माझ्या पिढीतला... ही माझ्या मनातील समजूत कायम आहे. गुणवर्णन झालं म्हणून मी काही या समजुतीत फारसं अंतर पडू देणार नाही.

मी केलं काय शेवटी? पंचाहत्तर पावसाळे ओलांडले. शहात्तर म्हणा, सत्त्याहत्तरावा बघतो आहे... आणि तो पाऊस येईल अशी आशा आहे मला. (हशा) निदान मी सत्त्याहत्तर पावसाळे पाहिले असं म्हणण्यासाठी तरी हा पाऊस वेळेवर सुरू व्हावा एवढी माझी इच्छा आहे. (हशा) सत्त्याहत्तर पावसाळ्यातल्या कडाडणाऱ्या विजांच्या प्रकाशामागून मी कधी धावत गेलो का? नाही. महापुरात मी कधी उड्या टाकल्या का? नाहीत. अनेक गोष्टी मी केल्या नाहीत याची मला खंत आहे... जाणीव आहे. परंतु त्याबरोबरच एक गोष्ट मी केली आणि मग माझ्या आयुष्याकडे मी पाहिलं- म्हणजे मला जे वाटतं ते मी आपल्याला सांगतो : स्टिव्हनसनच्या कवितेतील कागदी होड्या करणाऱ्या बालकासारखा आहे मी. तो मुलगा काय करतो, कागदी होड्या करतो आणि नदीमध्ये सोडतो. आणि असं म्हणतो, त्या हळूहळू समुद्रापर्यंत जातील. सगळी कल्पना असते. लहानपणी माझी अशीच कल्पना होती की आपण लिहावं, आपलं पुस्तक लोक वाचतील, बरं म्हणतील. लेखक म्हणून आपलं नाव होईल. असल्या काही कल्पनांच्या मागं लागून मी पहिल्यांदा वाङ्मयाच्या प्रांतात शिरलो असेन. अगदी लहानपणी मला जे वेड लागलं ते लिहिण्याचं होतं, वाचण्याचं होतं. आत्मविश्वासाचा पूर्ण अभाव होता; पण तोसुद्धा दैवयोगानं अशा विचित्र रीतीनं वाढीला गेला की कोल्हटकर-गडकऱ्यांसारखी मला गुरुस्थानी असणारी माणसं भेटावीत. त्यांच्या सहवासात... बैठकीत बसण्याची मला संधी लाभावी आणि बालगंधर्वांनी 'हा मुलगा कोण?' म्हटल्यावर गडकऱ्यांनी ताडकन : 'हा कोल्हटकरांच्या गादीचा पुढचा वारस आहे' म्हणून सांगितलं. (टाळ्या)

शिरोड्यासारख्या लहानशा खेड्यात बसून ज्या वेळी मी 'उल्का' लिहिली त्या वेळी मला या वाक्याची आठवण होती. 'उल्के'मध्ये निराळ्या रीतीने हा प्रसंगच आलेला आहे. हे असं काही तरी घडतं आयुष्यामध्ये. यात मी काय केलं? काहीच नाही. गडकरी माझ्या आयुष्यात आले नसते आणि अशा तऱ्हेचं काही तरी माझ्याविषयी विलक्षण बोलून गेले नसते... तर मी मोठा लेखक होणार आहे, काही करणार आहे ही महत्त्वाकांक्षासुद्धा माझ्या मनात रुजली नसती. कारण स्वभावानं

मी महत्त्वाकांक्षी नाही, हे माझं मला ठाऊक आहे. आपलं-

लई मागणं नाही, लई मागणं नाही।
मीठ भाकरी चतकोर बरी।।

अशा थाटातली जी माणसं असतात त्यांतला मी. त्यामुळे तलवार गाजवावी, पराक्रम करावा, लेखन क्षेत्र काबीज करावं, नाव मिळावं...यापेक्षाही आपल्याला जे वाटतं ते लिहीत जावं, जे मनाला पटतं तेवढंच लिहावं, त्यापेक्षा जास्ती लिहू नये एवढीच माझी इच्छा होती. मी सदैव एकच गोष्ट मानत आलो की माझं साहित्य हा माझ्या आत्म्याचा उद्‌गार असला पाहिजे. तो 'उद्‌गार' आनंदाचा असेल, दुःखाचा असेल, करुणेचा असेल... कशाचाही असेल; परंतु तो माझ्या आत्म्याचा उद्‌गार असला पाहिजे आणि माझा आत्मा जो आहे त्याच्याशी मी प्रतारणा करता उपयोगी नाही. हे अमकं लोकप्रिय होईल, हे लोकांना आवडतं, याची आज चलती आहे यासाठी मी माझ्या आत्म्याच्या उद्‌गाराला कधी थांबवलं नाही. त्याचा आक्रोश जो असेल तो अर्थात जसाच्या तसा त्याला बाहेर पडू दिला. यापेक्षा मी साहित्यात खरं सांगायचं म्हणजे धडपड केलेली नाही आणि आता इतक्या आयुष्याच्या शेवटच्या टप्प्यावर उभा असताना मागं वळून पाहिलं म्हणजे मला खरोखरच वाईट वाटतं. शाळा चुकवणाऱ्या एखाद्या पोरासारखा मी लेखनात वावरलो!

लिहिलं ते कसं लिहिलं हे आपणाला सांगितलं तर हसू येईल. कारण मोठमोठ्या इंग्रजी लेखकांची वर्णनं आपण वाचतो ती तर सोडाच, आपल्याकडच्या लेखकांइतकीही शिस्त मला नाही. लहर येईल त्या वेळेला लिहावं, लिहिलेलं पुन्हा तपासायला पुन्हा वेळही मिळू नये. इकडे शाळा असायची, तिकडे सार्वजनिक कामं असायची आणि त्यात वेळ असेल त्या वेळेला लिहायचं. स्वतःच्या मनोरंजनाकरता आपण लिहितो. त्यातून आणखी कुणाचं मनोरंजन झालं तर फार बरं. कुणाला त्यातून काही घ्यावंसं वाटलं तर फारच उत्तम, अशा काही एका मनःस्थितीत मी लिहीत गेलो. मी लिहिलेलं सगळं वाङ्मय जर खरोखर वाङ्मयसेवा करायची आणि ती उत्कृष्ट रीतीनं करायची अशा प्रकारची महत्त्वाकांक्षा उरात बाळगून लिहिलं असतं, तर माझ्या समजुतीनं त्याचं स्वरूप याच्यापेक्षाही अतिशय चांगलं, निराळं झालं असतं. पण जे झालं ते आपण सर्वांनी गोड करून घेतलंत, माझ्यावर महाराष्ट्रानं पार प्रेम केलं. पन्नास-पंचावन वर्षांत लेखक या नात्यानं मला कधीही प्रेमाची, चाहत्यांची वाण पडलेली नाही. गुजरात, तामीळनाडू यांचा आत्ता मा. मधुकरराव चौधरी यांनी उल्लेख केला. यातल्या तर माझ्या वाङ्मयाच्या अनुवादांनी मला या प्रकारची जी जवळीक दिली त्या प्रकारची जवळीक लेखकाला लाभणं माझ्या समजुतीनं फार मोठा भाग आहे. तेव्हा पहिल्यांदा माझ्या 'उल्का', 'दोन ध्रुव' या कादंबऱ्या अनुवादित होऊन तमिळनाडूत आल्या तेव्हा तिथल्या मुली मला पत्र

पाठवायच्या त्या 'माय डिअर फादर...' म्हणून पाठवायच्या आणि मग वत्सलेनं केलं ते बरोबर केलं की नाही- 'दोन ध्रुव'तल्या? उल्केच्या नशिबी शेवटी हेच होतं काय? अशा प्रकारचे प्रश्न त्यात असायचे. ही जवळीक ही वाङ्मयाला उत्तेजन देणारी सर्वांत मोठी गोष्ट आहे हे लक्षात ठेवा. ती मला भरपूर मिळाली. आजही आपण ती मला देताय आणि अशी आशा आहे.

या शेवटच्या दिवसांत अगदी अंधत्वाच्या स्थितीतही ज्या काही चार दोन कादंबऱ्या... लहान, मनात घोळताहेत त्या पूर्ण करता याव्यात आणि या संस्कारांचा पुनःपुन्हा उल्लेख झाला, तर त्यांचं संरक्षण करण्याचं काम आहे आपलं. ते आपण करावं. त्या मूल्यांच्याविषयी चार शब्द बोलूनच मी माझं भाषण संपवणार आहे. आज माझी प्रकृती बोलण्यासारखी नाही. बोलायची वेळ आली तर पुन्हा केव्हा तरी बोलीनही; परंतु मला एवढंच आपल्याला सांगायचं आहे की, यंत्रयुगानं जग बदललंय सगळं. उत्पादनाचे प्रश्न निराळे झालेले आहेत. जीवन बदलतंय. समाजपद्धती बदलताहेत. फ्रेंच राज्यक्रांती, अमेरिकन राज्यक्रांती, रशियन राज्यक्रांती, चीनमधील क्रांती यांनी लोकांची, सामान्य माणसांची मनंही आपल्या हक्काकरिता तयार केलेली आहेत. या वेळेला बाह्यक्रांती नुसती नकोय. ती समाजवादानं किंवा समृद्धीच्या वाटपानं येण्यासारखी, तर आपल्याला एका मानसिक, भावनिक क्रांतीची जरुरी आहे. याचा अर्थ जुनी मूल्ये सोडली पाहिजेत, असा आम्ही घेत नाही. ही भावनिक क्रांती एकाच गोष्टीमध्ये पाहिजे. मालमत्तेविषयी, स्त्री-पुरुष संबंधांविषयी किंबहुना एकंदर जीवनाविषयी आपण पिढ्यान्‌पिढ्या, शतकानुशतकं ज्या कल्पना उराशी बाळगल्या होत्या त्या जशाच्या तशा पुढे आपल्याला नेता येणार नाहीत. त्या तपासून घेतल्या पाहिजेत. त्यातील जो चांगला भाग असेल तो ठेवूनच आपल्याला पुढे गेलं पाहिजे. ही जाणीव आपल्या मनात निर्माण झाली पाहिजे आणि आज आपल्या देशातला, आपल्या समाजातला जो सर्वांत मोठा प्रश्न आहे तो हा आहे की, ही जाणीव आपण समाजमनात निर्माण करू शकलेलो नाही. तेव्हा मराठी साहित्य अनेक दिशांनी पुढे जातंय, वेगानं वाढतंय. त्यातले जे नवे प्रतिभावान साहित्यिक आहेत त्यांच्याविषयी माझ्या मनामध्ये परमप्रेम आहे. त्या सर्वांना माझी एक आवर्जून प्रार्थना आहे. ती एवढीच आहे की तुमची कलात्मकता- तिला काडीमात्रही धक्का न लावता तुम्हाला हा जो नवा समाज आपल्याला घडवायचा आहे तो घडविण्यासाठी बद्धपरिकर व्हा! इंग्रजी राज्य आल्यानंतर ज्या वेळेला नवा समाज घडवावा लागला, त्या वेळी लेखकांनी जे दिव्य केलं होतं ते आता या पुढच्या पिढीच्या लेखकांना करावं लागणार आहे. ते दिव्य महाराष्ट्रातल्या लेखकांना आणि भारतातल्या लेखकांना करण्याचं सामर्थ्य प्राप्त व्हावं, अशी इच्छा परमेश्वरापाशी व्यक्त करून आणि आपल्या सर्वांचे आभार मानून माझं भाषण पुरं करतो. (प्रचंड टाळ्या)

◆

✧

लालित्य, विचार हे साहित्याचे श्रेष्ठत्व!

साहित्य क्षेत्रातील सर्व सहप्रवासी आणि साहित्यप्रेमी बंधू-भगिनींनो... मी आपल्यापुढे चार शब्द बोलण्यासाठी बसलो आहे. सकाळी माझं व्याख्यान होणार आहे असं गौरवात्मक निवेदन आपण ऐकलंत, पण व्याख्यान देण्याच्या स्थितीत मी खरोखर नाही. व्याख्यानाला निश्चित विषय असावा लागतो. त्यासंबंधी व्याख्यात्याने विचार केलेला असावा लागतो. त्याला चांगल्या प्रकारच्या वक्तृत्वाची जोड असावी लागते. परंतु मी सध्या अशा शरीर स्थितीत आहे की, त्या गोष्टी दुर्मीळ होऊन बसल्या आहेत. तेव्हा माझ्या भाषणाविषयी मोठ्या अपेक्षा करू नका. फक्त गेली पन्नास वर्षे साहित्य क्षेत्रात लुडबुड करणाऱ्या एका साहित्यिकाचं हृदगत थोडंसं आपल्याला ऐकायला मिळावं म्हणून आपण सर्व जण इथं जमला आहात. आपल्याशी बोलण्याची संधी- कदाचित ती शेवटची असू शकेल- मला मिळावी या हेतूनं मी बोलण्याचं कबूल केलं. तेव्हा-

'मधुघटची रिकामे पडती घरी।
आणि मधु मिळण्या आता बळ न करी।।'

अशा स्थितीतल्या एका साहित्यिकाचे चार शब्द आपण ऐकावेत, अशी विनंती करून मी माझ्या गप्पांना सुरुवात करतो.

गप्पागोष्टी मी मुद्दामच म्हणतोय, कारण ज्या साहित्यानं मला जगवलं आणि जागवलं, त्याच्या बाहेर मला फारशा गप्पा मारता येत नाहीत. मी साहित्यिक कसा झालो याचं कोडं मला अजून उलगडलेलं नाही. पुष्कळ लोक मला विचारतात, तुमचे वडील कविता करत होते का? तुमचे आजोबा कादंबरी लिहीत होते का? पणजोबांविषयी अजून प्रश्न झालेला नाही; परंतु अशी काही स्थिती नव्हती. मी

सांगतो, की माझे वडील मन्सूफ होते आणि आजोबा वकील होते. मग आडनावावरून कवी शोधावे लागतात. आणि एक नारायण धोंडदेव खांडेकर नावाचे एक फार जुने कवी, कधी काळी होऊन गेलेले आहेत. त्यांचं आणि माझं नातं आहे का, असं एकानं विचारलं होतं एकदा. ते नातं काय मला ठाऊक नाही. परंतु एक गोष्ट खरी की, लहानपणी कळायला लागल्यापासून शब्दांची विलक्षण गोडी मला लागली. ती इतकी विचित्र होती की पाचव्या-सहाव्या वर्षी वाचायला यायला लागल्याबरोबर 'मूकनायक' नाटक एकदा माझ्या हातात पडलं आणि त्यातलं पहिलं पद सर्वांना परिचित आहे-

'प्रभू वैभव अघाड किती तवं करणी।'

परंतु दुसरं जे-

'सुरा सुरा जणु उरा असे ही सुरासुरांचा चुरा करी।'

हे पाहिल्यावर माझं मन अगदी आनंदानं नाचू लागलं.

रा, रा, रा, रा... किती वेळा रा आणलाय? आणि मला वाटलं की, असं आपण काहीतरी करू शकू का? अगदी बालिश अशा प्रकारची ही आठवण आहे माझी. परंतु लेखक कसा घडत जातो, घडविला जातो हे थोडंसं मी सांगणार असल्यामुळे आपल्याला सांगितलं. त्यानंतर विद्यार्थिदशेमध्ये अनेक गुरूंनी माझं मन घडवलं. ललित लेखक घडवण्याला दोन प्रकारचे गुरू लागतात. ललित क्षेत्रातले लागतात आणि वैचारिक क्षेत्रातलेही लागतात. सुदैवाने मी ज्या काळात लहानाचा मोठा झालो तो काळ दोन्ही दृष्टींनी फार चांगला असा काळ होता. दोन्ही प्रकारच्या आकाशात नक्षत्रासारखी मोठी माणसं चमकत होती. रानडे, गोखले, टिळक यांच्यासारख्यांचं राजकारण, अर्थकारण आणि आगरकर, हरिभाऊ आपटे, श्रीपाद कृष्ण कोल्हटकर, राम गणेश गडकरी इत्यादींचं ललित साहित्य... आगरकरांचं साहित्य ललित नव्हतं, परंतु याचा ललित साहित्यात मुद्दाम समावेश का केला, तर माझ्यासारख्या ललित साहित्यिकाचं मन घडविण्याच्या बाबतीत त्यांचे विचार मला फार उपयोगी पडले. किंबहुना वयाच्या सोळाव्या-सतराव्या वर्षी जर आगरकर माझ्या हाताला लागले नसते, तर कदाचित मी रूढीग्रस्त मनुष्य होऊन बसलो असतो.

माझ्या डोक्यात पहिलं मोठं वादळ उठलं ना, ते आगरकरांनी उठवलं. त्याच्यापूर्वी हरिभाऊंची 'पण लक्षात कोण घेतो', कोल्हटकरांचे 'सुदाम्याचे पोहे' माझ्या वाचनात आले होते. पण वाचनात आले असले तरी त्यातल्या वाङ्मयीन गुणांनी मला आकृष्ट केलं होतं. त्याच्या पाठीमागं जे सामाजिक दुःख लपलेलं आहे ना, त्याची जाणीव मला तितक्या तीव्रतेनं झाली नव्हती. ती जाणीव आगरकरांनी पहिल्यांदा स्पष्टपणे करून दिली. नंतर माझ्या सगळ्या मोठ्या प्रवासात- या पन्नास

वर्षांतल्या- नानाविध गुरू मला भेटले. वैचारिक क्षेत्रातले, राजकारणातले लोक. वैचारिक क्षेत्रात लोक किती मातब्बर असतात हे रानडे, गोखले, टिळक यांच्यावरून मला कळून चुकलं होतं. त्यामुळे ललित लेखन करण्याची इच्छा असून, आवड असून आणि धडपड असूनही मी या सर्वांचं वाङ्मय यथाशक्ती वाचत गेलो, विचार करीत गेलो आणि त्या काळापासून पुढे येता येता मी आज कुठे आलेलो आहे याचा विचार केला म्हणजे माझं मलाच आश्चर्य वाटायला लागतं. नदी वळण घेत घेत जशी आपल्या उगमापासून अगदी भिन्न ठिकाणी जाते ना, तसं त्या 'सुरा सुरा जणु उरा असे ही सुरासुरांचा चुरा करी' यात गंमत आहे असं वाटणाऱ्या लहानग्या, भाबड्या पोराकडून आता तुमच्या पुढे बसलेल्या या वृद्धावस्थेमध्ये, 'मानवी जीवनाचा अर्थ काय... त्याला काही अर्थ आहे की नाही... नसता तर तो आपल्याला लावला पाहिजे की नको आणि तो कसा लावायचा...' याचा विचार करायच्या धडपडीपर्यंत मी येऊन पोहचलेलो आहे.

मधला प्रवास मी आपल्याला सगळा सांगत नाही, सांगण्याची जरुरीही नाही आणि आवश्यकताही नाही; पण मला एवढंच सांगायचं आहे की, 'A poet is born but not made' असं म्हणतात ना, हे एका मर्यादेपर्यंतच खरं आहे. ललित लेखक स्वतःचं असं काहीतरी जवळ घेऊन येतो हे खरं आहे; ज्याला आम्ही 'प्रतिभा'हा मोठा शब्द वापरतो. परंतु त्याचबरोबर ललित लेखक ज्या काळात वाढतो, त्या काळाचे संस्कार, ज्या परिस्थितीत वाढतो तिचे संस्कार आणि त्या काळापुढे आणि त्या समाजापुढे जी स्वप्नं असतात ती स्वप्नं, या सर्वांचा भागीदार असतो. वाढत्या वयात जे संस्कार होतील ते माणसाला नेहमी अर्थात आयुष्यभर पुरू शकतात. माझ्या पूर्व आयुष्यात विद्यार्थिदशेत आणि त्यानंतरच्या पूर्व आयुष्यात असे संस्कार झाले. फुले, आगरकर, कर्वे इत्यादी समाजसेवकांकडे आणि मघाशी सांगितलेल्या हरिभाऊंसारख्या ललित लेखकांकडे गुरू या दृष्टीनं मी पाहिलं आणि प्रत्येकाचं किती ऋण घेतलं हे जरी मला सांगता आलं नाही तरी मला असं वाटतं की, माझी जी काही लेखक या नात्यानं जडणघडण झाली तिच्यामध्ये या सर्वांचा थोडाफार वाटा आहे. त्यांनी पुष्कळसं मला सांगितलं, शिकवलं; परंतु ते मी घेऊ शकलो नाही, याची मला जाण आहे. माझ्या वाङ्मयातील वैगुण्यांची, माझ्या वाङ्मयाच्या मर्यादांची संपूर्ण जाण मला आहे. परंतु एवढं खरं की त्यांचे सगळे विचार पचविणं सगळ्या तत्त्वज्ञानाची चिकित्सा करणं याला माझी बुद्धी अपुरी पडली आणि त्यामुळे एका मर्यादेपर्यंतच लेखक होण्याचं माझं स्वप्नं पुरं झालं. तेव्हा माझ्याविषयी बोलताना जे मघाशी रणजित देसाई किंवा सकाळी दुर्गाताई बोलल्या ना, ते आपण वाच्यार्थानं घ्यायचं नाही; गौरवार्थ घ्यायचं आहे हे मी आपल्याला सांगतो.

यानंतर माझ्या लेखनाला काही हेतू होता की नव्हता? हेतू होता. निश्चित हेतू होता. तो प्रथमतः होता त्याच्यापेक्षा आता भिन्न झालेला असला तरी हेतू आहे. आणि लेखकाच्या पुढे काहीतरी स्वप्न असतं की नाही? तर याचं उत्तर माझं असं आहे- काहीतरी स्वप्न असतं. जसं एक कलात्मक स्वप्न असतं, काहीतरी सुंदर कृती निर्माण करायचं, तसंच त्या सुंदर कृतीला जिवंतपणा यावा म्हणून आपला जो अतिशय पोटतिडकीचा अनुभव असेल, उत्कट अनुभव असेल तो शब्दबद्ध करण्याचंही एक स्वप्नं असतं. हे स्वप्न आणि ते स्वप्न या दोन्हींचा संगम जसा इथल्या प्रीतिसंगमाप्रमाणे होतो ना, त्या वेळेला चांगली कलाकृती बाहेर पडते. माझ्यापुढे अशी अनेक स्वप्नं होती; पण त्यातील मुख्य दोन स्वप्नं पहिली- स्वांतत्र्यपूर्वीच्या काळात मुख्यतः वाढलो असल्यामुळे एक- भारताला स्वातंत्र्य मिळालं पाहिजे, ही एक दृष्टी, हे एक स्वप्न आणि दुसरं- आपली सामाजिक चौकट जुनीपुराणी झाली असून ती मोडली जाऊन त्या ठिकाणी अत्यंत मूलगामी अशी सामाजिक क्रांती व्हायला पाहिजे, हे दुसरं स्वप्नं. या दोन स्वप्नांचा माझ्या ललित लेखनावर फार परिणाम झालेला आहे. पुढे मी शिक्षक झालो, की शिक्षक म्हणून मी लेखक झालो, का लेखक म्हणून शिक्षक झालो हे कोडे माझे मलाच सांगता येणार नाही. कारण त्या दोन्हींतली सीमारेषा अगदी पुसट आहे. कुणीही मला असं म्हटलं ना की खांडेकर लेखक नाहीत शिक्षक आहेत म्हणून, तरी मला त्यात अपमानास्पद काही वाटत नाही. वाटण्याचं कारण नाही काही. कारण साहित्यिक जे स्वप्न घेऊन येतो, त्या स्वप्नामध्ये आत्माविष्काराचा असा भाग असतो ना तसाच आपल्या भोवतालचं जे जग आहे; त्या जगातलं दुःख कमी व्हावं. ते जग आहे त्याच्यापेक्षा अधिक सुंदर व्हावं, ही इच्छा असते. 'Betterment of the world' हा खरा भाग आहे त्याच्यातला. अर्थात माझी स्वप्नं त्या वेळेला संकुचित होती हे उघड आहे.

या संकुचित स्वप्नांनीच मला 'उल्का', 'दोन ध्रुव', 'क्रौंचवध' अशा कादंबऱ्या लिहायला लावलं. या कादंबऱ्या आज कालबाह्य झाल्या असतील, आजच्या पिढीला कदाचित त्या आवडणारही नाहीत; परंतु माझ्या पिढीला, मी ज्या पिढीचा प्रवक्ता होतो, ज्या पिढीचा उद्‌गाता होतो ना, त्या पिढीसाठी त्यांनी आपलं काम केलंय असं मानणारा मी मनुष्य आहे. शिक्षक साहित्यिक शिक्षक होतो, हा कसा होतो हे मुख्यतः आपण पाहिलं पाहिजे. शिक्षक म्हटलं की आपल्यापुढे तात्यापंतोंची मूर्ती उभी राहते, त्या तऱ्हेचा साहित्यिक हा शिक्षक नव्हे. साहित्यिक शिकवतो असं म्हटल्यानंतर पुष्कळांच्या अंगावर काटा उभा राहतो. परंतु काटा उभा राहण्यासारखं काही नाही त्याच्यात. साहित्यिकाला जे सांगायचं आहे, ते फुलाला येणाऱ्या सुगंधासारखं तो सांगून जातो. फुलं आणि सुगंध ही जशी निरनिराळी करता येणार

नाहीत, तसे त्याचे साहित्यगुण आणि त्यानं जे सांगितलं आहे त्यातला आशय हे भिन्न भिन्न करता येणार नाहीत. ते एकत्रच असतात याचं उदाहरण माझ्या लहानपणचं- अगदी मी आपल्याला 'शारदा' नाटकाचं देतो. शारदा नाटक एका लहानशा विषयावर लिहिलेलं आहे. विषय कोणता, तर जरठ-कुमारी विवाह. म्हाताऱ्या माणसाशी लहान मुलीचं लग्न त्या वेळेला लावण्याची जी पद्धत होती, पाचवं-न्-सहावं लग्न असलं तरी म्हातारेबुवा चौदा वर्षांच्या मुलीला बोहल्यावर उभी करून तिला आपली पत्नी म्हणून घेत असत. ही गोष्ट आज आपल्याला अत्यंत विलक्षण वाटते, विकृत वाटते, विचित्र वाटते. आम्ही म्हणू म्हातारेबुवांना लग्नाची एवढी इच्छा आहे तर त्यांन- साठ वर्षांच्या म्हाताऱ्यांना- पन्नास वर्षांच्या विधवेशी खुशाल लग्न करावं, त्याला काय हरकत नाही. त्याला companion पाहिजे असेल ना तर ती मिळू शकेल. परंतु लहान मुलीचं आयुष्य अशा रीतीनं, विपरीत रीतीनं, विसंगत रीतीनं नाश पावत असलेलं पाहून देवलांच्या हृदयाला जी टोच लागली, जी बोच झाली, जी जखम झाली ना, त्या जखमेतून 'शारदा' ही निर्माण झाली आहे. तर ललित साहित्यिकाला काहीतरी जाळणारं, दाह उत्पन्न करणारं, बेचैन करणारं किंवा काहीतरी फुलणारं, सुगंध देणारं असं ज्या वेळेला जाणवतं, त्या वेळेला त्यातून खरी ललित कृती निर्माण होते. आणि शारदा नाटक त्यातल्या विषयाची मर्यादा पार लहान असल्यामुळे आज जरी होत नसलं रंगभूमीवर, तरी मी आपल्याला सांगतो की आजही 'शारदा' नाटक वाचायला घ्या आणि त्यातले पहिले तीन अंक किती कलात्मक रीतीनं बांधले गेलेले आहेत याची जाणीव तुम्हाला होऊ शकेल. वास्तविक विषय अगदी उघड उघड त्या नाटकात आला आहे. प्रचार म्हणता येईल अशी भाषणंदेखील त्यातून काढून दाखविता येतील; परंतु ज्यांनी माझ्या वयाच्या किंवा माझ्याहून थोड्या लहान असलेल्या लोकांनी 'शारदा' ऐन भरात पाहिलेली आहे ना, त्यांच्या हे लक्षात येईल की त्यातला विचाराचा रस होऊन तो त्या संबंध नाटकातल्या करुण रसामध्ये मिसळून गेलेला होता. त्यामुळे विचार कुठं आणि नाटकातला रस कुठं हे आपल्याला सांगता आलं नसतं.

जी शारदेची स्थिती, तीच 'पण लक्षात कोण घेतो?'ची. केशवपन हा विषय. तिचं लग्न लहानपणी झालेलं, नवरा प्लेगमध्ये वारलेला आणि तिचं मुंडण झालेलं जेव्हा मी पाहिलं, तेव्हा पहिल्या रात्री तर मला असं वाटलं की, मी त्या मुलीच्या जागी आहे आणि माझंच मुंडण सुरू आहे, इतकी भीती माझ्या मनात त्यानं भरली. कारण यात काहीतरी विपरीत, काहीतरी समाजाला, माणसाला माणूस न मानणारं आहे ना, असं काहीतरी आहे असं मला वाटलं. 'पण लक्षात कोण घेतो?' त्याच्यानंतर आपण आलो तरी आपल्याला आढळून येईल की, हरिभाऊंप्रमाणे

वामनराव जोशी- 'सुशीलेचा देव' कादंबरी घ्या, 'इंदू काळे सरला भोळे' घ्या, आपल्या भोवतालच्या समाजात काय काय चाललेलं आहे, कोणती सुखं आहेत, कोणती दुःखं आहेत आणि नेहमी एका ललित लेखकाचं जगाशी भांडण असतं. फ्रॉसनं एका ठिकाणी सांगितलंय, 'I have lover`s quarrel with the world' जगाबरोबर ललित लेखकाचं भांडण हे सदैव असतं. कारण जग ज्या अपूर्ण स्थितीत असतं ती स्थिती त्याला बघवत नाही. त्याला वाटतं ते पूर्ण व्हावं, ते पूर्ण होणं शक्य आहे की नाही हा प्रश्न नाही; परंतु साहित्यिक, ललित साहित्यिक हा मूलतः स्वप्नाळू प्राणी असल्यामुळे तो त्या स्वप्नांच्या मागं लागतो आणि त्या स्वप्नातूनच चांगल्या ललित कृती अवतरतात. आता ती स्वप्नं किती साकार होतात, वाङ्मयदृष्ट्या किती उच्च दर्जाची असतात, हा प्रश्न मी सोडून देतो. कारण मी स्वतः या बाबतीत विचार करणारा एक असा मनुष्य आहे की, आपल्या पिढीला ज्यानं थोडं पार जागवलं, आपल्या पिढीला ज्यानं थोडे फार संस्कार दिले, असा लेखक जो असेल ना, हा लेखक पुढे जरी अगदी इतिहासात जमा झाला तरी काही हरकत नाही. असा शेक्सपिअर आणि टॉलस्टॉय, व्यास आणि वाल्मीकी हे काही हरघडी निर्माण होत नाहीत. तेव्हा त्या दृष्टीनं लेखकानं आपल्या सामाजिक जाणिवेची यथार्थ कल्पना करून घेतली पाहिजे. ती घेतली तरच तो ललित साहित्यिक अधिक चांगला होऊ शकतो, या गोष्टीवर माझी श्रद्धा आहे हे मी आपल्याला सांगू इच्छितो. कारण समाजापुढे पाठ फिरवून आपण एकदा उभं राहिलो तर आपलं जग किती संकुचित होतं.

खरं म्हणजे माणसाचे संबंध विलक्षण गुंतागुंतीचे आहेत. त्याचं स्वतःशीच एक नातं असतं. आपण कशाकरता जन्माला आलो, आपण काय करतोय, मानवी जीवनाचा अन्वयार्थ काय आहे, मनुष्य कशासाठी जन्माला येतो, हे प्रश्न त्यानं स्वतःला विचारले पाहिजेत. पण त्याचप्रमाणे त्याचा कुटुंबाशी संबंध असतो, त्याचा समाजाशी संबंध असतो, राष्ट्राशी असतो, मानवतेशी असतो आणि विश्व निर्माण करणाऱ्या परमशक्तीशीही असतो. हे सर्व संबंध गुंतागुंतीचे असतात आणि त्या गुंतागुंतीच्या संबंधावर प्रकाश टाकायला ललित लेखक हाच एक अतिशय योग्य असा लेखक आहे. वैचारिकापेक्षा ललित लेखक हे काम करू शकतो, याचं कारण ज्याला 'लिटरेचर ऑफ पॉवर' म्हणतात ते सामर्थ्य, ती शक्ती या वाङ्मयाला कुठून येते? ती शक्ती काही केवळ विचाराची नसते. लालित्य आणि विचार याचा जो संगम होतो ना त्या संगमातून ती शक्ती निर्माण होते. अशी शक्ती मराठी वाङ्मयात निर्माण झालेल्या कलाकृती थोड्या असू शकतील, परंतु प्रत्येक कलाकृती निर्दोष असावी अशी आपली इच्छा असली तरी ती सहसा होत नाही. तर त्या दृष्टीनं ललित वाङ्मयानं शिकवलं पाहिजे, असा हट्ट धरणं योग्य नाही.

कविता ही कदाचित आत्माविष्कारासाठी केवळ लिहिली जाईल; परंतु जसजसं आपण पुढे जातो आणि कादंबरीपर्यंत येतो ना, तोपर्यंत कादंबरी ही केवळ आत्माविष्काराचं माध्यम होऊ शकत नाही. म्हणून सामाजिक जाणीव त्या त्या काळाची, आता जे गुंतागुंतीचं झालंय, आपल्या समाजापुढे अनेक प्रश्न उभे आहेत, नाना प्रकारचे. समस्या मोठ्या कठीण आहेत, अवघड आहेत आणि यंत्रयुगापूर्वीची आपल्या जीवनाची पद्धत बदलून टाकून एका नव्या रीतीनं आपल्या समोर येत आहे. त्याला आपल्याला सामोरं गेलं पाहिजे. उत्पादनाचे प्रश्न यंत्रयुगातून सुटणार नाहीत; परंतु यंत्रयुग माणसाला यंत्र करत असेल तर त्याच्या भावनांचा कोंडमारा होईल, त्याची उपासमार होईल हेही आपल्याला लक्षात घेतले पाहिजे. हे सगळं लक्षात घेऊन साहित्यिकानं लिहिण्याची जरुरी आहे. आणि साहित्यिकानं लक्षात जर घेतलं नाही, तर केवळ आत्माविष्कार म्हणून आत्मानंदात रमून जी कृती तो लिहील ना, तिचं समाजाला कोडकौतुक करणं फार कठीण आहे.

तेव्हा समाज आणि साहित्यिक, ललित साहित्यिक, वैचारिक साहित्यिक यांचा तर उघड उघड समाजाशी संबंध असतो. परंतु ललित साहित्यालासुद्धा एक वैचारिक बैठक लागते. ती वैचारिक बैठक जर नसेल तर ललित साहित्य पोकळ वाटतं, वरवरचं वाटतं, नुसतं कल्पनाचित्र आहे असं होतं. या दृष्टीनं समाजाचा शिक्षक- जाहीर रीतीनं जरी अगदी साहित्यिकानं सांगितलं नाही की मी समाजाचा शिक्षक आहे म्हणून, तरी दुधात मिसळून गेलेल्या साखरेप्रमाणं त्याचं जे चिंतन असतं समाजविषयक, ते त्याच्या ललित कृतीत उतरतं. आणि ज्या ठिकाणी दूधही चांगलं असेल आणि साखरही चांगली असेल त्या ठिकाणी ते पेय आपल्याला आवडतं. हा एक भाग झाला मला जे बोलायचंय थोडं त्याच्या संबंधाचा. या संबंधाचा माझा हट्ट नाही हे मी आपल्याला सांगतो.

कलावादी मॉमसुद्धा एके ठिकाणी असं म्हणून गेलेला आहे की, 'Art if it is only entertaining, can`t lead to right path.' म्हणजे 'Art must lead to right path.' कलेनं योग्य मार्ग दाखवला पाहिजे, अशा प्रकारचं त्याचं प्रतिपादन आहे. हे वाक्य मॉमच्या एका प्रस्तावनेत मी वाचलं तेव्हा मीच चकित झालो. कारण त्याची भूमिका कलावादाची आहे आणि कलावाद्यालासुद्धा शेवटी एका जीवनवाद्याच्या भूमिकेकडे यावं लागतं. अर्थात लेखकानं काय सांगावं, काय लिहावं, कोणता विषय घ्यावा, या संबंधानं आपल्याला त्याच्यावर कुठलीही सक्ती करता येणार नाही आणि कुणालाही ती करता येणार नाही. ती समाजाला करता येणार नाही, शासनाला करता येणार नाही. कारण लेखकाच्या अंतःकरणाला जे जाणवेल, भावेल, त्याच्या अंतःकरणामध्ये जे दोन डोळे असतात- एक ज्ञानदीप असतो एक प्रेमदीप असतो- या दोन दिव्यांच्या प्रकाशात त्याला जे दिसेल ते

चित्रित करण्याचा तो प्रयत्न करतो. त्या ठिकाणी अमक्यानं अमुक केलं पाहिजे असं सांगणं हा शुद्ध हटवादीपणा होईल. तिथं कलेला अर्थच उरणार नाही. पण कलावादी सामाजिक विषयात रमला म्हणजे त्याची कला कमी होती, हा समजही अपसमज आहे. त्याला मुद्दाम दोनच उदाहरणं देऊ शकतो. तुर्गन्हेव्ह हा रशियन कादंबरीकार आहे; तुर्गन्हेव्ह, डॉस्टोवस्की, टॉलस्टॉय हे त्यावेळचे पहिले तीन मोठे कादंबरीकार- रशियन. तुर्गन्हेव्हची 'The virgin soil' आणि 'Father and Son' या दोन कादंबऱ्या वाचल्या म्हणजे आपल्या वेळच्या रशियन समाजाच्या मध्यमवर्गीयांचं चित्रण त्यानं किती नाजूक रीतीनं केलेलं आहे, किती कलात्मक रीतीनं केलेलं आहे आणि इतकं असूनही ती कादंबरी कशी जिवंत सामाजिक कादंबरी आहे, हे आपल्या लक्षात येतं. आपल्याकडे हरिभाऊंनी थोड्याफार प्रमाणात हा चमत्कार करून दाखविलेला आहे. तेव्हा सामाजिक गोष्टीशी काही साहित्यिकाचं नातं नाही, अशी एक जाणीव कृपा करून पुढल्या पिढीनं घेऊ नये. किंबहुना मी असं म्हणेन की एक काळ असा होता, राजदरबारी ज्या वेळेला कवी होते त्या वेळेला त्यांनी शृंगाररसात रमून जाणं ठीक होतं. पण सध्याचा जर रस असेल कुठला तर तो सामाजिक रस आपल्याला पाहिजे. सर्व रस त्या रसाचे अनुयायी झाले पाहिजेत, अशी एक विचित्र परिस्थिती आहे.

मोठमोठे प्रश्न आहेत. आपल्या देशापुढे तर फार आहेत आणि मनुष्याचं मन ज्या समाजात राहतं, त्यातल्या सुख-दुःखाचे लागेबांधे जोडलेले असतात ते लागेबांधे अर्थात त्याला कधीच सोडता येणार नाहीत. ललित लेखकाला तर बिलकूल तोडता येणार नाहीत. कारण तो भावनेनं जगणारा प्राणी असतो. आणखी काही गोष्टींविषयी अधिक बोलण्याची माझी इच्छा होती; परंतु गवयासारखा माझा आवाजही नीट चालत नाही आणि शरीर जीर्ण झालेलं आहे, मन विसकटलेलं आहे म्हणून मी अधिक बोलत नाही. परंतु आपणाला माझी विनंती ही आहे, साहित्य संमेलनाला जमणारे सर्व साहित्यिक, साहित्यप्रेमी मंडळी यांनी विचार करावा की व्यास-वाल्मीकींपासून साहित्यानं आपली जी सोबत केलेली आहे आणि आपल्याला त्याचा जो आधार वाटतो तो का? साहित्यानं आपल्याला काय दिलंय? मानवी जीवनाला कोणती विशेष देणगी दिलेली आहे? तिथं आढळून येईल की, मानवी जीवन काय आहे हे सांगण्याचा जो अत्यंत चांगला प्रयत्न झालेला आहे ना, तो अशा वाङ्मयातून झालेला आहे. आणि ते काय आहे आणि कसं असावं हा प्रश्न आहे. काय आहे हे पुष्कळ वेळा उमगलं तरी कसं असावं हे उमगत नाही. त्याकरता भविष्यात डोकावणारा साहित्यिक लागतो. असे भविष्यात डोकावणारे साहित्यिक आपल्याकडे निर्माण व्हायला पाहिजेत.

आपलं साहित्य एकाच ठरावीक चाकोरीतून आल्यामुळे परवापरवापर्यंत मुख्यतः

पांढरपेशा समाजातलेच लेखक त्यात असल्यामुळे त्याला मर्यादा फार राहिलेल्या आहेत. त्या सगळ्या मर्यादा, त्याला पडलेल्या भिंती उद्ध्वस्त व्हाव्यात. ते मोकळेपणानं सगळीकडे जावं आणि साहित्यिकांनी निर्भयपणानं आपल्याला जे सांगायचं आहे, जे भावतं, जे वाटतं ते सांगावं. यामध्येच साहित्याचं अंतिम कल्याण आहे. पुढील पिढीतील साहित्यिकांकरता मी हे मुद्दाम सांगतो की, मागल्या पिढीच्या खांद्यावर उभं राहून तुम्ही उंच उंच आकाशातील नक्षत्र तोडा. तुमच्या उड्या लहानसहान असता उपयोगी नाहीत. कारण आमच्या पिढीला, आमच्यापेक्षा हरिभाऊंच्या पिढीला जी अधिक बंधनं होती ती सगळी आज तुटलेली आहेत. मोकळ्या मनानं, विज्ञानाच्या दृष्टीनं सर्व परिस्थितीचा विचार करून आणि मानवी जीवन हा नेहमीचाच एक संघर्ष आहे हे जरी मान्य असलं तरी, मानवाची काही दुःखं नियतीची असली तरी काही दुःखं ही मानवानं निर्माण केलेली आहेत. मानवानं निर्माण केलेली दुःखं नाहीशी करण्याचा चंग बांधून लढणारे जे लोक आहेत ना, त्या लढणाऱ्या लोकांत अग्रभागी साहित्यिकानं राहिलं पाहिजे. कारण समाजाच्या मनाचं परिवर्तन करणारा कोण आहे? शिक्षक शाळेमध्ये एका मर्यादेपर्यंतच विद्यार्थ्यांवर संस्कार करू शकतो; परंतु समाजावर सतत संस्कार करणारी शक्ती जर कुठली असली तर ती साहित्य- आणि त्यातही विशेषतः ललित साहित्य. आणि सर्वसामान्य वाचकांचा संबंध त्या साहित्याशी अधिक येतो. तर ही शक्ती फार मोठी शक्ती आपल्याला दैवी देणगी म्हणून मिळालेली आहे. तिचा सतत उपयोग करावा अशी विनंती मी आपल्याला करतो आणि या विनंतीबरोबरच मघाशी मी माझे अनेक गुरू सांगितले साहित्यातले, जीवनातले, ज्यांनी मला घडविलं, ज्यांनी माझ्या लेखनाच्या पाठीमागे असलेल्या काही प्रेरणा दिल्या, अशाच प्रेरणा देणाऱ्या लोकांपैकी श्रीयुत जयप्रकाश नारायण हे आज मुंबईच्या इस्पितळामध्ये रुग्ण स्थितीत, विकल स्थितीत पडून आहेत, त्यांना दीर्घ आयुरारोग्य मिळावं अशी शुभेच्छा आपणा सर्वांच्या वतीनं व्यक्त करून मी माझं छोटं भाषण संपवितो.

◆

✧

मूल्यांची रुजवण हेच साहित्याचे कार्य

सन्माननीय अध्यक्ष, निवड समितीचे सन्मान्य सदस्य, साहित्यिक मित्र आणि साहित्यप्रेमी बंधू-भगिनींनो,

भारतीय ज्ञानपीठाने आपले १९७४ चे पारितोषिक देऊन माझा जो सन्मान केला आहे त्याबद्दल मी कृतज्ञ आहे. हा सन्मान माझ्यासारख्या एका मराठी लेखकाचा नसून, तो मराठी भाषा आणि साहित्य यांचा आहे. त्यांच्या वतीने मी नम्रपणे या पारितोषिकाचा स्वीकार करीत आहे.

भारत हा जसा अनेक जलसंपन्न नद्यांचा, तसाच विविध साहित्यसंपन्न भाषांचाही देश आहे. इथल्या नद्यांनी ज्याप्रमाणे भौतिकदृष्ट्या लोकजीवन समृद्ध केले आहे, त्याप्रमाणे इथल्या भाषांनीही प्राचीन व अर्वाचीन काळात लोकजीवनाच्या सांस्कृतिक भागाला परिपुष्ट केले आहे. रामायण आणि महाभारत यांनी केलेल्या खोल व उत्कट संस्कारांनी शतकानुशतके इथल्या सर्वसामान्य मनुष्याच्या आत्म्याचे पोषण केले आहे. या सर्व भाषांना व त्यांच्यातील साहित्याला एकात्मता दर्शविणारे व्यासपीठ नव्हते. पण आता भारताच्या उत्तर भागातील नद्या दक्षिण भागातील नद्यांना जोडून विज्ञान भौतिक समृद्धीची स्वप्ने पाहत आहे. या देशातल्या विविध भाषा व त्यातले साहित्य यांच्यातल्या भेदभावाच्या भिंती नाहीशा करण्याला भारतीय ज्ञानपीठही असेच सुसज्ज झाले आहे. या कामी या ज्ञानपीठाला पूर्ण यश यावे आणि या राष्ट्राची सांस्कृतिक एकात्मता वृद्धिंगत करण्याला त्याचे साहाय्य व्हावे, हीच माझ्यासारख्या लेखकाची वाग्देवीकडे प्रार्थना.

गेली पंचावन्न वर्षे मी सर्जनशील साहित्याच्या क्षेत्रात वावरत आहे. असे साहित्य लिहिण्याचा किंवा वाचण्याचा छंद बालपणीच ज्याला जडतो त्याची त्या

छंदातून सुटका होणे कठीण! अर्धशतकाहून अधिक काळ केलेल्या लेखनाकडे मी जेव्हा मागे वळून पाहतो, तेव्हा स्टीव्हनसनच्या एका कवितेची मला आठवण होते. या कवितेतल्या बालनायकाला कागदी होड्या करून त्या नदीच्या पाण्यात सोडण्याची हौस असते. त्या सोडताना त्याच्या डोळ्यांपुढे एक स्वप्न तरळत राहते- नदीच्या प्रवाहाबरोबर होड्या समुद्रात जातील, एवढेच नव्हे तर त्यातल्या काही पैलतीरीही पोहोचतील, असे मनोराज्य तो करीत राही. या भोळ्या-भाबड्या बालजीवाला त्या होड्या लवकरच नदीच्या पाण्यात बुडून जातील ही वस्तुस्थिती समजली तरी उमजत नाही. सर्जनशील लेखकाच्या बाबतीतही असेच घडते. तो या मुलाप्रमाणेच आपल्या स्वप्नांवर जगत असतो.

सर्जनशील साहित्याची निर्मिती म्हणजे धुक्यात कोरायची सुंदर आकृती. अशा अगणित आकृतींपैकी फार थोड्या चिरंजीव ठरतात. वसंत ऋतूत चैत्रपालवी वृक्षांना अलंकृत करते, पण शिशिरामध्ये त्याच पालवीचा पाचोळा होऊन धुळीला मिळतो. नवनिर्मितीच्या प्रत्येक क्षेत्रात असेच घडत असले तरी प्रत्येक साहित्यकृतीच्या निर्मितीच्या वेळी लेखकाला एका अपूर्व आनंदयुक्त धुंदीचा अनुभव येतो. तो अनुभव पुन्हा पुन्हा घेण्यासाठी तो धडपडत राहतो. माझे लेखन ही अशीच धडपड आहे.

अशा लेखकाला शेवटी स्वतःची पाऊलवाट स्वतःच शोधून काढावी लागते. लेखनाच्या उमेदवारीच्या काळात तो पूर्वसूरींचे अनुकरण करतो. पण जसजसा त्याचा प्रवास पुढे पुढे होत राहतो, तसतशी राजमार्गाच्या कडेला असलेली एक पाऊलवाट त्याला दिसू लागते. ती वाट त्याची एकट्याचीच असते. त्या वाटेवर सोबतीला कुणी समानधर्मी नसतो. अनेकदा भोवताली अंधार दाटतो; पण जगाचा आणि मानवी जीवनाचा अन्वयार्थ लावायला त्याचे मन नेहमीच उत्सुक असते. हा शोध पुन्हा पुन्हा केला तरी तो त्याला पूर्णपणे कधीच साधत नाही. वैयक्तिक दृष्टिकोनातून त्याला जीवनसत्याचा एखादा पैलू दिसू शकतो, पण ते संपूर्ण सत्य असू शकत नाही.

'ययाति' हे माझ्या पाऊलवाटेच्या कडेला काटेरी झुडपात दडलेले एक फूल होते. त्या फुलाच्या सुगंधाने मला भूक-तहान विसरायला लावली. 'ययाति'पूर्वी मी विपुल लेखन केले होते. शब्द, अर्थ, कल्पना, भावना, विचार इत्यादिकांच्या सौंदर्याचे अंधुक प्रतिबिंब त्या कृतीत पडलेले आहे. त्यांपैकी बहुतेक लेखनाला सामाजिक चौकट आहे. मानवी मन, त्याची सुख-दुःखे, त्याच्या डोळ्यांपुढे तरंगणारी सोनेरी स्वप्ने आणि त्याला भेडसावणाऱ्या सनातन समस्या यांच्या चित्रणाला सामाजिक चौकट अनेकदा अपुरी पडते. मग आजीबाईंनी नातवंडांना सांगायच्या गोष्टी म्हणून पुराणकथांची जी अवहेलना केली जाते, ती किती अर्थशून्य

आहे हे लक्षात येते.

या जाणिवेच्या एका क्षणी 'ययाति' कादंबरीचे बीज माझ्या मनात पडले. भोवतालचा समाज भौतिक समृद्धीच्या एकांगी कल्पनेने भारून जाऊन परंपरागत नैतिक मूल्यांचा चोळामोळा करायला प्रवृत्त झाला होता. मदोन्मत्त गजराजाच्या पायाखाली फुले कुस्करली जावीत, तसा अनुभव प्रत्यही येऊ लागला होता. दैनंदिन व्यवहारात सत् आणि असत्, पाप आणि पुण्य यातल्या समीमारेषा अधिकाधिक पुसट होत चालल्या होत्या. दुसऱ्याच्या दुःखाच्या बाबतीत माणसाला स्वाभाविकपणे जाणवणारी संवेदनशीलता बधिर होत असलेली दिसत होती. अनिर्बंध लोभ समाजमनावर आपला पगडा बसवीत होता. पूर्वीची श्रद्धास्थाने उद्ध्वस्त होत चालली होती. नवी श्रद्धास्थाने निर्माण करण्याच्या कामी धडपड होत नव्हती असे नाही, पण त्या धडपडीला कुठेही यश येत नव्हते. अखंड शारीरिक उपभोगापेक्षा आयुष्यात दुसरे काही मिळवायचे नाही, अशा भ्रमजालात सामाजिक मन गुरफटत चालले होते. हा अनुभव मोठा दाहक होता. 'ययाति' ही पौराणिक कथा आजच्या काळात अत्यंत आवश्यक असलेले जीवनसत्य सांगून गेली आहे याची जाणीव या अनुभवाने मला करून दिली. ही कथा पौराणिक असली तरी तिचे चित्र आजच्या काळाच्या संदर्भात होणे आवश्यक आहे, असेही मला वाटले.

या जीवनसत्याचे चित्रण करण्याकरिता मी 'ययाति'च्या कथेत जसजसा खोल जाऊ लागलो तसतसे अनिर्बंध लोभप्रवृत्ती व निरंकुश कामवासना यांच्या पर्यवसानातले विलक्षण साम्य मला प्रतीत झाले. विसाव्या शतकात अवतरलेल्या यंत्रयुगाने भौतिक समृद्धीची शिखरे सर्वसामान्यांच्या दृष्टीला पडू लागली होती. ती त्यांना मोहिनी घालून आपल्याकडे बोलावीत होती. पण भौतिक समृद्धीमुळे मानवाचा तोल जाऊ नये म्हणून आवश्यक असलेली नैतिक समृद्धी त्याला पारखी होत चालली होती. नदीला महापूर यावा आणि सभोवतालच्या प्रदेशात हाहाकार करीत वेगाने तो प्रवाह पुढे जावा, तशी कळा जीवनाला येऊ लागली होती. मला जाणवणारे हे सारे सूचित करण्याचा प्रयत्न मी 'ययाति'त केला.

जगाच्या रंगभूमीवर जीवनाचे जे महानाट्य रंगते, त्यातला खरा नायक सामान्य मनुष्य हाच आहे. तो एकदा प्रवाहपतित झाला म्हणजे साऱ्या नाटकाचा रंगच बदलतो. म्हणून या मनुष्याच्या संदर्भातच 'ययाति' माझ्या मनात फुलत गेली.

माणूस कितीही असामान्य झाला, उंच उंच होत त्याने आकाशातली नक्षत्रे खुडण्याचा प्रयत्न केला, तरी त्याला मातीत रोवलेले आपले पाय तिथेच ठेवावे लागतात. तो अधांतरी उभा राहू शकत नाही. सामान्य माणसाच्या बाबतीत हे अधिकच तीव्रतेने प्रत्ययाला येते. या मातीचे पृथक्करण केले तर काम, क्रोध, लोभ, मोह इत्यादी मनोविकारांचे दर्शन आपल्याला घडू शकेल. हे सर्व मनोविकार

एका मर्यादेपर्यंत माणसाला प्रेरक होऊ शकतात. त्यांच्या आधारानेच तो वाढत जातो. पण दीपज्योती वाऱ्याने हलत राहावी, कशाला तरी लागावी आणि त्यातून सारे घरदार भस्मसात करणारा आगीचा डोंब उसळावा, तसे हे मनोविकार उच्छृंखल झाले म्हणजे घडते. या प्रेरक मनोविकारांना ताब्यात ठेवणारी नियंत्रक शक्ती जर माणसापाशी नसेल तर त्यांचा केव्हा भडका उडेल आणि त्यात कशाकशाची आहुती पडेल, हे सांगणे मोठे कठीण आहे.

सामान्य मनुष्य जीवनापाशी काय मागतो? स्वतःला व स्वतःच्या कुटुंबाला सुखवस्तूपणाने जगता यावे यापेक्षा त्याच्या मनाची उडी अधिक उंच जाऊ शकत नाही. मात्र मनुष्याचे मन मूलतःच अतृप्त राहणारे असल्यामुळे त्याचा काम आणि लोभ या दोन मनोविकारांच्या बाबतीत नेहमीच तोल जाऊ शकतो. एक लोककथा आहे ना? एक आंधळी म्हातारी 'मला पोटभर भाकरी दे' अशी मनातल्या मनात दररोज देवाची प्रार्थना करीत असते. देव तिच्यावर प्रसन्न होतो. 'काय हवे ते माग' असे तिला सांगतो. भोळा भाबडा देव- त्याला वाटले होते, बिचारी म्हातारी आंधळी आहे; तेव्हा फार फार तर 'माझी दृष्टी मला परत दे' एवढे ती मागेल. पण म्हातारी पडली वस्ताद. तिने देवापाशी वर मागितला, माझ्या नातवंडा-पणतवंडांच्या मस्तकावर छत्र-चामरे झुलत असलेली मला दिसू देत. याच लोककथेचे मर्म शिकंदराविषयीच्या एका आख्यायिकेत आहे. ती आख्यायिका सांगते, विजयामागून विजय मिळविणारा आणि देशामागून देश पादाक्रांत करणारा शिकंदर शेवटी ढळढळा रडला. कशासाठी? तर आता या जगात जिंकायला काही उरले नाही म्हणून!

स्वतःच्या रक्षणाकरिता जे जे आवश्यक असेल ते ते आपल्याला मिळावे आणि आपले जीवन सदैव सुरक्षित राहावे असे वाटणे ही माणसाची उपजत प्रवृत्ती आहे. माणसाला नेहमीच दोन पातळ्यांवर जगावे लागते. पहिली भौतिक, दुसरी आत्मिक. दैनंदिन जीवनात तो पहिल्या पातळीवर वावरत असतो. शरीराच्या भुका भागविताना तो वासनात्मक पातळीवर असतो; पण आत्म्याच्या भुका तृप्त करायला त्याला भावनात्मक पातळीवर यावे लागते. प्रकृती ही त्याची पहिली पातळी, संस्कृती दुसरी. या दोन पातळ्यांचा सदैव समतोल साधणे कठीण असते. जरासंधाच्या देहाच्या शकलांसारखे या दोन पातळ्यांचे नाते असते. ही दोन शकले नैसर्गिक स्थितीत ठेवली तर ती जुळून त्यातून सजीव जरासंध निर्माण होईल; पण ती विरुद्ध दिशांना फेकली गेली तर जरासंधाला मृत्यू येईल, हे कृष्णाला ठाऊक होते. जरासंधाचा वध भीमाने केला तो कृष्णाने भीमाला खुणेने जे सुचविले त्याचे मर्म लक्षात घेऊनच.

चालू शतकात विज्ञानाच्या घोडदौडीमुळे माणसाचे जीवन मुख्यतः ऐहिक

झाले आहे. या ऐहिक जीवनात शरीराला पूर्वकाळापेक्षा अधिक महत्त्व प्राप्त झाले आहे. पूर्वी इहलोकाइतकाच परलोक खरा मानून त्या अनुरोधाने माणूस अनेक नीतिनियम पाळीत असे. आता त्या बंधनांची त्याला गरज उरलेली नाही. हा विचार समाजात सर्वत्र फैलावला आहे. साहजिकच त्याची परंपरागत मूल्यांवरची श्रद्धा उडून गेली आहे.

पण मनुष्य कितीही सुधारला, विज्ञाननिष्ठ झाला, तरीही शरीरातून सर्वस्वी भिन्न असा एक स्फुल्लिग त्याच्या ठिकाणी असतो. असा स्फुल्लिग माणसात नाही अशी माझी खात्री झाली असती, तर मला जगणेसुद्धा अशक्य झाले असते, असे उद्गार महात्मा गांधींनी काढले आहेत. प्रकृतीची पातळी सोडून संस्कृतीच्या उच्च पातळीवर आलेला मनुष्य या स्फुल्लिगाचे अस्तित्व नाकारू शकत नाही. केवळ प्रकृतीच्या पातळीवर जगणे म्हणजे पशुपक्ष्यांचे जीवन जगणे. माणसाला ते कधीही मानसिक शांती लाभू देणार नाही. शरीराच्या सर्व भुका भागविताना माणूस स्व-केन्द्रित असतो. पण आत्म्याच्या भुका भागविताना त्याला या कवचाबाहेर यावेच लागते. ही आपल्या जन्मजात कवचाबाहेर येण्याची शक्ती म्हणजे माणसाची आत्मशक्ती. ती दुसऱ्या माणसापाशी असलेले त्याचे नाते त्याला स्पष्ट करून दाखविते. मग आपल्या सुख-दुःखांवरून इतरांच्या सुख-दुःखांची तो कल्पना करू शकतो. माणसाचे माणसाशी असलेले अतूट नाते अशा वेळी जागे होते. मग दुसऱ्याच्या दुःखांवर उभारलेले स्वतःचे सुख त्याला अमंगळ वाटू लागते. आपल्या हातून कोणावरही कळत-नकळत अन्याय होऊ नये याची दक्षता तो घेऊ लागतो.

'ययाति'च्या कथेचे चिंतन सुरू असताना माझ्या मनात विचारांची जी वादळे उठली त्यातल्या एका वादळाची रूपरेषा मी आतापर्यंत सांगितली. इथे प्रश्न असा उद्भवतो की, अशा चिंतनाचा सर्जनशील साहित्याशी काय संबंध आहे? नवनिर्मिती हे अशा साहित्याचे ध्येय. आपल्याला आलेला उत्कट अनुभव सुंदर रीतीने आविष्कृत करायचा, हे तिचे कार्य. कलेची नाजूक प्रकृती या वैचारिक ओझ्याने गुदमरून जाणार नाही का? सर्जनशील लेखनाचे कल्पना व भावना हे दोन गरुडपंख आहेत. या पंखांतले बळ जेवढे अधिक, तेवढी त्यांची भरारी मोठी. विचारांचा भार त्या पंखांच्या स्वैर उड्डाणाला प्रतिबंध करणार नाही का?

हा आक्षेप निराधार नाही. मात्र सर्जनशीलता आणि वैचारिकता या दोन शक्ती परस्पराहून भिन्न असल्या तरी लेखन सकस व्हायला हाती असलेल्या विषयाचे स्वैर चिंतन साहित्यिकाला उपकारकच ठरते. त्रिवेणी संगमात सरस्वती जशी गुप्त असते, तसे सर्जनशील लेखकाचे विचारमंथन त्याच्या नवनिर्मितीत कुठेही दृग्गोचर होत नाही. प्रभावी सर्जनशील शक्तीच्या सान्निध्यात विचार आपोआप रसरूप धारण करतो.

शिवाय जीवन जसजसे बदलते, तसतसशा साहित्यनिर्मितीच्या कक्षा बदलत जातात. गेल्या अर्धशतकातल्या पाश्चिमात्य सर्जनशील वाङ्मयावर दृष्टिक्षेप केल्यास विज्ञान युगाने वाङ्मयाच्या आशयात आणि आविष्कारात किती महत्त्वाचे बदल घडवून आणले आहेत, याची कल्पना करता येईल.

सर्जनशील लेखकाचे कलात्मक निर्मितीचे स्वातंत्र्य नेहमीच अबाधित राहिले पाहिजे. 'या विषयावर लिही', 'त्या विषयावर लिही' असा आदेश त्याला कोणी देऊ शकत नाही. कोणी दिला तरी त्यापुढे तो आपली मान तुकविणार नाही. त्याच्या प्रतिभाचक्षूंपुढे जे सुंदर स्वप्न तरळत असते, ते जसेच्या तसे साकार करावे म्हणून तो धडपडत असतो. पण एका बाजूला ही सौंदर्यनिर्मितीची ओढ कितीही उत्कट असली तरी दुसऱ्या बाजूला सभोवतालच्या समाजाची सारी दुःखे त्याच्या संवेदनशील मनाला अस्वस्थ करून सोडतात. पूर्वकाळी अशा लेखकाला सामाजिक अनुभवाकडे पाठ फिरवून सौंदर्यनिर्मितीत मग्न होऊन राहणे सोपे होते; पण आता साऱ्या मानवतेची नवी-जुनी दुःखे उग्र रूप धारण करीत असताना त्यांच्याविषयी तो कसा उदासीन राहू शकेल? त्याच्या प्रतिभेला आव्हान देणाऱ्या जटिल समस्यांनी त्याला चारी बाजूंनी वेढले आहे.

प्रत्येक पिढीतल्या प्रतिभावंतांची व प्रज्ञावंतांची एक सुप्त इच्छा असते ती म्हणजे आपण ज्या जगात राहतो त्याची अन्तर्बाह्य कुरूपता थोडीतरी कमी करण्याला आपला हातभार लागावा. सर्जनशील लेखकही या नियमाला अपवाद नसतो. अशा साहित्यिकापुढे आज एक प्रश्न दत्त म्हणून उभा आहे. विज्ञान वेगाने प्रगती करीत असताना सारे जग अजून दुःखीच राहिले आहे. काही मानवी दुःखे सनातन आहेत हे मान्य केले तरी मानवतेची जी दुःखे माणसाला दूर करण्यासारखी आहेत, ती कितीशी कमी झाली आहेत? समता, बंधुता आणि स्वातंत्र्य यांच्या घोषणा जगभर पिढ्यान् पिढ्या होत राहिल्या आहेत पण दैनंदिन व्यवहारात त्यांचा आढळ क्वचितच होतो. असे का व्हावे हा प्रश्न आजच्या लेखकाला सतावल्याशिवाय राहणार नाही. त्याचे उत्तर त्याला एकाच गोष्टीत सापडेल. मनुष्य बाह्यतः पूर्ण बदलला आहे. विज्ञानाने त्याच्या हाती अद्भुत सामर्थ्य आणून दिले आहे. पण तो अंतरंगात फारसा बदललेला नाही. दुसऱ्या महायुद्धाच्या शेवटी एका अमेरिकन सेनानीने पुढील उद्गार काढले होते-

'We are nuclear giants, but moral infants.'

युद्धातला भीषण संहार पाहून त्याने हे उद्गार काढले असले तरी आजच्या शांततेच्या काळातल्या सर्व मानवी व्यवहारांतही ते तितकेच खरे आहेत. नैतिक दृष्ट्या मानवजात अजूनही प्राथमिक अवस्थेत आहे. विवेकापेक्षा मनोविकारांचेच राज्य तिच्या मनावर चालते. त्यामुळे एकीकडे मनुष्याची बुद्धी नवे नवे शोध लावीत

असताना आणि समतेसारख्या अनेक उदात्त तत्त्वांचा पाठपुरावा करीत असताना त्याच्या भावना मात्र अपरिपक्वच राहिल्या आहेत. बुद्धीबरोबर माणसाच्या भावनेला धावता येत नाही हे खरे असले तरी बहुसंख्य लोक अजून भावनेच्या प्राथमिक स्तरावरच असलेले दिसतात. माणसाचे मन आहे असेच राहणार असले तर त्याची सगळी उदात्त स्वप्ने, स्वप्नेच राहण्याचा संभव अधिक.

माणसाचे मन आणि जीवन, त्याचे समाजाशी असलेले चिरंतन संबंध, त्याच्या मनात आणि जीवनात वेळोवेळी घडणारे बदल या सर्वांवर प्रकाश टाकू शकणारी साहित्य ही एक अद्भुत कला आहे. मानवी बुद्धी आणि हृदय यांच्या सर्व गुणांचे सत्त्व या कलेतून प्रकट होऊ शकते. त्यामुळे साहित्याला विलक्षण आवाहनशक्ती प्राप्त होते. अभिजात साहित्य वाचकाच्या मनावर संस्कार करते हे विधान याच अर्थाने खरे आहे. अखिल मानवता एक आहे ही जाणीव सर्वसामान्य मनुष्याच्या दैनंदिन जीवनक्रमात प्रतिबिंबित व्हावयाची असेल तर त्या कामी साहित्याच्या आवाहनशक्तीची मोलाची मदत झाल्याशिवाय राहणार नाही.

प्राचीन काळापासून साहित्य माणसाला धीर देत आले आहे. मंगल आणि अमंगल यांच्यातली सीमारेषा निश्चित करण्याच्या कामी त्याचा मानवजातीला सदैव उपयोग झाला आहे. श्रेष्ठ साहित्य केवळ माणसाच्या आनंदात भर घालून जात नाही, ते त्याच्या मनाचा एक भाग होऊन असते. असे साहित्य शरीराची सुखदुःखे चित्रित करत असले तरी त्याचा खरा भर मानवाच्या ठिकाणी असलेला दिव्य स्फुल्लिंग फुलविण्यावर असतो. बदलत्या काळाबरोबर अनेक जीवनमूल्ये बदलतात. या बदलाचे स्वागत करून काळाला अनुरूप अशी नवी मूल्ये प्रस्थापित करण्याचे काम शेवटी साहित्यिकाकडेच येते.

भारतीय जीवन आता झपाट्याने आमूलाग्र बदलू लागले आहे. यंत्रयुगात आपण प्रवेश केला आहे. हा बदल फार मोठा आहे. तो पचनी पडायला, भविष्य काळातील जीवनात शरीर आणि आत्मा यांचा समतोल साधायला श्रेष्ठ साहित्यच मार्गदर्शक होईल. अशा साहित्याची परंपरा भारतात अखंड चालो, हीच वाग्देवीपाशी माझी प्रार्थना.

◆

◆

मुंबईने गरिबी-श्रीमंतीतील पूल व्हावे

मा. महापौर, नगरसेवक, महानगरपालिकेतील कर्मचारी, थोर नागरिक आणि बंधू- भगिनींनो. मुंबई महानगरपालिकेच्या या सत्काराबद्दल मी अत्यंत कृतज्ञ आहे. मुंबई ही महाराष्ट्राची राजधानी आहे. मुंबईतील महानगरपालिका ही येथील लोकप्रतिनिधींची अग्रगण्य संस्था. अशा संस्थेने माझा सत्कार करावा ही गोष्ट मला महाराष्ट्रमातेने माझ्या पाठीवरून ममतेचा हात फिरवल्यासारखे वाटते. आता महापौरांनी माझ्या संबंधाने जे प्रशंसोद्गार काढले, त्यातील तथ्य आपण सर्व जाणताच. त्याविषयी मी बोलत नाही. मी आपणा सर्वांना नम्र अभिवादन करतो. नम्र कृतज्ञता व्यक्त करतो. खरे सांगायचे तर हा सन्मान माझा नाही. हा सन्मान अभिजात साहित्याचा आहे. अभिजात साहित्य माणसाला प्रकाश दाखविते. 'तमसो मा ज्योतिर्गमय' ही प्रार्थना आपण अंधाराकडून प्रकाशाकडे जाण्यासाठी म्हणत असतो. माणसाला शारीरिक भुका असतात, तशा आध्यात्मिक भुकाही असतात. सामर्थ्य, सौंदर्य आणि साधुत्व या आध्यात्मिक भुका असतात. साहित्य हे तेजाचे प्रतीक असते. मग ते तेज रात्र उजळणाऱ्या मिणमिणत्या पणतीचे असो वा शुक्राच्या चांदणीचे असो.

या महानगरपालिकेविषयी मी काय बोलू? माझ्या लहानपणी मी सांगलीत राहत असे. त्या वेळी मुंबईला जायला निघाल्यावर म्हणत असत की, हा जिवाची मुंबई करायला निघाला. त्या वेळेला मला त्याचा अर्थ समजत नसे. आज कळतो. आज दीडशे वर्षे भारतमातेच्या मंदिराचे हे महाद्वार आहे. पश्चिमेकडील ज्ञान-विज्ञानाच्या प्रकाशाने आपल्याकडील नव्हे, हे महाद्वार प्रथम उजळले आणि तो प्रकाश नंतर मंदिरात सगळीकडे पसरला. लहान-मोठ्या, राजकीय, आर्थिक,

सामाजिक सर्व चळवळी येथे झाल्या आणि आज जी भारताची प्रगती झाली आहे त्यात हे अग्रभागी आहे. या शहराने मोठमोठ्या चळवळी पाहिल्या आहेत. १९०८ मध्ये हद्दपार झालेल्या लोकमान्य टिळकांचे उद्गार येथील कोर्टाच्या भिंतींनी आपल्या कानात जपून ठेवले आहेत. १९४२ सालची महात्मा गांधींची 'छोडो भारत' चळवळ येथेच झाली आहे. अशा या शहराविषयी अधिक काही बोलता येण्यासारखे नाही. त्याचे खरे वर्णन करायचे म्हणजे अच्छोद सरोवराचे वर्णन करणारा बाणभट्टच हवा.

परंतु हे जसे या अवाढव्य शहराचे एक रूप आहे, तशी त्याची दुसरी बाजू आहे. त्या बाजूचा मी उल्लेख करतो. मी हे सर्व बोलत असताना आणि या महानगराचा सत्कार घेत असताना येथील झोपडपट्ट्यातील आणि फूटपाथवर राहणाऱ्या लोकांना मी विसरू शकत नाही. तेही आपलेच बांधव आहेत हे ध्यानात घेऊन महानगरपालिका आणि शासन त्यांच्यासाठी जे प्रयत्न करीत आहे, त्याला समाजाने साथ द्यायला, पाहिजे असे मला वाटते. आपले सामाजिक मन जागृत झालेले नाही असे मला वाटते. किंबहुना, आपला आर्थिक विकास झाला आहे; परंतु आपल्या भावनेचा विकास झाला नाही. आपली भावना अजून कौटुंबिक क्षेत्रातच रेंगाळत आहे. यंत्रयुग आल्यानंतर भावनेचाही विकास व्हायला पाहिजे होता, तो झालेला नाही. त्यामुळे एक प्रकारची भावनेची गळचेपी आपल्या अनुभवाला येते आणि आज कुठल्याही महानगरात गेलो असता आपल्याला तेथे दोन जगे झालेली दिसात. एक श्रीमंतांचे, एक गरिबांचे. या दोन जगांना जोडणारा पूलसुद्धा अस्तित्वात नाही, ही आपली व्यथा आहे. किंबहुना आपल्यासमोर यक्षप्रश्न आहे की, सर्व समाज एकरूप व्हायचा असेल तर एकरूप होण्यासाठी वरच्या समाजाने खालच्या समाजासाठी त्याग केल्याशिवाय ती एकरूपता येणे शक्य नाही. सुशिक्षित आणि सुसंपन्न समाज आपले कार्य पार पाडतो काय, हा खरा प्रश्न आपल्यापुढे आहे. प्रत्येक माणसाच्या मनात जसा जड भरत असतो, तसा त्याच्या मनात एक भगीरथही असतो. त्याला जागा करून आपल्या देशाची पुनर्बांधणी करणे हे आपल्या सर्वांचे काम आहे. ते काम करण्याकरिता आपणा सर्वांना प्रेरणा मिळो, अशी इच्छा व्यक्त करून मी माझे भाषण संपवितो.

◆

करमणुकीपेक्षा साहित्य वैचारिक हवे!

एखाद्यावर लग्नातील गुलाबपाण्याप्रमाणे प्रखर स्तुतीचे पाणी शिंपडले म्हणजे बरे असते! (हशा) परंतु पावसाळ्यातील मुसळधार पावसाने झोडपल्यामुळे ओलेचिंब व्हावे तशी अवस्था आताच्या स्तुतीने माझी झाली आहे! (हशा) एवढ्या स्तुतीला मी पात्र आहे की नाही हे मला माहीत नाही. माझ्या वाङ्मयाने माझे समाधान झालेले नाही. ते कधी पूर्णपणे होईल की नाही, तेही मला माहीत नाही. मला माझ्या मर्यादा माहीत आहेत. मी जे लिहिले त्याबद्दल मी असंतुष्ट आहे. तरी मराठी व अन्य भाषकांनी ते मान्य करून घेतले त्याबद्दल मी अत्यंत कृतज्ञ आहे. (टाळ्या) माझ्या कादंबऱ्यांचे गुजरातीत गोपाळराव विद्वांस व तमीळमध्ये श्रीनिवासाचार्य यांनी इतके सुंदर भाषांतर केले आहे की या दोन भाषांमध्ये मला जी लोकप्रियता लाभली त्याचे अर्धे यश या दोघांना आहे...

...मी आता माझ्याबद्दल काय बोलू? आधीचे लोक बरेच बोलून गेलेत. (हशा) तरी थोडेसे बोलतो. (हशा) कारण मला काही सांगायचे आहे! मी जे लेखन सुरुवातीस केले ते हौसेने! मी पुढे मोठा लेखक मानला जाईन असे मला कधीच वाटले नव्हते. (हशा) वाचनाचे लहानपणी वेड लागले! त्यात आनंद होता, सुगंध होता! त्याने पुढे गेलो- किती पुढे गेलो ते तुम्ही पाहताच! मला अनेकांनी घडविले आहे. शिक्षक, साहित्यिक, देशातील नेते आदींचा त्यात वाटा आहे. या सर्वांचे ओझे माझ्या डोक्यावर आहे. तमीळ, गुजराती व मराठी लोकांनी माझ्यावर जे प्रेम केले त्यामुळे मी लिहीत बसलो. कादंबरीचा तगादा या लोकांनी लावल्याने मी लिहिले. या प्रेमाबद्दल मी कृतज्ञ आहे.

मी पूर्ण आशावादी आहे तर दुसऱ्या बाजूने मला निराशेने ग्रासले आहे...

चित्रवाणी, आकाशवाणी, चित्रपट यांनी साहित्याची करमणुकीची जागा हिसकावून घेतली आहे. करमणुकीची जबाबदारी आता साहित्यावर नाही. त्यामुळे आता वैचारिक साहित्य निर्माण झाले पाहिजे. नवीन लेखक, नवीन साहित्य- दलित साहित्य उदयाला आले आहे. परंतु हे दलित साहित्य मुळात नवीन नाही. मनुष्य आपले दुःख साहित्याच्या द्वारा सांगतो. साहित्य हा माणसाचा अनादि कालापासून सोबती आहे व पुढेही राहणार आहे. सध्याच्या धावपळीच्या यंत्रयुगात साहित्य- अभिजात साहित्य वाचायला किती वेळ मिळेल याबाबत काही लोक शंका व्यक्त करतात; परंतु मी मात्र निश्चिंत आहे. मला वाटते, साहित्याने आपले कार्य करीतच राहिले पाहिजे!

साहित्याने धर्माची जागा घेतली पाहिजे असे मी एकदा म्हणालो होतो. म्हणजे साहित्याने समाजाला आवश्यक अशा मूल्यांचा पुरस्कार केला पाहिजे. धर्म याचा अर्थ पारलौकिक नव्हे, तर ऐहिक जीवन सत्यजीवन मानणे. मानवाला काही दुःखे अटळ आहेत. तर काही कमी होणारी आहेत. म्हणून मानवधर्म हाच खरा धर्म ठरतो व त्याचा पुरस्कार करणे साहित्याचे पहिले कर्तव्य आहे. संतांनी तेच केले आहे. इतर साहित्यिकांनी हेच केले. साहित्याचा जीवनावर प्रभाव पडत असतो. माझ्या जीवनावर तीन पुस्तकांचा प्रभाव आहे. पहिले पुस्तक 'गुडबाय मिस्टर चीफ' ही एका शिक्षकाची कथा आहे. परंतु तिने मला जीवनात आधार दिला. दुसरे पुस्तक 'ओल्ड मॅन ॲण्ड सी' ही मानवाच्या पराक्रमाची कथा आहे. आपणा सर्वांना चरितार्थाकरिता धडपडावे लागते. त्यात पुष्कळदा अपयश येते. या कथेतील कोळीही अपयशाने निराश न होता पुन्हा जिद्दीने कामाला लागणारा असा आहे.

हा कोळी म्हणजे जीवनाचे प्रतीकच आहे. हेच जीवनाचे सार आहे. तिसरी कादंबरी 'प्लेग' ही रूपकात्मक कादंबरी आहे. सर्व मानवजातीचे चित्र यात आहे. यातील डॉक्टर शेवटपर्यंत आपले कर्तव्य करीत राहतो. या तिन्ही कथांनी मला भारून टाकले.

मी मघाशी 'धर्म' म्हणालो याचा अर्थ साहित्याने धर्माची जागा घेणे आवश्यक झाले आहे. कारण या विज्ञान युगात धार्मिक श्रद्धा बाजूला पडल्या आहेत. आपण एकाकी आहोत ही जाणीव सामान्य माणसातून अजून दूर होत नाही. त्यासाठी माणसाचा आधार माणूसच झाला पाहिजे. म्हणून माणुसकी वाढली पाहिजे. माणूस मेला तरी हरकत नाही; पण माणुसकी कधी मरायला नको. या माणुसकीचा अर्थ अत्यंत साधा आहे. आपल्या सुखदुःखात इतरांच्या दुःखांची कल्पना करणे म्हणजे माणुसकी! मला जे काही लिहिता आले ते या श्रद्धेनेच होय. दुसऱ्याच्या जागी आपण आहोत ही कल्पना केली म्हणजे दुसऱ्याबद्दल सहानुभूती निर्माण होते. ती सक्रिय झाली नाही तरी निदान मन ओले झाले तरी त्यालाही या यंत्रयुगाच्या

घिसाडघाईत महत्त्व आहे. बुद्धिवाद चांगला असला किंवा विज्ञानाने कितीही गोष्टी केल्या तरी भावनेशिवाय माणूस जगू शकत नाही. भावना जपल्या पाहिजेत. कारण माणूस माणसाचा शत्रू झाला तरी शेवटी माणूसच माणसाचा आधार आहे.

◆

जुन्या-नव्या मूल्यांच्या मीलनाची गरज

माननीय महापौर, सन्मान्य नगरसेवक, थोर नागरिक आणि बंधु भगिनींनो!

पुणे महानगरपालिकेनं पुणेकरांच्या वतीनं केलेला हा सत्कार मी नम्रतापूर्वक स्वीकारतो. हा सत्कार खरोखर माझा नसून मराठी साहित्याचा आहे. या सत्काराच्या मागे ज्ञानपीठ पारितोषिक पहिल्यांदा मराठीला मिळालं याचा आनंद आहे. वेलीवर आलेलं पहिलं फूल, मुलीला झालेलं पहिलं मूल त्याचा जसा आनंद असतो, तसा हा महाराष्ट्राचा आनंद आहे आणि मी तो जाणून आहे. माझं यात थोडं आहे. मी एक निमित्त झालेला मनुष्य आहे, साहित्यिक आहे. कारण आपण गुढी पाडव्याच्या दिवशी गुढी उभारतो, गुढीला माळ घालतो, पूजा करतो पण काठीनं असं वाटून घेता उपयोगी नाही की ती पूजा आपली आहे. या ज्ञानपीठ पारितोषिकात माझी भूमिका काठीची आहे, हे ध्यानात ठेवा. अर्थात काठीचा एरवी उपयोग असतो. धुणी वाळत घालायला, मांजर दूध प्यायला लागलं तर त्याच्या पाठीमागं धावायला. हे केवळ मी विनयाने बोलतोय असं नाही.

एक लेखक घडवण्यात त्याच्या मागच्या किती पिढ्या खर्च पडलेल्या असतात याची जाण असल्यानं तुम्हास मी हे सांगतो. मी व्यास, वाल्मीकीचं ऋण लागतो, तुकारामाचं ऋण लागतो, हरिभाऊ आपटे, गडकरी यांचं ऋण लागतो. कितींची नावे सांगू? ज्यांनी ज्यांनी मला घडविलं, कसं घडविलं, काय घडविलं हे आत्ता सांगता येणार नाही- पण घडविलं हे निश्चित. मला जी वाट सापडली तिच्यामागून मी गेलो. एक गोष्ट लक्षात ठेवली. आपल्याला जे सत्य वाटेल ते सांगावं, केवळ लोकप्रियतेची पर्वा करू नये. आपल्याला जे दुःख दिसतं ते चित्रित करावं, त्याची कारणपरंपरा शोधावी, लोकांच्या ती नजरेला आणावी. कारण

जगातली अनेक दुःखं अटळ असली तरी कितीतरी दुःखं सहज टळणारी आहेत आणि समाजाच्या संघर्षामुळे ती टळू शकत नाहीत, माणूस माणसाचा वैरी झाला म्हणून ती टळू शकत नाहीत. माणूस माणसाचा मित्र झाला तर मात्र अनेक दुःखं टळू शकतील.

या पुण्यनगरीतच वीरांची आणि संतांची कर्मभूमी आहे. या भूमीतच माझी कॉलेजची तीन वर्षं गेली. त्या काळात मी कसा घडलो हे मी आपणास सांगतो म्हणजे आपल्या लक्षात येईल की एक लेखक तयार करायला किती पिढ्या खर्च पडलेल्या असतात, किती माणसं खर्ची पडलेली असतात. मी इथं कॉलेजमध्ये आलो. फक्त तीन वर्षं होतो. त्या तीन वर्षांमध्ये माझी इंग्रजी व संस्कृत वाङ्मयाची जी जाण वाढली ती फर्ग्युसन कॉलेजमधील माझे गुरू महादेव बळवंत पटवर्धन आणि पांडुरंग दामोदर गुण्ये या दोघा गुरूंच्या शिकवण्यामुळे. मी सांगलीहून आलो होतो. इंग्रजी, संस्कृत या भाषांवर प्रेम होतं, ज्ञान होतं; परंतु त्याचा रस कसा चाखावा हे कळत नव्हतं. हे रसज्ञान मला या दोघा गुरूंकडून मिळालं. त्यापेक्षा मोठी गोष्ट मिळाली ती रँग्लर परांजपे आणि अण्णासाहेब कर्वे यांच्यासारख्या गुरूंच्या चारित्र्यापासून. त्यागाशिवाय समाजाची उन्नती होऊ शकत नाही. एक लहानसा वर्ग असा तयार झाला पाहिजे- ज्याला यतीवर्ग म्हणता येईल असा- की त्यानं त्यागानं, त्यागपूर्ण वृत्तीनं समाजाच्या उन्नतीसाठी धडपडत राहायला पाहिजे. ही भूमिका त्या काळात या गुरूंनी न सांगता आमच्या मनावर ठसवली. त्या काळातली किती तरी मुलं कोणत्या तरी ध्येयवादानं प्रेरित होऊन त्यांनी देशोन्नतीच्या कुठल्या तरी कामाला वाहून घेतलं होतं. मी शिरोड्यासारख्या खेड्यात शिक्षक म्हणून गेलो, त्या वेळी माझ्या डोळ्यांपुढे जे चित्र होतं, जे आदर्श होते, ते फर्ग्युसन कॉलेजातल्या टिळक-आगरकर आणि परांजपे-कर्वे अशा गुरूंचे.

यानंतर पुण्यात मला जो दुसरा ठेवा सापडला तो गडकऱ्यांच्या रूपाने. गडकरी हे प्रतिभावंत नाटककार होते. योगायोगानं त्यांची गाठ पडली. त्या तीन वर्षांत त्यांच्यापासून मला साहित्याचं ज्ञान झालंच परंतु मी लेखक आहे, चांगला लेखक होऊ शकेन हा धीरही त्यांच्यापासून मला मिळाला. ही जडणघडण लक्षात घेतली की मला असं वाटतं की, शेवटी सगळ्या नद्या ज्याप्रमाणे समुद्राला जाऊन मिळतात... समुद्र केवढा अफाट म्हणून आपण त्याची स्तुती करतो... तसं काहीतरी इथं घडलं. मी साधा वाळवंटातल्या शंख-शिंपल्यांशी खेळत बसलेला मुलगा. या मुलाला पुढे पाणबुड्या व्हावसं वाटलं, पाण्यात बुडून समुद्राच्या खोल तळाचा वेध घ्यावासा वाटला, चार दोन शिंपले शोधावेसे वाटले (मोत्यांनी ते भरलेले असतील असं वाटून!) परंतु त्यातले बहुतेक शिंपले बिनमोत्याचेच असावेत. 'ययाति' हा एक बारीक मोती त्यात हाताशी लागला अन् त्याला ज्ञानपीठ

पारितोषिक मिळालं, एवढंच.

आता अधिक बोलण्याची ही वेळ नाही. परंतु माझ्या मनात एक नेहमी डिवचणारा प्रश्न आहे तो मी आपणापुढे मांडू इच्छितो. गेली दीडशे वर्षे पुण्यासारख्या शहरात महात्मा फुले, लोकमान्य टिळक यांच्यासारख्या मोठमोठ्या व्यक्ती होऊन गेल्या. सामाजिक विषमता आणि आर्थिक गुलामगिरीविरुद्ध फुल्यांनी बंड पुकारलं. परक्या इंग्रजी राजवटीविरुद्ध टिळकांनी बंडाचा मोठा झेंडा उभारला. स्वातंत्र्य मिळालं. परंतु आपण अजून सामाजिक विषमता आणि आर्थिक पिळवणूक ह्यांच्याकडे खरोखर नव्या काळाच्या दृष्टीनं पाहायला शिकलोय का?

आपलं समाजमन दुभंगलेलं आहे की काय? 'दुभंगलेला' शब्द मी निराळ्या अर्थांनी वापरतोय. जातीभेदानं दुभंगलेला समाज मला ठाऊक आहे; गरिबी आणि श्रीमंतीनं दुभंगलेला समाज मला ठाऊक आहे; पण त्याहीपेक्षा एक वेगळं दुभंगलेपण समाजमनात आहे. आपण एकच गोष्ट दोन डोळ्यांनी पाहतो. एक भूतकाळाचा डोळा नि दुसरा भविष्यकाळाचा डोळा. आता साधं उदाहरण आपणास सांगतो. वीज खेड्यात गेली, घरात दिवे लागले, विहिरीवर पंप बसला म्हणजे शेतकरी आनंदानं त्याचं स्वागत करतो. विज्ञानाचा हा फायदा त्याला कळू शकतो; पण ते विज्ञान त्याला कुटुंबनियोजन करायला शिकवायला लागलं तर तो त्याचा स्वीकार करू शकत नाही. याचा अर्थ एक आहे की आपला एक पाय तळ्यात व एक मळ्यात असावा, तसं आपण अर्धवट भूतकाळात रेंगाळत आहोत. जी जुनी मूल्य उराशी कवटाळून घेतली आहेत, त्यामुळे नवीन मूल्यांकडे दुर्लक्ष करतोय.

ग्रामीण भागातला हा अनुभव सोडून दिला आणि नागरी भागात आलं तरी काय दृश्य दिसतं? अंधश्रद्धा प्रतिबंधक चळवळी सुरू आहेत. स्नेहलतेनं स्वतः जाळून घेतलं. वरेरकरांनी 'हाच मुलाचा बाप' हे नाटक त्यावर लिहिलं. ते चांगलं चाललं. पन्नास, साठ वर्षं लोटली तरी हुंडा बंद व्हावा म्हणून सगळीकडे चळवळ सुरू आहे. प्रत्यक्षात अनुभव मात्र निराळे आहेत. मुलाचा बाप सांगतो... चांगले सुशिक्षित लोक असतात... आमचा मुलगा दरमहा आकराशे रुपये कमावतो तेव्हा आम्हाला दहा हजार रुपये तरी मिळालेच पाहिजेत. पसंत असेल तर सौदा करा, नसेल तर करू नका. याच्याही पलीकडे जायचं अन् सांगायचं झालं तर...

आपण स्वातंत्र्य, समता, बंधुता या तत्त्वांचा पुरस्कार करत राहिलो. पुरस्कार खरोखर आपण कृतीत किती उतरवलाय, आचरणात कितीसा आणलाय? समाजाच्या कोणत्याही वर्गात जाऊन आपण पाहू या. आपणाला असं आढळून येईल की आपली मनं जिथल्या तिथं गोठल्यासारखी आहेत. काळाबरोबर ती धावत पुढे गेलेली नाहीत. जुनी मूल्य कोणती ठेवायची आणि त्यांच्याशी नव्या मूल्यांचा संगम कसा घडवायचा, याची आपणाला कल्पनाही नीट करता येत नाही. असं दुभंगलेलं

सामाजिक मन ज्या ठिकाणी असतं, तिथं उत्कर्ष, पराक्रम यांना सहजच पायबंद पडतो. तेव्हा माझी आपणा सर्वांना अशी विनंती आहे की आपण नव्या काळात प्रवेश केलेला आहे. कृषीप्रधान मानवनिर्मित संस्कृती आलेली आहे. नव्या काळाची आव्हानं आपणास स्वीकारायची आहेत. ही आव्हानं स्वीकारण्याकरिता आपण स्वतःच अंतर्मुख होऊन परीक्षण केलं पाहिजे आणि नव्या नि जुन्या मूल्यांचा उत्तम संगम आपणाकडे कसा घडेल याची काळजी वाहिली पाहिजे. केवळ पाश्चात्त्य मूल्यांची पूजा करून चालणार नाही किंवा केवळ जुन्या मूल्यांचा बडेजाव करून चालणार नाही. दोन्ही संस्कृतींत घेण्यासारखं काही आहे, ते एकत्र कसं येईल, त्याचा संगम, संकर कसा होईल, हे आपण पाहिलं पाहिजे.

मी साहित्यिक आहे. स्वप्नं पाहणारा प्राणी आहे. माझ्या डोळ्यांपुढे असं स्वप्नं आहे की आज ना उद्या या जगामध्ये साहित्य व विज्ञान हातात हात घालून नांदतील. श्रमजीवी आणि बुद्धिजीवी यांच्यातील तफावत दूर होईल. गरीब आणि श्रीमंत यांच्यामध्ये पसरलेली दरी नाहीशी होईल आणि साधुसंतांनी, प्रेषितांनी, साहित्यिकांनी, समाजसेवकांनी पाहिलेलं सुंदर आणि सुखी जगाचं स्वप्न कधीतरी साकार होईल. ते साकार होवो अशी प्रार्थना करून मी आपलं भाषण पुरं करतो.

◆

लेखक हा जीवनाचा भाष्यकार!

माननीय कुलगुरू, अधिष्ठाता, विधीसभा सदस्य व उपस्थित बंधू आणि भगिनींनो!

शिवछत्रपतींच्या नावाने पुनीत झालेल्या या विद्यापीठाने डी.लिट. पदवी देऊन माझा गौरव केला त्याबद्दल मी आपणा सर्वांचा कृतज्ञ आहे. पण पदवीला लागणारे पांडित्य माझ्यापाशी नाही, याची मला जाणीव आहे. माझ्यासाठी ही पदवी मी स्वीकारत नसून, मराठी साहित्याचा प्रतिनिधी म्हणून स्वीकारीत आहे. मराठी भाषेचे महत्त्व व कौतुक कालौघात वाढले आहे. त्याचे आपण स्वागत केले पाहिजे.

अलीकडे माझे अनेक सत्कार झाले. सत्कार म्हटला की स्तुतिसुमनांचा वर्षाव ओघाने आलाच. आत्ताही बॅ. पाटील यांनी व विद्यापीठाच्या मानपत्रात असा वर्षाव आपण ऐकलात. स्तुती माणसाला प्रिय असते हे खरं आहे, पण ती मृगाच्या झिमझिम पावसासारखी असावी; आषाढातील मुसळधार पावसासारखी ती नसावी. आता गळ्यात घातलेल्या हारातील फुलांचा सुगंध येतो आहे; पण त्याचं ओझं मात्र नकोसं वाटतंय!

पांढऱ्यावर काळे करणारा, ज्याचे केस ते करत पांढरे झालेला एक ललित लेखक आहे. मी कोणी विचारवंत नाही. म्हणून या पदवीचा मी संकोचाने स्वीकार करतोय.

माझी लहानपणी तीन स्वप्ने होती. मध्यरात्रीच्या वेळी गस्तवाल्याची 'हुश्यारऽऽ' ही आरोळी ऐकून गस्तवाला व्हावेसे वाटे. पण मी साहित्यातला गस्तवाला झालो. डॉ. हरी कृष्ण देव (सांगली) यांच्या साधुतुल्य वर्तनामुळे डॉक्टर व्हायचे माझे दुसरे स्वप्न होते. पण आज मी डॉक्टर झालो तो वाङ्मयाचा. माझं तिसरं स्वप्नं लेखक

व्हायचं होतं. सुरवातीला कल्पनेनं लिहायचो. पुढे त्याला भावनेची जोड मिळत गेली. तिला विचार येऊन मिळणं जरूर होतं. वैचारिक वाङ्मय आणि ललित वाङ्मय एकमेकाचे मित्र होत. ललित वाङ्मयात विचार मुरवून पोटतिडिकेनं, एकाग्रतेनं व तळमळीनं ते मांडायला हवेत. नुसत्या भावनेनं कोणतीही कलाकृती श्रेष्ठ ठरत नाही. नवनवे विचार पुढे करत लेखन झालं पाहिजे. लेखक केवळ जीवनाचा साक्षीदार होऊन चालणार नाही; तो जीवनाचा भाष्यकारही व्हायला हवा. तर त्याचं लेखन श्रेष्ठ होणार.

ललित लेखन वा इतर लिखाण चिरस्मरणीय या कक्षेत केव्हा नि कसं येतं हे आपण समजून घेतलं पाहिजे. मला आठवतं त्याप्रमाणे प्रारंभीच्या लेखन कालात माझी स्थिती वाळवंटात शंख-शिंपले गोळा करणाऱ्या लहान मुलांसारखी होती. शंख-शिंपले जोडून जशी रंजक कलाकृती तयार होते, तसे केवळ शब्द जोडून निर्मिलेले साहित्यही रंजन या सदरात मोडणारेच असते. मी पहिल्या पहिल्यांदा असा शब्दात गुंतलेला लेखक होतो. असे शब्दजड व शब्दचमत्कृत लिखाण वाचायला आवडते हे खरे आहे. त्यामुळे वाचकांबरोबर माझीही करमणूक व्हायची पण लेखणीची खरी फेक शब्द नसते, हे मी तुम्हाला सांगतो. तो एक देखावा असतो, केवळ दृश्य असते. आपल्यापुढे अनेकविध गंभीर प्रसंग, प्रश्न असतात. त्यांच्या चिंतनाचे जळजळीत रसायन जेव्हा लेखकाच्या अंतःकरणातून लेखणीच्या द्वारा व्यक्त होऊ लागते, तेव्हाच साहित्यास टिकणारा रंग प्राप्त होऊन ते चिरस्मरणीय बनते.

आजच्या यंत्रयुगाने माणसाला करमणुकीची साधने भरपूर प्रमाणात दिली आहेत. मनोरंजन हे वाङ्मयाचे उद्दिष्ट असते हे खरे आहे; पण ते दुय्यम उद्दिष्ट आहे हे मी तुम्हाला सांगतो. हरिभाऊ आपटे यांनी आपल्या वाङ्मयाद्वारा पांढरपेशा मनाला, वर्गाला विचार करायला शिकविले. दोन-दोन तास देवाच्या पूजेत घालवायचे अन् रोजच्या जीवनात गरिबांच्या मुंड्या मुरगळायच्या, ही विसंगती नाही का? समाजाने आपला हा स्वभाव नको का बदलायला? आपण तोंडाने जे बोलतो ते कृतीत आणले पाहिजे. दुसऱ्यासाठी काहीतरी करण्याचा जो आनंद असतो तो स्वतःसाठी करण्याने नसतो मिळत. परहितार्थ कृती ही अमृतानुभव असते.

शिरोड्यात मी शिक्षक असतानाचा एक प्रसंग सांगतो. कोकणासारख्या दुर्गम भागातील त्या शाळेचं ग्रंथालय काय असणार? पण ते होतं. छोटेखानी होतं पण होतं. आहे त्या जागेत जागा करून पाटी लावल्यानं झालेलं ते ग्रंथालय! मी त्या शाळेचा हेडमास्तर. कुणी हेडमास्तर न मिळाल्याने केलेला... झालेला. पण शाळेचं ते ग्रंथालय हेडमास्तर झाडतोय पाहून मुलंही ते झाडू लागली. त्यांच्यात अहमहमिका लागल्याची मी पाहिली. त्यांचा आनंद मी अनुभवला. माणूस तरुणपणातच

खेड्यात गेला तर तेथील वास्तवाची त्याला जाणीव होते. तशी ती मला तेथे झाली. शहरी जीवन हे पाण्यासारखं असतं, तर खेडं चिखल नि पाण्यानं भरलेलं. कमळ चिखलात उगवतं, पाण्यात नाही. जीवनाची दाहकता खेड्यात असते, शहरात नाही. शहर व खेडं असं दुभंगलेलं जीवन आहे. हा समाजही तसाच गरीब-श्रीमंतीनं दुभंगलेला आहे. ही दरी हे आपलं दुःख असलं तरी आव्हान म्हणून पाहायला हवं. आजचा समाज रूढीग्रस्तही आहे. धार्मिक रूढींनी ग्रस्त समाज एकसंध करून सुधारायचं आव्हान आपणासमोर आहे. लेखक, कलावंत, संशोधक सर्वांनी याची जाणीव ठेवायला हवी. पुढील काळ अधिक बिकट असणार आहे, हे लेखक म्हणून मला प्रकर्षानं जाणवतं. पुढच्या काळात तो अंधार दूर करायचा तर ज्ञानसत्ताक समाजाची उभारणी विद्यापीठांनी करायला हवी, अशी अपेक्षा व्यक्त करतो व आभार मानून मी माझं भाषण संपवतो.

◆

✧

परिशिष्ट

संग्रहित भाषणे : संदर्भ सूची

(भाषण विषय, स्थळ, औचित्य, दिनांक, प्रकाशन इ.)

१) सामाजिक सुधारणा / व्याख्यान / ब्राह्मण सारस्वत समाज, मडगाव / दि. २५ मार्च १९२५. (प्रकाशन- हिंदू साप्ताहिक, मडगाव, दि. ४ एप्रिल १९२५)

२) महाराष्ट्र महिला / वसंत व्याख्यानमाला, सावंतवाडी / पुष्प तिसरे / जॉर्ज मिडल स्कूल, सावंतवाडी / अध्यक्ष श्री. आठवले (माजी हेडमास्तर) / दि. २२ एप्रिल १९२५ (प्रका. वैनतेय साप्ताहिक, सावंतवाडी / दि. २८ एप्रिल १९२५)

३) मराठी सामाजिक नाटके / वसंत व्याख्यानमाला, सावंतवाडी / जॉर्ज मिडल स्कूल / ३० एप्रिल १९२७ / अध्यक्ष- पु. द. मराठे / (प्रका. वैनतेय साप्ता. / १० मे १९२७)

४) वाङ्मय क्षेत्रात नियंत्रक संस्था स्थापणे शक्य आहे का? / परिसंवाद / प्रतिभा मासिक / १३ एप्रिल १९३४.

५) धर्मश्रद्धा डोळस हवी / अखिल हिंदू सहभोजन प्रचार / कुडाळ, सावंतवाडी / २७, २८ मे १९३७ (अप्रकाशित)

६) मी का लिहितो? / आकाशवाणी, औरंगाबाद / २७ मार्च १९४६ (प्रका. मी का लिहितो?- प्रतिभा प्रकाशन, औरंगाबाद / १५ ऑगस्ट १९४९)

७) प्राथमिक शिक्षकांची सद्यःस्थिती / प्राथमिक शिक्षक संप मेळावा, राजाराम कॉलेज, कोल्हापूर (प्रका. अखंड भारत सप्ता. / १४ फेब्रुवारी १९४६)

८) माझे टीकाकार / आकाशवाणी, मुंबई / (गांधी निधनामुळे अप्रक्षेपित) नियोजित प्रक्षेपण दि. ३ फेब्रुवारी १९४८ (प्रका. मनोहर मासिक, जुलै १९४८)

९) माझे आवडते कवी : तुकाराम आणि केशवसुत / आकाशवाणी, मुंबई

/ एप्रिल १९५३ / (प्रका. मनोहर मासिक / मे १९५३)

१०) मराठी कविता व परकीय संस्कार / आकाशवाणी, मुंबई / नियोजित ध्वनिमुद्रण ५, ६ ऑक्टोबर १९५३ / पत्नीच्या प्रकृती अस्वास्थ्यामुळे रद्द / बहुधा सदरचे भाषण नंतर ध्वनिमुद्रित करून वा अन्य कुणी वाचून प्रक्षेपित (प्रका. मनोहर मासिक, जानेवारी १९५४)

११) कथामालेतूनच संस्कृतीचा उगम / साने गुरुजी कथामाला, कोल्हापूर अधिवेशन / भाषण / पॅलेस थिएटर, कोल्हापूर दि. ४ सप्टेंबर १९५४ (प्रका. कथामाला पत्रिका, मार्च १९६९)

१२) मांगल्य हेच साहित्याचे अधिष्ठान हवे / सदानंद साहित्य संमेलन १९५६ / १४ वे अधिवेशन /अध्यक्षीय भाषण दि. १४ जानेवारी १९४६ (प्रका. विविध वृत्तपत्रे, मनोहर मासिक इ.)

१३) द्रष्टे समाजसुधारक आगरकर / पुणे आकाशवाणी / जन्मशताब्दी व्याख्यान / २० जानेवारी १९५६ (मूळ ध्वनिफितीवरून तयार प्रत)

१४) लेखनातील माझे प्रयोग- कादंबरी / पुणे आकाशवाणी / दि. २० ऑगस्ट १९५६ (प्रकाशन- 'साहित्य-संभव', पब्लिकेशन डिव्हिजन भारत सरकार, दिल्ली / ८ जानेवारी १९५८, मूल्य ४० नये पैसे)

१५) मराठी साहित्याची नवी दृष्टी : वास्तववाद / पुणे आकाशवाणी / दि. २४ जुलै १९५७ (मूळ ध्वनिफितीवरून तयार भाषण) / प्रकाशन- साप्ताहिक साधना, पुणे. १० ऑगस्ट १९५७.

१६) ललित साहित्यातील वास्तव आणि मंगल / हेमंत व्याख्यानमाला, लोकमान्य सेवा संघ, विलेपार्ले, मुंबई / नोव्हेंबर १९५७ (प्रका. वैनतेय, १० डिसेंबर १९५७)

१७) पूर्वसूरींचे संस्कार हेच माझे सामर्थ्य / षष्ट्यब्दीपूर्ती नागरी सत्कार, डोंबिवली / सत्कारास उत्तर / दि. ६ एप्रिल १९५८ / अध्यक्ष प्रा. अनंत काणेकर / (प्रभाकर अत्रे हस्तलिखित प्रत)

१८) खाडिलकरांची नाट्यसृष्टी / षष्ट्यब्दीपूर्ती नागरी सत्कार, बेळगाव / रिझ टॉकीज / सत्कारास उत्तर / दि. २७ मे १९५८ / (प्रका. तरुण भारत, अर्ध साप्ता. ३० मे १९५८)

१९) उल्का / पुणे आकाशवाणी / दि. २० फेब्रुवारी, १९५९ / (प्रका. सत्यकथा, जुलै १९५९)

२०) खाडिलकरांची नाटके / आकाशवाणी, पुणे / ३ मार्च १९५९ (मूळ ध्वनिफितीवरून तयार प्रत)

२१) माझा साहित्यिक दृष्टिकोन / पुणे आकाशवाणी / जून १९६० (मूळ

ध्वनिफितीवरून तयार प्रत)

२२) सार्वजनिक ग्रंथालये / कुडाळ वाचनालयाच्या शताब्दी समारंभाचे अध्यक्षीय व समारोपाचे भाषण

२३) माझं लघुकथा लेखन / आकाशवाणी पुणे / सन १९६१-६२ (मूळ ध्वनिफितीवरून तयार प्रत)

२४) शिक्षण आणि संस्कार / आंतरभारती शिक्षण मंडळ, कोल्हापूर / उद्‌घाटन समारंभ भाषण / ऑगस्ट १९६३ (प्रका. तरुण भारत अर्ध साप्ता. बेळगाव, २७ ऑगस्ट १९६३)

२५) साहित्य आणि समाज / ललित पारितोषिक वितरण समारंभ / अध्यक्षीय भाषण / (प्रका. ललित दिवाळी अंक, १९६७)

२६) साहित्य आणि भावनिक ऐक्य / पद्मभूषण गौरव समारंभ, कोल्हापूर / करवीर साहित्य सभा / सत्कारास उत्तर / (प्रका. साप्ता. जनसारथी, कोल्हापूर / ३ फेब्रुवारी १९६७)

२७) महाराष्ट्रातील मध्यम वर्ग उदासीन का? / परिसंवाद / वसंत दिवाळी अंक, १९६८

२८) अभिजात साहित्य / ध्वनिमुद्रित भाषण / अनौपचारिक / मे, जून १९७० (प्रका. पाक्षिक रुद्रवाणी, कोल्हापूर / दिवाळी १९७०

२९) ● **साहित्य : स्मृती आणि स्वप्ने** (१ जानेवारी १९७०)

३०) ● **तरुण पिढी : स्वप्ने आणि स्वप्नभंग** (२ जानेवारी १९७०)

३१) ● **जीवन : स्वप्नभंग आणि स्वप्नसुगंध** (३ जानेवारी १९७०)

सत्तरी गौरव व्याख्यानमाला / देशमुख आणि कंपनी, पुणे / बालगंधर्व नाट्यगृह, पुणे / १, २, ३ जानेवारी १९७०— (प्रकाशन- दै. सकाळ, पुणे. दि. ५, ६ व ७ जानेवारी १९७०)

३२) साहित्य आणि अपूर्णता / साहित्य अकादमी महदत्तर सदस्यत्व (फेलोशिप) प्रदान समारंभ / शिवाजी विद्यापीठ, कोल्हापूर / २५ सप्टेंबर १९७० / (प्रका. दै. पुढारी, कोल्हापूर, दि. २६ सप्टेंबर १९७०)

३३) विज्ञान आणि माणुसकी / शिरोडे नागरी सत्कार व सदिच्छा भेट / सत्कारास उत्तर / ९ नोव्हेंबर १९७१ (प्रका. साप्ता. गोमंतक / १४ नोव्हेंबर १९७१)

३४) साहित्य : आत्मिक उद्‌गार / पद्मभूषण गौरव समारंभ, कोल्हापूर / केशवराव भोसले नाट्यगृह / सत्कारास उत्तर / २३ जून १९७४ (प्रका. नवनीत मासिक, सप्टेंबर १९७४)

३५) लालित्य विचार आणि साहित्य / अखिल भारतीय मराठी साहित्य

संमेलन, कराड / ६ डिसेंबर १९७५ / भाषण / आकाशवाणी, पुणे (ध्वनिफितीवरून तयार प्रत)

३६) साहित्य आणि जीवनमूल्ये / भारतीय ज्ञानपीठ पारितोषिक वितरण समारंभ / विज्ञान भवन, नवी दिल्ली / दि. २६ फेब्रुवारी १९७६ / मूळ प्रत (प्रकाशन- अनेक वृत्तपत्रे व नियतकालिके)

३७) गरिबी आणि श्रीमंती समन्वय / मुंबई महानगरपालिका ज्ञानपीठ गौरव / सत्कारास उत्तर / कमला नेहरू पार्क, मुंबई / दि. २४ मार्च १९७६ / मूळ प्रत.

३८) साहित्य आणि करमणूक / मुंबई पत्रकार संघ व विविध भाषी सांस्कृतिक संस्था मुंबई संयुक्त गौरव सत्कारास उत्तर / दीक्षान्त सभागृह, मुंबई विद्यापीठ, मुंबई / अध्यक्ष- प्रा. अनंत काणेकर / २५ मार्च १९७६ (प्रका. दै. नवा काळ, मुंबई २६ मार्च १९७६)

३९) मूल्य मीलन / पुणे महानगरपालिका ज्ञानपीठ गौरव / आकाशवाणी, पुणे / २९ मार्च १९७६ (मूळ ध्वनिफितीवरून तयार प्रत)

४०) लेखक : जीवन भाष्यकार / शिवाजी विद्यापीठ, कोल्हापूर / डी. लिट. पदवीदान समारंभ / सत्कारास उत्तर / दि. १४ मे १९७६ (प्रका. दै. पुढारी, १५ मे १९७६)

◆